เสียงกระซิบแห่งโชคชะตา
นวนิยายที่เพิ่งสร้างสรรค์ใหม่
การสำรวจความซับซ้อนในครอบครัว
ผสมผสานกับกลิ่นอายแห่งความลึกลับ

Translated to Thai from the English version of Whispers of Destiny

Dr. Subhash Y. Pawar

Ukiyoto Publishing

สิทธิ์ในการเผยแพร่ทั่วโลกทั้งหมดเป็นของ
Ukiyoto Publishing
เผยแพร่เมื่อ พ.ศ. 2024

ลิขสิทธิ์เนื้อหา © Subhash Y. Pawar
ISBN 9789364948937

สงวนลิขสิทธิ์.
ห้ามทำซ้ำ ส่งต่อ หรือเก็บส่วนใดส่วนหนึ่งของสิ่งพิมพ์นี้ในระบบค้นคืนข้อมูล
ไม่ว่าในรูปแบบใดๆ โดยวิธีการใดๆ ไม่ว่าจะเป็นทางอิเล็กทรอนิกส์ ทางกล
การถ่ายเอกสาร การบันทึกเสียง หรือวิธีอื่นใด
เว้นแต่จะได้รับอนุญาตจากผู้จัดพิมพ์ก่อน
สิทธิทางศีลธรรมของผู้เขียนได้รับการยืนยัน

นี่เป็นผลงานนิยาย ชื่อ ตัวละคร ธุรกิจ สถานที่ เหตุการณ์ ตำแหน่งที่ตั้ง
และเหตุการณ์ต่างๆ
ล้วนเป็นผลมาจากจินตนาการของผู้เขียนหรือถูกใช้ในลักษณะสมมติ
ความคล้ายคลึงกับบุคคลจริง ไม่ว่าจะมีชีวิตหรือเสียชีวิตแล้ว หรือเหตุการณ์จริง
เป็นเพียงเรื่องบังเอิญเท่านั้น

หนังสือเล่มนี้จำหน่ายโดยมีเงื่อนไขว่าจะไม่นำไปแลกเปลี่ยน ขายต่อ ให้เช่า
หรือเผยแพร่ด้วยวิธีอื่นใด เว้นแต่จะได้รับความยินยอมจากผู้จัดพิมพ์ก่อน
ไม่ว่าจะเป็นการผูกมัดหรือปกในรูปแบบใดๆ ก็ตาม นอกเหนือจากที่จัดพิมพ์

www.ukiyoto.com

การอุทิศตน

เรียนท่านผู้อ่าน

ฉันอยากจะเริ่มต้นด้วยการแสดงความยินดีกับคุณและแสดงความขอบคุณจากใจจริงที่คุณเลือกอ่านนวนิยายของฉันเรื่อง *Whispers of Destiny* การตัดสินใจของคุณหยิบหนังสือเล่มนี้ขึ้นมามีความหมายกับฉันมาก

เนื่องจากฉันเขียนหนังสือมาแล้วกว่า 120 เล่ม ส่วนใหญ่เป็นเรื่องเกี่ยวกับเทคนิค ฉันจึงรู้สึกว่าถึงเวลาแล้วที่จะก้าวเข้าสู่โลกแห่งนิยาย นวนิยายเรื่องนี้เป็นความพยายามครั้งแรกของฉันในการเล่าเรื่องแนวนี้ และฉันได้ทุ่มเททั้งหัวใจและจิตวิญญาณเพื่อสร้างสรรค์มันขึ้นมา เป้าหมายของฉันคือการสร้างเรื่องเล่าที่จะทำให้คุณเพลิดเพลินอย่างเต็มอิ่มและดึงดูดตั้งแต่หน้าแรกจนหน้าสุดท้าย

ตัวละครที่คุณจะได้พบในเรื่องนี้ล้วนเกิดจากจินตนาการของฉัน เช่นเดียวกับเหตุการณ์ที่เกิดขึ้น หากคุณสังเกตเห็นความคล้ายคลึงกับบุคคลหรือสถานการณ์จริง โปรดเข้าใจว่าสิ่งเหล่านี้เป็นเพียงเรื่องบังเอิญ ฉันรับรองกับคุณว่าความคล้ายคลึงดังกล่าวไม่ได้ตั้งใจ

ฉันอยากจะแสดงความขอบคุณอย่างสุดซึ้งต่อคุณ Radhika Abhijeet Gaikwad จากเมืองปูเน่ ประเทศอินเดียด้วย เธอเป็นคนแรกที่อ่านนวนิยายเรื่องนี้และมีบทบาทสำคัญในเส้นทางสู่การตีพิมพ์ กำลังใจของเธอเป็นแรงบันดาลใจให้ฉันแสวงหาสำนักพิมพ์ที่มีชื่อเสียง ซึ่งทำให้หนังสือเล่มนี้เข้าถึงและมีอิทธิพลต่อผู้อ่านมากขึ้น หากไม่ได้รับการสนับสนุนจากเธอ นวนิยายเรื่องนี้คงได้เผยแพร่เพียงผ่านสำนักพิมพ์ท้องถิ่นเท่านั้น ฉันรู้สึกเป็นหนี้บุญคุณเธออย่างแท้จริงสำหรับการสนับสนุนและความช่วยเหลืออันล้ำค่าของเธอ

นอกจากความหลงใหลในการเขียนแล้ว ฉันยังเป็นนักออกแบบที่ประสบความสำเร็จด้วย ปกหนังสือที่ฉันสร้างขึ้นเองนี้แสดงให้เห็นถึงทักษะการออกแบบของฉัน

ใน Whispers of Destiny ฉันพยายามที่จะถ่ายทอดแก่นแท้ของความสัมพันธ์อันใกล้ชิดระหว่างสมาชิกในครอบครัว วิธีที่พวกเขาใส่ใจ สนับสนุน และเข้าใจกันเป็นธีมหลักของเรื่องราว ความผูกพันในครอบครัวเป็นเรื่องซับซ้อนและเต็มไปด้วยอารมณ์ความรู้สึก และฉันอยากสะท้อนสิ่งนั้นในการเขียนของฉัน

ตลอดทั้งนวนิยาย ฉันได้ใส่คำอธิบายโดยละเอียดและชัดเจน ซึ่งมีจุดมุ่งหมายเพื่อนำตัวละครและประสบการณ์ของพวกเขาให้มีชีวิตชีวา

ฉันยังแทรกองค์ประกอบของความระทึกขวัญและความลึกลับเข้าไปด้วยเพื่อให้คุณคาดเดาและสนใจ ความรู้สึกลึกลับเหล่านี้ได้รับการออกแบบมาเพื่อเพิ่มความลึกให้กับเรื่องราวและทำให้ประสบการณ์การอ่านของคุณน่าตื่นเต้นยิ่งขึ้น

บางส่วนของเรื่องราวอาจกระตุ้นให้เกิดอารมณ์รุนแรง ซึ่งนี่ก็เป็นเรื่องที่ตั้งใจ ฉันเชื่อว่าชีวิตประจำวันของเราเต็มไปด้วยช่วงเวลาแห่งความสุขและความท้าทายทางอารมณ์ ช่วงเวลาเหล่านี้หล่อหลอมตัวเราและความสัมพันธ์ของเรา ฉันหวังว่าจะเชื่อมโยงเรื่องราวและประสบการณ์ชีวิตของคุณโดยการสะท้อนความเป็นจริงนี้ในนวนิยาย

ชีวิตเต็มไปด้วยเหตุการณ์พลิกผันที่คาดไม่ถึง และแนวคิดนี้ถือเป็นองค์ประกอบสำคัญของ Whispers of Destiny ตัวละครต้องเผชิญกับความท้าทายและความประหลาดใจที่ไม่คาดคิด เช่นเดียวกับที่เราเห็นในชีวิตจริง ความพลิกผันเหล่านี้เป็นส่วนหนึ่งของโชคชะตาและเราทุกคนต่างก็ประสบกับมันด้วยวิธีของตัวเอง

ขอขอบคุณอีกครั้งที่เลือก *Whispers of Destiny* ฉันหวังว่าคุณจะสนุกกับการอ่านมันมากเท่ากับที่ฉันสนุกกับการเขียนมัน ทีมงานสำนักพิมพ์ของฉันพยายามอย่างเต็มที่ในการจัดพิมพ์หนังสือเล่มนี้ และหากไม่ได้รับการสนับสนุนจากทุกคน ความสำเร็จของหนังสือเล่มนี้คงไม่อาจเกิดขึ้นได้ ผมก็รู้สึกขอบคุณพวกเขา

สนุกกับการอ่านนะคะ

-ดร. สุภาช วาย. พาวาร์ ปูเน่ (อินเดีย)

ถึงผู้อ่านทุกท่าน

เนื้อหา

1. "การเปลี่ยนแปลงและความไว้วางใจ" 1

2. "เจ้าหน้าที่ดูแลเวร" 9

3. "ผู้ดูแลที่ไม่หวั่นไหว: การนำทางความรักและความภักดี" 17

4. "เช้าแห่งการเปิดเผยและการไตร่ตรอง" 32

5. "การกลับบ้านครั้งยิ่งใหญ่: การเดินทางแห่งการคาดหวังและการสูญเสีย" 40

6. "คืนแห่งโชคชะตาและความผูกพันของครอบครัว" 49

7. "กระซิบระหว่างจิบชายามบ่าย: เปิดเผยพันธบัตร" 61

8. "บทสนทนาตอนเช้าและสายสัมพันธ์ที่ไม่ได้พูดออกมา" 70

9. "การเปลี่ยนแปลงในห้องประชุมและนอกห้องประชุม" 76

10. "ความปรารถนาอันสูงส่ง: การเดินทางข้ามมหาสมุทรแอตแลนติกแห่งความฝันและความมุ่งมั่น" 84

11. "ความสงบสุขที่พังทลาย: วันแห่งความสุขกลายเป็นโศกนาฏกรรม" 94

12. "มรดกที่ซ่อนเร้น: การเปิดเผยความจริงในความเศร้าโศกและราชวงศ์" 106

13. "พันธะที่ปกปิด: การเปิดเผยความลับและความซับซ้อนของครอบครัว" 118

14. "ภัยคุกคามของความสามัคคี: การนำทางครอบครัวและมรดก" 133

15. "เจตนาที่ปกปิดถูกเปิดเผย" 143

16. "ความลับที่ถูกเปิดเผยและการระบุตัวผู้กระทำผิด" 151

17. "หัวหน้าทรัสตีออกเดินทางและพระกฤษณะกล่าวปราศรัยต่อที่ประชุม" 168

18. "บทสรุปสุดท้าย ข้อเสนอแนะอันยอดเยี่ยม สร้างความประหลาดใจให้กับทุกคน" 181

เกี่ยวกับผู้เขียน ***197***

1. "การเปลี่ยนแปลงและความไว้วางใจ"

Gautam Seth เอนกายลงบนเก้าอี้เหล็กดัดที่ออกแบบอย่างประณีต มองดูสนามหญ้ากว้างขวางที่ทอดยาวอยู่หน้าบ้านพักหลังใหญ่ของพวกเขา พระอาทิตย์ในยามบ่ายสาดแสงสีทองอันอบอุ่นโอบล้อมบริเวณรอบ ๆ ด้วยบรรยากาศอันเงียบสงบ ชานไท เซธ ภรรยาผู้สง่างามของเขา นั่งลงข้างๆ เขา กำลังเล่นกับผ้าไหมอันบอบบางของเธอ ดวงตาของเธอจ้องไปที่ขอบฟ้าที่อยู่ไกลออกไป

เกาตัมซึ่งเป็นบุคคลโดดเด่นที่มีผมสีเกลือและพริกไทยกระแอมในลำคอ ทำลายความเงียบสงบในอากาศ "ชานไท คุณคิดเรื่องรายละเอียดการเดินทางไปอเมริกาของเราสัปดาห์หน้าไว้แล้วหรือยัง? เราไม่ได้เจอพระกฤษณะมาเป็นเวลานานแล้ว และฉันอยากให้ทุกอย่างสมบูรณ์แบบ"

ชานไทพยักหน้าโดยมีแววตาที่สะท้อนถึงความคาดหวังและความกังวลปะปนกัน "ครับ ท่านโคตม ฉันได้จดบันทึกบางอย่างไว้ เราจะต้องสรุปแผนการเดินทางของเรา ตัดสินใจเรื่องที่พัก และวางแผนเซอร์ไพรส์เล็กๆ น้อยๆ สำหรับคริส ไม่ใช่ทุกวันที่เราจะได้ไปเยี่ยมเขาที่อเมริกา"

สายตาของเกาตัมหันไปที่สวนที่ได้รับการดูแลอย่างพิถีพิถัน ซึ่งสีสันสดใสของดอกไม้ที่บานสะพรั่งช่วยเพิ่มความสง่างามให้กับภูมิทัศน์ "เราควรแจ้งให้เจ้าหน้าที่ทราบถึงการขาดงานของเราด้วย บ้านควรจะอยู่ในสภาพสมบูรณ์แบบเมื่อเรากลับมา และฉันต้องการให้พวกเขารู้ว่าเราคาดหวังว่าทุกอย่างจะราบรื่นในระหว่างที่เราไม่อยู่"

ชานไทเอ่ยขึ้น "แล้วเรื่องธุรกิจล่ะ?" เราไม่สามารถลืมความรับผิดชอบของเราที่นี่ บางทีเราควรพบกับคณะกรรมการเพื่อหารือถึงเรื่องที่ค้างอยู่และให้แน่ใจว่าทีมเตรียมพร้อมอย่างเต็มที่ เพื่อจัดการกับเรื่องต่างๆ ในช่วงที่เราไม่อยู่"

เกาตัมพยักหน้าด้วยความขอบคุณ รับทราบถึงความเหมาะสมของข้อเสนอแนะของภรรยาเขา "คุณพูดถูกแล้ว ชานไท เราไม่สามารถละเลยภาระผูกพันทางธุรกิจของเราได้ ฉันจะกำหนดประชุมคณะกรรมการในวันพรุ่งนี้เพื่อหารือถึงปัญหาเร่งด่วนต่างๆ เราต้องแน่ใจว่าการขาดงานของเราไม่ส่งผลกระทบต่อการดำเนินงานราบรื่นของบริษัท"

ขณะที่ทั้งคู่เจาะลึกลงไปในแผนการของพวกเขา การสนทนาก็เปลี่ยนระหว่างความกังวลในครอบครัวและความรับผิดชอบทางธุรกิจอย่างราบรื่น พวกเขาได้หารือเกี่ยวกับเที่ยวบิน ที่พัก และสถานที่ที่พวกเขาหวังว่าจะได้ไปเยี่ยมชมกับพระกฤษณะระหว่างที่พวกเขาอยู่ที่อเมริกา ชานไท เป็นนักวางแผนที่พิถีพิถันเสมอมา ได้หยิบสมุดบันทึกที่เต็มไปด้วยรายละเอียดที่จัดอย่างพิถีพิถันออกมา เพื่อให้แน่ใจว่าไม่มีอะไรถูกปล่อยทิ้งให้เป็นเรื่องบังเอิญ

พระอาทิตย์ลับขอบฟ้าแล้วทอดเงายาวลงบนสนามหญ้า และทั้งคู่ก็ยังคงสนทนากันต่อไปภายใต้แสงไฟอ่อนๆ ในสวน อากาศเต็มไปด้วยความคาดหวังและความตื่นเต้นในขณะที่ Gautam และ Shantai Seth วางแผนอย่างพิถีพิถันเพื่อให้การเดินทางที่กำลังจะมาถึงเป็นการรวมตัวของครอบครัวที่น่าจดจำและจัดได้อย่างดี

หลังจากพยักหน้าแสดงความขอบคุณต่อข้อเสนอแนะของ Shantai แล้ว Gautam Seth ก็ตัดสินใจดำเนินการทันทีเพื่อให้แน่ใจว่าการดำเนินธุรกิจจะสามารถดำเนินต่อไปได้อย่างราบรื่นระหว่างที่พวกเขาไม่อยู่ เพื่อตอบสนองต่อสถานการณ์อย่างรวดเร็ว Gautam Seth ได้ติดต่อ Mahadeo พี่เขยของเขาซึ่งดำรงตำแหน่งผู้อำนวยการฝ่ายปฏิบัติการภายในบริษัทในเวลาเดียวกัน เมื่อได้รับโทรศัพท์จากโคตัม มหาเทว มาม่าก็รีบรายงานให้เขาทราบทันที Gautam แจ้งแก่ Mahadeo ว่ามีการตัดสินใจร่วมกับ Shantai ที่จะมอบหมายบทบาท CEO ให้กับเขาชั่วคราวระหว่างที่พวกเขาไปเยี่ยมลูกชายที่อเมริกา

มหาเทวะซึ่งเป็นที่รู้จักจากบุคลิกพูดจาอ่อนหวานของเขา ไม่สามารถปกปิดระดับความเขินอายได้ในระดับหนึ่งขณะที่เขาตอบว่า "ภโวจี คุณและน้องสาวชานไทได้มอบความโปรดปรานมากมายให้กับครอบครัวของฉันและฉันไปแล้ว น้ำหนักของภาระผูกพันเหล่านี้เป็นสิ่งที่ฉันแบกรับอยู่แล้ว การรับความรับผิดชอบเพิ่มเติมนี้อาจกลายเป็นภาระหนักสำหรับฉัน ฉันขอเสนอแนะว่าควรมอบหมายความรับผิดชอบนี้ให้กับผู้อำนวยการอาวุโสที่น่านับถือของเรา นายชาห์ ครับ"

อย่างไรก็ตาม Gautam และ Shantai ปฏิเสธข้อเสนอแนะของ Mahadeo อย่างถูกต้องโดยยืนยันว่า "คุณแม่ที่รัก เรื่องนี้เป็นเรื่องภายในภายในครอบครัว และเราไม่มีความโน้มเอียงที่จะให้บุคคลที่สามเข้ามามีส่วนร่วมในความรับผิดชอบอันสำคัญยิ่งเช่นนี้"

การตัดสินของเราถือเป็นที่สิ้นสุดและเราไม่ต้องการที่จะหารือเกี่ยวกับเรื่องนี้อีกต่อไป โปรดเตรียมพร้อมที่จะรับภารกิจนี้ในระหว่างการประชุมคณะกรรมการพรุ่งนี้ เราฝากความไว้วางใจไว้กับคุณเพียงผู้เดียวและขอร้องให้คุณอย่าคัดค้านอีกต่อไป เข้าใจมั้ย?"

เมื่อไม่มีที่ให้โต้แย้งแล้ว มหาเทวะก็ยอมตามคำสั่งของพวกเขาอย่างไม่เต็มใจและจากไปพร้อมกับการครุ่นคิดอย่างหนัก วันรุ่งขึ้น เขาได้เรียกประชุมกรรมการระดับสูงของบริษัทเพื่อประชุมคณะกรรมการที่สำคัญในห้องประชุมที่ทันสมัยและมีเพดานสูงของสำนักงานใหญ่ของบริษัท

เกาตัม ผู้เป็นหัวหน้าครอบครัวที่มีอำนาจสั่งการ เป็นผู้นำในขณะที่บรรดาผู้กำกับนั่งลงบนเก้าอี้หนังหรูหรา "ขอขอบคุณสุภาพบุรุษและสุภาพสตรีทุกท่านที่มาร่วมงานกับเราในเวลาอันสั้นเช่นนี้ อย่างที่ทราบกันดีว่าฉันกับชานไทวางแผนที่จะไปเยี่ยมพระกฤษณะ ลูกชายของเราที่อเมริกา ในช่วงที่เราไม่อยู่ บริษัทจะต้องดำเนินไปได้อย่างราบรื่น เพื่อจุดประสงค์ดังกล่าว ฉันได้กำหนดการประชุมนี้เพื่อหารือเกี่ยวกับการจัดเตรียมที่จำเป็น"

ห้องเต็มไปด้วยความคาดหวังในขณะที่ Gautam เจาะลึกรายละเอียดของการเดินทางที่จะเกิดขึ้นของพวกเขา "ผมมีความศรัทธาในทีมของเรา แต่เราต้องการบุคลากรที่มีความสามารถในการดูแลบ้านและอุตสาหกรรม— ใครสักคนที่เราสามารถไว้วางใจได้อย่างแท้จริง" ดังนั้น จนกว่า Shantai และฉันจะกลับมา มหาเทวมาม่า ลุงฝ่ายแม่ของพระกฤษณะจะเป็นผู้รับผิดชอบ เขาจะจัดการกิจการประจำวันของบริษัทและดูแลให้ทุกอย่างที่บ้านดำเนินไปอย่างราบรื่น"

เสียงพึมพำแสดงความเห็นชอบดังไปทั่วห้องในขณะที่บรรดากรรมการต่างมองตากันเพื่อรับทราบถึงความชาญฉลาดในการตัดสินใจของ Gautam มหาเทว มาม่า เป็นบุคคลที่ได้รับความเคารพนับถือซึ่งเป็นที่รู้จักในเรื่องความเฉลียวฉลาด และมีส่วนเกี่ยวข้องกับกิจการของครอบครัวมาหลายปี

หนึ่งในกรรมการซึ่งเป็นผู้บริหารมากประสบการณ์และมีเคราขาวสีดำพูดขึ้นว่า "เกาตัม พวกเราเข้าใจถึงความสำคัญของการเปลี่ยนแปลงอย่างราบรื่น แต่คุณช่วยระบุรายละเอียดเพิ่มเติมเกี่ยวกับความรับผิดชอบที่เฉพาะเจาะจงที่ Mahadeo Mama จะได้รับมอบหมายให้ดูแลในช่วงเวลานี้ได้ไหม"

เกาตัมพยักหน้า ชื่นชมความจำเป็นในการชี้แจง "แน่นอน. มหาเดโอ มาม่า จะกำกับดูแลด้านการดำเนินงานทั้งหมดของบริษัท รวมถึงกระบวนการตัดสินใจที่สำคัญ เขาจะประสานงานกับหัวหน้าแผนกและรายงานการพัฒนาที่สำคัญใดๆ ให้ฉันทราบโดยตรง นอกจากนี้ เขาจะจัดการทุกอย่างแทนฉัน โดยให้แน่ใจว่าการขาดหายไปของเราจะไม่รบกวนการทำงานตามปกติของบริษัทหรือครอบครัว"

ชานไต ผู้สง่างามและมีสติ กล่าวเสริมว่า "ผมมั่นใจในความสามารถของมาฮาเดโอ มาม่า อย่างเต็มที่ เขาเป็นส่วนหนึ่งของครอบครัวเรามานานหลายปีแล้ว และฉันเชื่อว่าเขาจะจัดการธุรกิจและกิจการภายในบ้านด้วยความขยันขันแข็งที่สุด"

กรรมการแสดงความเห็นพ้องเป็นเอกฉันท์ และการประชุมดำเนินต่อไปด้วยการหารือโดยละเอียดเกี่ยวกับโครงการที่กำลังดำเนินการของบริษัท ความท้าทายที่กำลังจะเกิดขึ้น และกลยุทธ์ในการบรรเทาปัญหาที่อาจเกิดขึ้น เกาตัมและชานไทได้พูดคุยถึงความกังวลของกันและกันอย่างเป็นระบบ โดยไม่ละเลยรายละเอียดใดๆ เลยในการเตรียมตัวสำหรับการเดินทางที่กำลังจะมาถึง

ก่อนจะสรุปการประชุม Gautam ย้ำถึงความสำคัญของบทบาทของ Mahadeo Mama และขอให้กรรมการขยายความร่วมมืออย่างเต็มที่ "ฉันคาดหวังว่าพวกคุณทุกคนจะสนับสนุน Mahadeo Mama ในระหว่างที่เราไม่อยู่ เราสามารถมั่นใจได้ว่าบริษัทจะยังคงเดินหน้าต่อไปอย่างมั่นคง"

ขณะที่การประชุมคณะกรรมการใกล้จะสิ้นสุดลง Gautam Seth ผู้เป็นหัวหน้าครอบครัวของอาณาจักรธุรกิจ ได้ใช้โอกาสนี้ในการพูดคุยกับกรรมการอีกครั้ง ห้องที่ยังคงคึกคักไปด้วยพลังของการหารือเชิงกลยุทธ์ กลับเงียบลงเมื่อทุกสายตาหันมามองเขา

"สุภาพบุรุษ" เกาตัมเริ่มพูดด้วยน้ำเสียงที่แสดงถึงความมีอำนาจ "ผมขอขอบคุณสำหรับความเอาใจใส่และความร่วมมือของคุณจนถึงตอนนี้ ผมอยากจะเน้นย้ำถึงความสำคัญของบทบาทของ Mahadeo Mama ในช่วงที่เราไม่อยู่ เขาจะดูแลอุตสาหกรรมและครัวเรือน และคุณต้องขยายความร่วมมือเต็มที่เพื่อให้แน่ใจว่าการเปลี่ยนแปลงจะเป็นไปอย่างราบรื่น"

กรรมการบริษัทนั่งล้อมโต๊ะไม้มะฮอกกานีขัดเงาและพยักหน้าเห็นด้วย รับทราบถึงการเปลี่ยนแปลงผู้นำชั่วคราว สายตาของเกาตัมเปลี่ยนไป เข้มข้นขึ้นเรื่อยๆ ขณะที่เขากล่าวต่อไปว่า "ผมอยากชี้แจงว่านี่เป็นเพียงการจัดเตรียมชั่วคราว" เมื่อลูกชายของฉัน กฤษณะ กลับมาจากปริญญาโทสาขาการจัดการในอเมริกา

เขาจะรับตำแหน่งประธานและซีอีโอโดยไม่มีข้อกังขาใดๆ
อำนาจของพระองค์จะสูงสุดและไม่มีผู้ใดรวมทั้งมหาเทวมาม่าจะท้าทายอำนาจสูงสุดของพระองค์ได้"

ความเข้าใจอันกระเพื่อมแพร่กระจายไปทั่วห้อง ขณะที่บรรดาผู้กำกับรับฟังคำพูดของเกาตัม แผนการเปลี่ยนผ่านมีความชัดเจน
และความเป็นผู้นำของบริษัทในอนาคตก็ได้รับการกำหนดไว้อย่างชัดเจน
นี่เป็นการเคลื่อนไหวเชิงกลยุทธ์เพื่อให้แน่ใจว่ามีการส่งมอบอำนาจให้กับรุ่นต่อไปได้อย่างราบรื่น

Gautam เอนตัวไปข้างหน้าและเสริมว่า "Krishna กำลังได้รับการฝึกฝนอันล้ำค่าในอเมริกา โดยได้รับความรู้และทักษะที่จะเป็นประโยชน์ต่อการเติบโตของธุรกิจของเราอย่างมาก" เมื่อเขากลับมา ความรับผิดชอบร่วมกันของเราคือการสนับสนุนเขาในบทบาทใหม่ของเขา
ฉันคาดหวังว่าคุณจะสนับสนุนกฤษณะและช่วยให้การเปลี่ยนแปลงดำเนินไปได้อย่างราบรื่น"

มหาเทวมาม่า นั่งท่ามกลางกรรมการ และฟังอย่างตั้งใจ เกาตัมกล่าวต่อว่า "อย่างไรก็ตาม ในระหว่างนี้ Mahadeo Mama จะเป็นกำลังสำคัญที่คอยชี้นำเรา
การตัดสินใจของเขาควรได้รับการเคารพและอำนาจของเขาควรได้รับการยึดมั่น
ฉันหวังว่าคุณจะทำงานอย่างกลมกลืนภายใต้การนำของเขา
จนกระทั่งกฤษณะเข้ารับตำแหน่งที่ถูกต้องของเขา"

ห้องนั้นเต็มไปด้วยความรู้สึกแห่งความมุ่งมั่น
การมองการณ์ไกลเชิงกลยุทธ์และการสื่อสารที่ชัดเจนของเกาตัมทำให้ไม่เกิดความคลุมเครือ
กรรมการได้รับมอบหมายให้รับผิดชอบสองประการ คือ สนับสนุน Mahadeo Mama ในระยะสั้น
และในระยะยาว ดูแลให้มีการถ่ายโอนอำนาจไปยัง Krishna ได้อย่างราบรื่น

Shantai ซึ่งนั่งลงข้างๆ Gautam ได้เสริมมุมมองของเธอว่า
"นี่เป็นช่วงเวลาสำคัญสำหรับครอบครัวและธุรกิจของเรา
เราได้สร้างบริษัทนี้ขึ้นมาด้วยความทุ่มเทและทำงานหนัก และตอนนี้เราต้องปูทางให้กับรุ่นต่อไป
การกลับมาของพระกฤษณะจะเริ่มต้นบทใหม่
และฉันมั่นใจว่าพวกคุณแต่ละคนจะได้มีส่วนร่วมในความสำเร็จนี้"

เมื่อการประชุมสิ้นสุดลง Gautam
ได้เน้นย้ำถึงความสามัคคีที่จำเป็นต่อเสถียรภาพของบริษัทในช่วงที่พวกเขาไม่อยู่อีกครั้ง เขายืนยันว่า
"เราสามารถร่วมกันเอาชนะความท้าทายใดๆ และทำให้มั่นใจได้ว่าบริษัทจะยังคงมั่นคง

ฉันมีความเชื่อมั่นในตัวพวกคุณทุกคนอย่างเต็มที่ และฉันหวังว่าจะได้กลับมาพบลูกชายของเราอีกครั้ง และเห็นถึงความสำเร็จอย่างต่อเนื่องของธุรกิจของเราเมื่อเรากลับมา"

เกาทัมพยักหน้าอย่างหนักแน่นเพื่อส่งสัญญาณให้การประชุมสิ้นสุดลง ขณะนี้ผู้กำกับมีวิสัยทัศน์ที่ไร้สิ่งกีดขวางและเส้นทางข้างหน้าที่ชัดเจน

พวกเขาออกจากห้องพร้อมกับความมุ่งมั่นที่สดใหม่ พร้อมที่จะรับมือกับความท้าทายและโอกาสต่างๆ ข้างหน้าในช่วงการเปลี่ยนผ่านนี้

ในขณะที่กรรมการแยกย้ายกันไปพร้อมกับคำสั่งที่ชัดเจนและความรู้สึกถึงความรับผิดชอบ Gautam และ Shantai Seth ก็รู้สึกมั่นใจว่าพวกเขาได้วางรากฐานสำหรับช่วงระหว่างกาลที่ประสบความสำเร็จและการบริหารจัดการที่ดีแล้ว มหาเทว มาม่า ซึ่งขณะนี้ได้รับมอบหมายให้รับผิดชอบทั้งครอบครัวและอุตสาหกรรม ได้ก้าวรับความท้าทายดังกล่าวด้วยความมุ่งมั่นในหน้าที่

เวทีได้ถูกจัดเตรียมไว้สำหรับการเปลี่ยนแปลงที่ราบรื่น ช่วยให้ Gautam และ Shantai สามารถเริ่มการเดินทางไปอเมริกาได้อย่างมั่นใจ โดยที่พวกเขาสามารถบริหารจัดการเรื่องต่างๆ ที่บ้านได้

สัปดาห์ก่อนที่ Gautam Seth และ Shantai Seth จะออกเดินทางนั้นเป็นสัปดาห์ที่เต็มไปด้วยกิจกรรมมากมาย ในระหว่างการเดินทางไปเยี่ยมลูกชายของพวกเขา พระกฤษณะ ที่อเมริกา ทั้งคู่พบว่าตนเองต้องยุ่งอยู่กับงานต่างๆ มากมายเพื่อให้ชีวิตส่วนตัวและชีวิตการทำงานของพวกเขาราบรื่น การประชุมกับเจ้าหน้าที่ การจัดเตรียมการเดินทาง และการดูแลการเตรียมการในนาทีสุดท้ายล้วนกินเวลาทั้งวันของพวกเขา

เมื่อวันออกเดินทางใกล้เข้ามา บรรยากาศที่บ้านของเซธก็เต็มไปด้วยความตื่นเต้นและความคาดหวัง สัมภาระที่จัดอย่างพิถีพิถันวางรออยู่ที่ทางเข้า เป็นสัญลักษณ์ที่จับต้องได้ของการเดินทางที่รออยู่ข้างหน้า ชานไทแต่งกายอย่างสง่างาม ดูแลให้ทุกอย่างเป็นระเบียบเรียบร้อย ในขณะที่เกาตัมมองดูรอบๆ บ้านเป็นครั้งสุดท้าย เพื่อให้แน่ใจว่าจัดการทุกอย่างเรียบร้อยดี

ฉากที่สนามบินนั้นยิ่งใหญ่อลังการมาก มหาเทวมาม่า พร้อมด้วยกรรมการและเจ้าหน้าที่อาวุโสของบริษัทอีกจำนวนหนึ่ง ได้มารวมตัวกันเพื่ออำลาคู่สามีภรรยาเซธ อาคารผู้โดยสารสนามบินเต็มไปด้วยการสนทนาและความวุ่นวายของการเดินทาง

คณะผู้ติดตามซึ่งเป็นสัญลักษณ์แห่งความสามัคคีของบริษัทได้มาร่วมแสดงความปรารถนาดีและแสดงถึงความมุ่งมั่นร่วมกันในการรักษาเสถียรภาพของบริษัทระหว่างที่เกาตัมและชานไตไม่อยู่

เที่ยวบินแอร์อินเดีย ซึ่งเป็นสายการบินที่พวกเขาเลือกสำหรับการเดินทางครั้งนี้ ได้จอดอยู่ที่ลานจอดเพื่อรับส่งคู่รักตระกูลเซชข้ามทวีป Mahadeo Mama พร้อมด้วยผู้อำนวยการได้แลกเปลี่ยนคำพูดสุดท้ายกับ Gautam และ Shantai โดยรับรองกับพวกเขาว่าทีมงานจะทุ่มเทอย่างเต็มที่ในการจัดการกิจการต่างๆ ที่บ้าน เจ้าหน้าที่ระดับสูงแต่งกายอย่างมืออาชีพ ยืนเรียงแถวอย่างเคารพนับถือ ซึ่งเป็นเครื่องพิสูจน์ถึงความผูกพันระหว่างบริษัทกับผู้นำ

เมื่อเวลาออกเดินทางใกล้เข้ามา อากาศก็เต็มไปด้วยอารมณ์ต่างๆ ที่แตกต่างกัน โคตัมและซานไถ่พร้อมด้วยผู้หวังดีเดินไปที่ประตูขาออก เสียงฝีเท้าคลิกๆ ดังก้องไปทั่วสนามบินขนาดใหญ่ ซึ่งแตกต่างอย่างสิ้นเชิงกับเสียงสนทนาและประกาศต่างๆ ที่ดังอยู่เบื้องหลัง
ทั้งคู่ยิ้มและแลกเปลี่ยนสายตากันซึ่งแสดงให้เห็นถึงความไว้วางใจที่พวกเขามีต่อทีมที่พวกเขาอยู่ข้างหลั
ง

ณ ประตูขาออก ช่วงจังหวะตัดสินนั้นช่างน่าสะเทือนใจ มหาเดโอ มาม่า ตัวแทนผู้นำที่ได้รับมอบหมาย กล่าวอำลาอย่างจริงใจพร้อมกับชื่อครัวเรือนของพวกเขา “เดินทางปลอดภัยนะ เกาตัม เภาจี ศานไตอักกะ” เราจะตรวจสอบให้แน่ใจว่าทุกสิ่งทุกอย่างยังคงอยู่ในสภาพดีจนกว่าคุณจะกลับมา ขอให้คุณเพลิดเพลินกับเวลาของคุณกับพระกฤษณะในอเมริกา"

พระโคตมทรงรับทราบถึงความรู้สึกดังกล่าวและทรงตอบว่า "ขอบคุณพระแม่มหาเทวะ" เราฝากความรับผิดชอบไว้กับคุณและมือความสามารถของทีมงานของเรา
เรารอคอยที่จะกลับมาพร้อมเรื่องราวมากมายที่จะมาแบ่งปัน ดูแลทุกสิ่งทุกอย่าง รวมถึงครอบครัวของคุณ ศกุนตลา และโมหินีด้วย" เกาทัมยิ้มอย่างอ่อนโยนแล้วหยิกพี่เขยของเขา

ทั้งคู่ขึ้นเครื่องบินแอร์อินเดีย และประตูขาออกปิดลง มหาเทว มาม่า ยืนเคียงข้างกับกรรมการและเจ้าหน้าที่อาวุโส ขณะที่มองดูเครื่องบินเคลื่อนตัวออกจากอาคารผู้โดยสาร การเดินทางได้เริ่มต้นขึ้น และความรับผิดชอบในการบังคับเรือก็ตกอยู่มือของ Mahadeo Mama และทีมงานที่ทุ่มเทกลับบ้าน

ขณะที่เครื่องบินกำลังไต่ระดับขึ้นสู่ท้องฟ้า Gautam และ Shantai ก็นั่งลงในที่นั่ง พร้อมที่จะออกเดินทางสู่การเดินทางที่เต็มไปด้วยการกลับมารวมตัวของครอบครัวและประสบการณ์ใ
หม่ๆ ในขณะเดียวกัน Mahadeo Mama

ก็มีความมุ่งมั่นและมุ่งมั่นที่จะนำทีมให้ประสบความสำเร็จและมั่นคงต่อไป แม้ว่าผู้ก่อตั้งจะไม่ได้อยู่ก็ตาม พลวัตของครอบครัวเซธและธุรกิจของพวกเขาได้เข้าสู่ช่วงใหม่ โดยความยืดหยุ่นและความสามัคคีของทีมถูกทดสอบในช่วงเวลาแห่งการเปลี่ยนผ่านนี้

2. "เจ้าหน้าที่ดูแลเวร"

ในการประชุมคณะกรรมการเมื่อเร็วๆ นี้ มีมติเอกฉันท์เกี่ยวกับการบริหารจัดการชั่วคราวทั้งกิจการครัวเรือนและอุตสาหกรรม ความรับผิดชอบดังกล่าวได้ถูกมอบให้กับมืออันชำนาญของลุงฝ่ายแม่ของเด็กชาย นายมหาเทพ และภรรยาของเขา นางศกุนตลา มหาเทวะซึ่งขึ้นชื่อในเรื่องความเฉลียวฉลาดและความสามารถทางธุรกิจอันแข็งแกร่ง คาดว่าจะสามารถนำเรือผ่านช่วงเวลาท้าทายเหล่านี้ไปได้ ด้วยความสง่างามและไหวพริบของศกุนตลา ทำให้มหาเทวะมีความสามารถในการจัดการที่ยอดเยี่ยมยิ่งขึ้น

ท่ามกลางความสัมพันธ์ในครอบครัวที่ตึงเครียด มหาเทวะและศกุนตลามีลูกสาวที่น่ารักชื่อโมหินี โมหินี หญิงสาวผู้กระตือรือร้นและฉลาดหลักแหลม เป็นคนนำพาความคิดบวกมาสู่ครอบครัว บุคลิกที่เจิดจ้าของเธอเทียบได้กับความงามอันโดดเด่นของเธอเท่านั้น ด้วยความสนใจอย่างยิ่งในด้านศิลปะและการบริหารจัดการ และมีจิตใจที่เต็มไปด้วยความเมตตากรุณา โมฮินีจึงเป็นสมาชิกที่รักของครอบครัว

จุดพลิกผันของนิทานครอบครัวเรื่องนี้อยู่ที่ความรักของโมหินี แม้ว่าเธอจะได้รับการเลี้ยงดูมาอย่างดี แต่โมหินีก็ตกหลุมรักราชีฟ ซึ่งเป็นคนขยันและมีพรสวรรค์ในธุรกิจครอบครัว ภูมิหลังที่เรียบง่ายและปัญหาทางการเงินของราชีฟไม่สามารถหยุดยั้งความรักของโมหินีได้ เรื่องราวความรักของพวกเขาเริ่มต้นในหอพักวิทยาลัยการจัดการ ซึ่งเป็นที่ที่พวกเขาได้พบกันครั้งแรกในฐานะเพื่อน เมื่อเวลาผ่านไป ความสัมพันธ์ของพวกเขาก็ลึกซึ้งมากขึ้น ข้ามผ่านบรรทัดฐานทางสังคมและความเหลื่อมล้ำทางการเงิน

แม้จะขาดแคลนทรัพย์สมบัติทางวัตถุ แต่ราชีฟกลับมีจิตวิญญาณผู้ประกอบการและความคิดสร้างสรรค์มากมาย จรรยาบรรณในการทำงานและความมุ่งมั่นของเขาไม่ถูกมองข้าม ทำให้เขาได้รับความเคารพภายในธุรกิจครอบครัว ความแตกต่างระหว่างจุดเริ่มต้นที่แสนเรียบง่ายของราชีฟและภูมิหลังที่ร่ำรวยของโมหินีทำให้ความสัมพันธ์ของพวกเขาดูน่าสนใจยิ่งขึ้น

การรวมกันของโมหินีและราชีฟท้าทายบรรทัดฐานดั้งเดิมในขณะที่พวกเขาปรับตัวตามความคาดหวังของสังคมและพลวัตของครอบครัว แม้จะมีความแตกต่างกันในสถานะทางสังคม

แต่ทั้งคู่ก็ยังคงพบความเข้มแข็งในความรักและความฝันร่วมกัน พ่อแม่ของโมหินี มหาเทวะ และศกุนตาลา
ติดอยู่ในทางเลือกระหว่างการสนับสนุนความสุขของลูกสาวและยึดมั่นตามความคาดหวังของสังคม
ขณะที่เรื่องราวความรักของโมหินีและราชีฟค่อยๆ เปิดเผยออกมา ก็กลายเป็นเรื่องราวของความอดทน การทำลายอุปสรรค และการท้าทายแนวคิดเดิมๆ ความซับซ้อนของความสัมพันธ์ของพวกเขาสะท้อนการเปลี่ยนแปลงที่กว้างขึ้นที่เกิดขึ้นภายในโครงสร้างครอบครัวและขอบเขตทางธุรกิจ ผ่านเรื่องเล่าอันเป็นเอกลักษณ์นี้ เรื่องราวได้สำรวจธีมต่างๆ เช่น ความรัก ความคาดหวังของสังคม และพลวัตที่เปลี่ยนไปของครอบครัวและอุตสาหกรรม

ขณะที่เรื่องราวความรักของโมหินีและราชีฟเบ่งบาน ก็กลายเป็นเรื่องราวของความอดทน การท้าทายบรรทัดฐานทางสังคม และการเผชิญหน้ากับแนวคิดเดิมๆ อย่างไรก็ตาม ท่ามกลางเรื่องราวที่กำลังเปิดเผยขึ้น มีบันทึกที่ไม่ลงรอยกันเกิดขึ้นในรูปแบบของ Shakuntala แม่ของ Mohini ซึ่งมีข้อกังวลและไม่เห็นด้วยกับการเลือกคู่ครองของลูกสาว

แม้ว่าศกุนตลาจะเป็นผู้หญิงที่มีความสง่างามและเสน่ห์ แต่เธอก็พบว่าตัวเองติดอยู่ในใยความคาดหวังของสังคมและพันธะผูกพันในครอบครัว การที่เธอไม่เห็นด้วยกับความรักของโมหินีและราชีฟมีสาเหตุมาจากความปรารถนาที่จะเป็นไปตามสังคมและรักษาชื่อเสียงของครอบครัว เนื่องจากเป็นบุคคลที่มีอิทธิพลในครอบครัว เธอจึงรู้สึกถึงภาระหน้าที่ในการสืบสานประเพณีและสร้างพันธมิตรที่เป็นประโยชน์ต่อกัน

แม้ว่าโมหินีจะมีความสุขแท้จริงและมีความเชื่อมโยงที่ชัดเจนระหว่างเธอกับราชีฟ แต่ความทะเยอทะยานของศกุนตาลาก็เข้ามาบดบังการตัดสินใจของเธอ เธอจินตนาการถึงอนาคตที่ยิ่งใหญ่กว่าของโมหินี ที่เต็มไปด้วยความมั่งคั่งและสถานะทางสังคม พบกับพระกฤษณะ ทายาทอาณาจักรธุรกิจใหญ่โตของครอบครัวเซธ ผู้ชายที่ศกุนตลาคัดเลือกอย่างพิถีพิถันเพื่อให้เป็นคู่ที่เหมาะสมที่สุดสำหรับลูกสาวของเธอ

ในโลกแห่งอารมณ์ความรู้สึกของมนุษย์ ศกุนตลาต้องต่อสู้กับความรู้สึกขัดแย้งในเรื่องความรักที่เขามีต่อลูกสาวและความคาดหวังของสังคมที่กำหนดเส้นทางชีวิตของเธอไว้ล่วงหน้า การไม่เห็นด้วยที่ชั่วร้ายของเธอไม่ได้เกิดจากความอาฆาตพยาบาท แต่เกิดจากความรู้สึกที่ผิดทางในการปกป้องและความทะเยอทะยาน เธอจินตนาการว่ากฤษณะคือกุญแจสำคัญที่ช่วยให้โมหินีมีอนาคตที่มั่นคง โดยไม่ตระหนักถึงความวุ่นวายทางอารมณ์ที่เธอกำลังทำให้ลูกสาวต้องเผชิญ

ในทางกลับกัน โมหินีพบว่าตัวเองติดอยู่ในกระแสของความรักและความคาดหวังจากครอบครัว สีสันที่สดใสของความรักที่เบ่งบานของเธอที่มีต่อราชีฟขัดแย้งกับโทนสีที่นุ่มนวลของการไม่เห็นด้วยของแม่ของเธอ ความขัดแย้งภายในของโมหินีสะท้อนให้เห็นถึงการต่อสู้ในวงกว้างระหว่างความปรารถนาของแต่ละบุคคลและความสอดคล้องของสังคม ซึ่งเป็นการเต้นรำเหนือกาลเวลาที่แสดงออกมาบนเวทีความสัมพันธ์ของมนุษย์

ราจีฟ พนักงานบริษัทผู้มีความสามารถซึ่งชนะใจโมหินีได้กลายมาเป็นเบี้ยโดยไม่รู้ตัวในละครครอบครัวเรื่องนี้ สีอารมณ์ของเขาแกว่งไปมาระหว่างความสุขจากความรักที่เพิ่งค้นพบและความเจ็บปวดจากการเผชิญกับการปฏิเสธจากบุคคลที่เขากำลังแสวงหาการยอมรับ อย่างไรก็ตาม ความอดทนและความมุ่งมั่นของเขาปรากฏชัดขณะที่เขาพยายามที่จะไม่เพียงแต่เอาชนะใจของโมหินีเท่านั้น แต่ยังรวมถึงการยอมรับของครอบครัวของเธอด้วย

เมื่อเรื่องราวทางอารมณ์มีความเข้มข้นมากขึ้น พลวัตของครอบครัวก็กลายเป็นผืนผ้าใบที่ถูกวาดด้วยเฉดสีที่ตัดกัน มหาเทวพ่อของโมหินีรู้สึกขัดแย้งระหว่างความรักที่เขามีต่อลูกสาวและบรรทัดฐานทางสังคมที่เขาเติบโตมากับมัน ทำให้ต้องเผชิญกับอารมณ์ที่ขัดแย้งกัน การเต้นรำอันซับซ้อนของความสัมพันธ์ในครอบครัวเผยให้เห็นถึงความซับซ้อนของอารมณ์ความรู้สึกของมนุษย์และความสมดุลอันละเอียดอ่อนระหว่างประเพณีและความสุขของแต่ละบุคคล

ในใจกลางของเรื่องราวความรักอันเปี่ยมอารมณ์นี้ เรื่องราวความรักของ Mohini และ Rajeev ถือเป็นเครื่องพิสูจน์ถึงจิตวิญญาณแห่งความรัก ความอดทน และการแสวงหาความปรารถนาอันแท้จริงของตนที่ไม่ย่อท้อ เรื่องเล่าที่เต็มไปด้วยสีสันทางอารมณ์ของความสุข ความเจ็บปวด และการเสียสละ ถ่ายทอดแก่นแท้ของประสบการณ์มนุษย์เมื่อเผชิญกับความคาดหวังของสังคมและการแสวงหาความเชื่อมโยงที่แท้จริง

ความมุ่งมั่นของศกุนตาลาที่จะจัดการแต่งงานของโมหินีกับกฤษณะ เซธ เกิดจากความปรารถนาที่ฝังรากลึกในทรัพย์สินและความเจริญรุ่งเรือง ในเรื่องราวความรู้สึกของมนุษย์ แรงจูงใจของเธอเผยให้เห็นถึงความทะเยอทะยานและความโลภที่ซับซ้อน จนเกิดเป็นเรื่องราวอันซับซ้อนที่เชื่อมโยงพลวัตของครอบครัวเข้ากับแรงบันดาลใจส่วนตัว

ความใคร่ในทรัพย์สินและความเจริญรุ่งเรืองได้บดบังการตัดสินใจของศกุนตลา ทำให้เธอเปลี่ยนไปเป็นตัวละครที่ขับเคลื่อนด้วยความทะเยอทะยานมากกว่าความรักของมารดา การตัดสินใจของเธอที่จะทอตาข่ายที่ซับซ้อนรอบตัวโมหินีแสดงให้เห็นถึงความทะเยอทะยานนี้ ขณะที่เธอพยายามรักษาอำนาจสูงสุดของเธอเหนือทรัพย์สินอันกว้างใหญ่ของตระกูลเซธ

สีแห่งอารมณ์ภายในศกุนตลาแสดงให้เห็นถึงความปรารถนาที่ขัดแย้งกัน ด้านหนึ่งคือความรักของแม่ที่มีต่อลูกสาว และอีกด้านหนึ่งก็คือความหิวโหยในความมั่งคั่งทางวัตถุและสถานะทางสังคม ความวุ่นวายทางอารมณ์ภายในตัวศกุนตลาเผยให้เห็นการต่อสู้ระหว่างความรับผิดชอบในครอบครัวและความเย้ายวนของความมั่งคั่ง

ขณะที่ศกุนตลาวางแผนและอุบาย การกระทำของเธอก็เต็มไปด้วยเล่ห์เหลี่ยมและการจัดการ ความซับซ้อนของตาข่ายที่เธอทอสะท้อนให้เห็นถึงจิตใจที่มุ่งเน้นแต่สิ่งเดียว นั่นคือการแสวงหาความมั่งคั่งและการควบคุมเหนือโชคชะตาของครอบครัว การแสวงหาครั้งนี้ความสัมพันธ์ทางอารมณ์ระหว่างเธอกับลูกสาวกลายเป็นเหยื่อที่ต้องเสียสละบนแท่นบูชาแห่งความทะเยอทะยาน

โมหินี ไม่รู้เลยว่าใยแมงมุมกำลังหมุนรอบตัวเธอ และประสบกับความปั่นป่วนทางอารมณ์เมื่อแม่ของเธอผลักดันเธอให้ร่วมมือกับกฤษณะ เซธ ความขัดแย้งระหว่างความปรารถนาและความคาดหวังที่ถูกกำหนดให้กับเธอทำให้เกิดพายุแห่งอารมณ์ที่ขัดแย้งกัน การต่อสู้ของโมหินีเผยให้เห็นในความสับสน ความหงุดหงิด และความปรารถนาในอิสระในการเลือกเส้นทางของเธอ

ตัวละครกฤษณะ เซธ ซึ่งถูกจัดวางให้เป็นเจ้าบ่าวที่ทุกคนปรารถนาในละครครอบครัวเรื่องนี้ กลับพบว่าตนเองติดอยู่ในใยที่เขาไม่ได้สร้างขึ้นเอง สีอารมณ์ภายในตัวของเขามีตั้งแต่ความรู้สึกผูกพันต่อมรดกของครอบครัวไปจนถึงความรู้สึกผิดบาปในขณะที่เขาได้กลายเป็นเบี้ยในเกมอันทะเยอทะยานของศกุนตลา

ท่ามกลางตาข่ายที่ถักทออย่างซับซ้อน ผู้นำครอบครัว มหาเทวะ ต้องเผชิญกับความขัดแย้งทางอารมณ์ ด้วยความที่ต้องยึดติดอยู่ระหว่างความรักที่มีต่อลูกสาวและหน้าที่ในการรักษาประเพณีของครอบครัว การต่อสู้ภายในของเขาจึงถูกวาดภาพไว้ด้วยความโศกเศร้าและความหมดหนทาง ภาระของครอบครัวที่ต้องรักษาเกียรติและมรดกไว้ทำให้เรื่องราวทางอารมณ์ของเขามีความลึกซึ้งยิ่งขึ้น ความสัมพันธ์ในครอบครัวที่ครั้งหนึ่งเคยเต็มไปด้วยความรักและความสามัคคี ตอนนี้กลับต้องแปดเปื้อนไปด้วยการจัดการที่มากเกินไป พี่น้อง ลูกพี่ลูกน้อง

และญาติพี่น้องต่างตกอยู่ในสถานการณ์ที่ตึงเครียด
โดยอารมณ์ของพวกเขาเปลี่ยนไประหว่างความภักดีต่อแผนของศกุนตลาและความเห็นอกเห็นใจต่อสถานการณ์ที่โมหินีเผชิญ

เมื่อเรื่องราวเปิดเผยออกมา ภูมิทัศน์แห่งอารมณ์จะกลายมาเป็นสนามรบที่ความรัก ความทะเยอทะยาน และความผูกพันในครอบครัวมาปะทะกัน
ตาข่ายอันสลับซับซ้อนของศกุนตลาเป็นสัญลักษณ์ของการแสวงหาทรัพย์สินและการทำลายความไว้วางใจและความเชื่อมโยงที่แท้จริงภายในครอบครัว
ความเครียดทางอารมณ์ของตัวละครแต่ละตัวทำให้เรื่องราวมีความซับซ้อนมากขึ้น
เผยให้เห็นถึงความเปราะบางของความสัมพันธ์เมื่อต้องเผชิญกับความโลภที่กัดกร่อน

ในเรื่องเล่าที่เต็มไปด้วยความทะเยอทะยานและความขัดแย้งทางอารมณ์นี้
ตัวละครต้องต่อสู้ดิ้นรนกับความเป็นมนุษย์ของตนเอง
โดยต้องเดินไปบนเส้นแบ่งที่เลือนลางระหว่างความรักและความทะเยอทะยาน
หน้าที่และความปรารถนา
ตาข่ายอันสลับซับซ้อนซึ่งทอด้วยด้ายแห่งการจัดการและการหลอกลวงได้ทอดเงาลงมายังครอบครัวที่ครั้งหนึ่งเคยกลมเกลียวกันดี และทิ้งรอยแผลทางอารมณ์ที่อาจต้องใช้เวลาหลายชั่วอายุคนในการรักษา

Mahadev Mama มีลักษณะที่ตรงกันข้ามกับ Shakuntala อย่างสิ้นเชิง โดยมีลักษณะเป็นคนจริงใจและทุ่มเท
สีอารมณ์ของเขาทอด้วยเส้นด้ายของความกตัญญูและความรับผิดชอบที่มีต่อครอบครัวเซธ
รากฐานของความมุ่งมั่นที่ไม่เคยเปลี่ยนแปลงของเขาที่มีต่อครอบครัวนั้นมาจากช่วงเวลาสำคัญในชีวิตของเขา
นั่นก็คือการสนับสนุนและความช่วยเหลือที่เขาได้รับเมื่อเขาเป็นเด็กกำพร้าและเพิ่งสำเร็จการศึกษาใหม่ ๆ

ภูมิทัศน์ทางอารมณ์ภายใน Mahadev Mama เผยให้เห็นความรู้สึกเป็นหนี้และความภักดีที่ลึกซึ้ง ความเมตตากรุณาของครอบครัวเซธในช่วงปีที่เปราะบางของเขาได้ทิ้งรอยประทับที่ลบไม่ออกไว้ในตัวตนของเขา และหล่อหลอมให้เขาเป็นผู้ชายที่ขับเคลื่อนด้วยความสำนึกในหน้าที่อันล้ำลึก หน้าที่นี้มิใช่เพียงภาระผูกพันเท่านั้น
แต่ยังเป็นการแสดงความขอบคุณจากใจจริงสำหรับโอกาสที่พระองค์ได้รับ

เรื่องราวเบื้องหลังการแต่งงานของ Mahadev Mama เพิ่มความอบอุ่นให้กับตัวละครของเขา บทบาทของครอบครัวในการจัดการแต่งงานของเขาสะท้อนให้เห็นถึงความผูกพันที่เหนือกว่าความสัม

พันธ์ระหว่างนายจ้างและลูกจ้างเพียงอย่างเดียว การแสดงความมีน้ำใจและความเอาใจใส่ครั้งนี้เป็นสัญลักษณ์ของความผูกพันในครอบครัวที่เชื่อมโยงเขากับครอบครัวเซธ โดยทำให้หน้าที่ความรับผิดชอบกลายเป็นความสัมพันธ์ที่แท้จริงที่หยั่งรากลึกจากประสบการณ์ร่วมกันและการสนับสนุนซึ่งกันและกัน

สีอารมณ์ของ Mahadev Mama ประกอบไปด้วยความรู้สึกถึงความรับผิดชอบที่มากกว่าภาระหน้าที่ในวิชาชีพ ความมุ่งมั่นของเขาที่มีต่อครอบครัวขยายไปถึงเรื่องส่วนตัวด้วย ดังจะเห็นได้จากการที่เขาได้รับอนุญาตให้เข้าพักในบ้านพักแขกของบริษัทหลังแต่งงาน พระราชบัญญัตินี้มอบสถานที่ให้เขาสร้างครอบครัวและแสดงถึงความไว้วางใจและการดูแลเอาใจใส่ในครอบครัวในระดับที่ลึกซึ้ง

ขณะที่ Mahadev Mama ต้องเผชิญกับความสัมพันธ์อันซับซ้อนภายในครอบครัว อารมณ์ของเขาเต็มไปด้วยความสมดุลอันละเอียดอ่อนระหว่างความภักดีและความเข้าใจ ปฏิสัมพันธ์ของเขากับโมหินีและราชีฟ ซึ่งติดอยู่ท่ามกลางความขัดแย้งในครอบครัว สะท้อนให้เห็นถึงความกังวลอย่างแท้จริงต่อความเป็นอยู่ของพวกเขา ขณะเดียวกันก็รับรู้ถึงความคาดหวังและภาระผูกพันอันซับซ้อนที่รายล้อมพวกเขาอยู่

ตัวละคร Mahadev Mama กลายมาเป็นประภาคารแห่งความมั่นคงท่ามกลางอารมณ์ที่เกิดจากแผนการอันทะเยอทะยานของ Shakuntala ความมุ่งมั่นของเขาในการรักษามรดกของครอบครัวไม่ได้มาจากความอยากได้ทรัพย์สิน แต่เป็นความปรารถนาจริงใจที่จะตอบแทนความเมตตาที่เขาได้รับในช่วงวัยเจริญเติบโต ความลึกทางอารมณ์ภายในตัวเขาเพิ่มมิติความเป็นจริงให้กับตัวละครของเขา ทำให้เขากลายเป็นเสาหลักแห่งความแข็งแกร่งในการเล่าเรื่อง

ในบริบทที่กว้างขึ้นของเรื่องราว Mahadev Mama กลายมาเป็นสัญลักษณ์ของความสมดุลอันละเอียดอ่อนระหว่างหน้าที่และการเชื่อมโยงส่วนตัว การเดินทางทางอารมณ์ของเขาเผยให้เห็นเป็นพยานถึงการสนับสนุนจากครอบครัวที่ส่งผลกระทบอย่างลึกซึ้งต่อตัวตนของบุคคลแต่ละคน ความรู้สึกขอบคุณ ความรับผิดชอบ และความภักดีในตัวเขาสร้างภาพลักษณ์อันมีมิติของผู้ชายที่ได้รับการหล่อหลอมจากปฏิสัมพันธ์อันซับซ้อนของความสัมพันธ์ระหว่างมนุษย์

ขณะที่เรื่องราวถูกเปิดเผย ความอดทนทางอารมณ์ของ Mahadev Mama ก็ถูกทดสอบเมื่อเขาต้องรับมือกับความขัดแย้งทางผลประโยชน์ภายในครอบครัว บทบาทของเขากลายเป็นจุดเปลี่ยนสำคัญในการไกล่เกลี่ยระหว่างความทะเยอทะยานของศกุนตาลาและอารมณ์ที่แท้จริงของโมหินีและราชีฟ สีสันแห่งอารมณ์ภายในตัวเขาได้กลายเป็นพลังชี้นำที่ผลักดันเรื่องราวให้มุ่งสู่การแก้ปัญหาซึ่งสะท้อนถึงการเต้นรำอันละเอียดอ่อนของหน้าที่และการเชื่อมโยงอันแท้จริงของมนุษย์

ในบรรยากาศแห่งอารมณ์ที่ซับซ้อน Mahadev Mama ถือเป็นตัวละครที่มีสีสันที่ถูกวาดขึ้นด้วยฝีแปรงแห่งความกตัญญู ความภักดี และความรู้สึกหน้าที่อันลึกซึ้ง การปรากฏตัวของเขาในเรื่องราวนี้เพิ่มความลึกและความเข้มข้นแสดงให้เห็นถึงพลังการเปลี่ยนแปลงของการสนับสนุนจากครอบครัวและความแตกต่างที่ละเอียดอ่อนของอารมณ์มนุษย์เมื่อเผชิญกับความสัมพันธ์ที่ซับซ้อน

ภาระความรับผิดชอบทั้งหมดทั้งในเรื่องอุตสาหกรรมและครัวเรือนของครอบครัว Seth ตกอยู่บนบ่าของ Mahadev Mama อย่างแท้จริง ขนาดของหน้าที่ทำให้เขาต้องจมอยู่กับภารกิจมากมาย และเมื่อวันเวลาผ่านไป จังหวะชีวิตที่ยุ่งวุ่นวายของเขาก็ค่อยๆ เปลี่ยนเป็นซิมโฟนีแห่งความรับผิดชอบที่ไม่เคยลดละ

ท่ามกลางภาระหน้าที่ที่มากมายนี้ Mahadev Mama พบแง่ดีในศักยภาพอันเต็มเปี่ยมของ Shakuntala ภรรยาของเขา เธอพิสูจน์ให้เห็นว่าเป็นพันธมิตรอันล้ำค่าในการบริหารกิจการมรดกของเซธ พวกเขาร่วมกันเป็นคู่หูที่น่าเกรงขาม โดยดูแลรายละเอียดอันซับซ้อนของที่ดินของครอบครัวด้วยความแม่นยำและความเชี่ยวชาญ ความร่วมมือของพวกเขาได้รับการเสริมความแข็งแกร่งยิ่งขึ้นด้วยความช่วยเหลือของ Anant Rao ซึ่งเป็นนักบัญชีมืออาชีพที่ภักดีและมีประสบการณ์ ซึ่งได้นำความเฉียบแหลมทางการเงินมาช่วยให้การดำเนินงานของมรดกเป็นไปอย่างราบรื่น

อย่างไรก็ตาม ตารางงานและความรับผิดชอบที่ไม่หยุดหย่อนไม่อนุญาตให้ Mahadev Mama สังเกตเห็นการผ่านไปอย่างรวดเร็วของเวลา วันผ่านไปอย่างรวดเร็วเหมือนคืนที่ทั้งสามคนทำงานกันอย่างไม่รู้จักเหน็ดเหนื่อย เพื่อให้แน่ใจว่าทุกๆ รายละเอียดได้รับการจัดการอย่างพิถีพิถัน และทุกแง่มุมของมรดกของเซธก็อยู่ในสภาพที่สมบูรณ์แบบ การกลับมาของ Gautam Seth พี่เขยของ Mahadev และผู้เชี่ยวชาญในอุตสาหกรรม ทำให้พวกเขาเริ่มมุ่งมั่นในการดำเนินงานมากขึ้น

เพื่อเตรียมความพร้อมสำหรับการกลับมาของ Gautam Seth ในเร็วๆ นี้ Mahadev Mama ได้เป็นผู้นำในการประสานงานพนักงานทั้งหมดภายใต้การดูแลอย่างใกล้ชิดของเขา
ความพยายามทุ่มเทของทีมเป็นเครื่องพิสูจน์ถึงความมุ่งมั่นในการทำให้แน่ใจว่าการเปลี่ยนแปลงครั้งสำคัญครั้งนี้จะราบรื่นสำหรับเจ้านายที่กลับมา
ทุกด้านของอุตสาหกรรมและครัวเรือนได้รับการตรวจสอบและเตรียมพร้อม โดยที่ Mahadev Mama ไม่ละเลยแม้แต่น้อยเพื่อตอบสนองมาตรฐานอันทะเยอทะยานของ Gautam Seth

วันเวลาที่ผ่านไปอย่างรวดเร็วพร้อมกับเสียงนาฬิกาที่เดินและความคาดหวังที่ลอยอยู่ในอากาศ ทำให้เวลาผ่านไปอย่างรวดเร็ว
บรรยากาศในบ้านของเซธเต็มไปด้วยความตื่นเต้นและความกังวลในขณะที่ทุกคนรอคอยการมาถึงของเกาตัม เซธ แม้ว่าจะต้องเผชิญกับความเครียดและความวุ่นวาย แต่ Mahadev Mama ยังคงแน่วแน่ที่จะจัดการมรดกของตนอย่างพิถีพิถันและดำเนินการได้อย่างราบรื่นสำหรับพี่เขยของเขา

เมื่อการกลับบ้านของ Gautam Seth ใกล้เข้ามา ความพยายามอย่างขยันขันแข็งของ Mahadev Mama และทีมงานของเขาได้กลายเป็นเครื่องพิสูจน์ถึงความทุ่มเทและความภักดีของพวกเขา
วันแห่งการรอคอยนั้นเต็มไปด้วยความมุ่งมั่น
โดยสมาชิกทุกคนในทีมงานต่างทุ่มเทอย่างดีที่สุดเพื่อให้แน่ใจว่า Gautam Seth จะพบทุกสิ่งในสภาพที่สมบูรณ์แบบเมื่อเขากลับมา

ในช่วงเวลาแห่งกิจกรรมที่นำไปสู่การมาถึงของ Gautam Seth
ความมุ่งมั่นในหน้าที่และความรับผิดชอบของ Mahadev Mama ได้กลายมาเป็นคุณลักษณะเฉพาะของตัวละครของเขา
การสนับสนุนและความช่วยเหลือที่เขาได้รับเมื่อครั้งเป็นเด็กกำพร้าและเพิ่งเรียนจบได้หล่อหลอมให้เขาเป็นเสาหลักแห่งความแข็งแกร่งของครอบครัวเซธ
วันที่รอคอยซึ่งเต็มไปด้วยความคาดหวังและความขยันขันแข็งเป็นการแสดงให้เห็นถึงความภักดีและความทุ่มเทที่ไม่สั่นคลอนที่ Mahadev Mama นำมาสู่บทบาทของเขาในฐานะผู้ดูแลมรดกของ Seth

3. "ผู้ดูแลที่ไม่หวั่นไหว: การนำทางความรักและความภักดี"

การเดินทางของ Gautam และ Shantai จากมุมไบไปยังนิวยอร์กวุ่นวายอย่างไม่ต้องสงสัย อย่างไรก็ตาม การประสานงานที่ราบรื่นของเจ้าหน้าที่สนามบินทำให้มั่นใจได้ว่าการเปลี่ยนผ่านเมื่อพวกเขามาถึงสนามบินนานาชาติจอห์น เอฟ. เคนเนดีจะเป็นไปอย่างราบรื่น ในฐานะผู้เดินทางระดับ VIP ในชั้นธุรกิจ พวกเขาจะได้รับความเอาใจใส่เป็นพิเศษ ทำให้พวกเขารู้สึกสบายหลังจากเที่ยวบินอันยาวนาน หน่วยงานต่างๆ พยายามอย่างเต็มที่เพื่อเสนอบริการเฉพาะบุคคลเพื่อให้การมาถึงของพวกเขาเป็นที่น่าจดจำ

ที่พักที่โรงแรม Conrad ซึ่งเป็นโรงแรมระดับ 5 ดาวอันเลื่องชื่อในนิวยอร์ก แสดงให้เห็นถึงความหรูหราที่รอพวกเขาอยู่ระหว่างการเข้าพัก ฝ่ายจัดการของโรงแรมได้จัดเตรียมการขนส่งให้อย่างพิถีพิถันและมีรถยนต์พร้อมคนขับรอพวกเขาอยู่ที่ประตูผู้โดยสารขาเข้า เจ้าหน้าที่ต้อนรับถือแพ็กเกจต้อนรับที่หรูหราซึ่งบ่งบอกถึงการต้อนรับที่พวกเขาจะได้รับได้เป็นอย่างดี เมื่อพวกเขาขึ้นรถ พวกเขาก็ได้รับการต้อนรับอย่างอบอุ่น และเจ้าหน้าที่ก็ทำให้แน่ใจว่าการเดินทางไปยังโรงแรมของพวกเขาจะเป็นที่น่าพอใจที่สุด

เมื่อมาถึงโรงแรม ผู้ช่วยผู้จัดการและพนักงานต้อนรับที่น่ารักได้ต้อนรับ Gautam และ Shantai ที่ห้องรับรอง สร้างบรรยากาศให้กับประสบการณ์ที่เลิศหรู ความเอาใจใส่ในรายละเอียดได้ขยายไปถึงที่พักของพวกเขาในขณะที่พวกเขาได้รับการพาไปยังชั้นบนสุดซึ่งมีห้องชุดที่หรูหรารอพวกเขาอยู่ ทัศนียภาพอันงดงามของเส้นขอบฟ้าเมืองช่วยเสริมความยิ่งใหญ่ให้กับบริเวณโดยรอบ ทำให้พวกเขารู้สึกผ่อนคลายอย่างแท้จริง

พวกเขารู้สึกประหลาดใจเมื่อลูกชายของพวกเขา พระกฤษณะ และแฟนสาวผู้มีเสน่ห์ของเขา เอลิซาเบธ มารอพวกเขาอยู่ในห้องชุดของพวกเขา การแนะนำตัวเต็มไปด้วยความอบอุ่นและความสุข และพระกฤษณะได้ใช้เวลาในการอธิบายรายละเอียดคุณสมบัติและความสำเร็จของเอลิซาเบธ ส่งเสริมให้เกิดการเชื่อมโยงทันทีระหว่างพ่อแม่และคนสำคัญของลูกชาย การกลับมาพบกันอีกครั้งอย่างไม่คาดฝันกับลูกชายและการได้รู้จักเอลิซาเบธทำให้การมาถึงของพวกเขาเต็มไปด้วยความสุขมากยิ่งขึ้น

ความสามัคคีของครอบครัวในสหรัฐอเมริกาเริ่มต้นขึ้นอย่างยินดี โดยสัญญาว่าจะมีช่วงเวลาสองสัปดาห์ที่เต็มไปด้วยประสบการณ์ร่วมกันและช่วงเวลาอันน่าจดจำขณะที่พวกเขาร่วมออกเดินทางด้วยกัน
สภาพแวดล้อมที่หรูหราและการจัดเตรียมที่พิถีพิถันเน้นย้ำถึงความสำคัญของเวลาที่พวกเขาอยู่ในสหรัฐอเมริกา ทำให้พวกเขามีความกระตือรือร้นที่จะสำรวจข้อเสนออันนับไม่ถ้วนของนิวยอร์กและสร้างความทรงจำอันยาวนานร่วมกับคนที่พวกเขารัก

กฤษณะ ซึ่งมักเรียกกันว่าคริส เข้าใจเป็นอย่างดีถึงความเสียหายที่เที่ยวบินข้ามทวีปได้ส่งผลกระทบต่อพ่อแม่ของเขา คือ โคตัมและชานไต เมื่อได้เห็นผลกระทบของอาการเจ็ตแล็กต่อครอบครัว เขาจึงตัดสินใจไปเยี่ยมให้สั้นลง โดยให้ความสำคัญกับความเป็นอยู่ของพวกเขาเป็นอันดับแรก คริสตระหนักถึงความสำคัญของการพักผ่อนหลังจากการเดินทางอันยาวนาน จึงขอร้องพ่อแม่ของเขาอย่างจริงจังให้พักผ่อนบ้างเพื่อให้แน่ใจว่าพวกเขาได้รับการฟื้นฟูเพื่อรับมือกับเหตุการณ์ที่จะเกิดขึ้น

ด้วยท่าทีที่เอาใจใส่ คริสอธิบายว่างานหลักที่หอพักมหาวิทยาลัยของเขาจะมีขึ้นในช่วงเย็นของวันถัดไป ในงานจะมีการแสดงความชื่นชมยินดีต่อผู้มีผลการเรียนดีเด่น รวมถึงคริสเองและเอลิซาเบธ เพื่อนของเขา ซึ่งเพื่อนๆ มักเรียกเธอว่าลิซ และปิดท้ายด้วยงานเลี้ยงอาหารค่ำที่จัดขึ้นเพื่อเป็นเกียรติแก่พวกเขา
คริสเข้าใจถึงความสำคัญของเหตุการณ์ที่จะเกิดขึ้น และเน้นย้ำถึงความจำเป็นที่พ่อแม่ของเขาจะต้องพักผ่อนให้เพียงพอและเตรียมพร้อมสำหรับการเฉลิมฉลอง

เกาตัมและชานไต ต่างซาบซึ้งในความห่วงใยของลูกชาย และฟังอย่างตั้งใจในขณะที่พระกฤษณะและเอลิซาเบธ แฟนสาวของเขา อธิบายตารางงานในวันถัดไป ทั้งคู่รับรองกับ Gautam และ Shantai ว่าพวกเขาจะดูแลการดำเนินการทั้งหมด และดูแลให้พ่อแม่ของพวกเขาเข้าร่วมและมีความสุข
คริสและเอลิซาเบธรับผิดชอบในการอธิบายตารางเวลาเพื่อให้แน่ใจว่าทุกรายละเอียดได้รับการถ่ายทอดอย่างชัดเจน

เพื่อแสดงความขอบคุณสำหรับความเอาใจใส่ของลูกชาย Gautam และ Shantai จึงตกลงที่จะทำตามคำแนะนำของ Chris และพักผ่อนให้สบาย พวกเขาเข้าใจถึงความสำคัญของการตื่นตัวและเข้าร่วมงานมหาวิทยาลัย โดยเฉพาะอย่างยิ่งเมื่อคำนึงถึงการยอมรับที่คริสจะได้รับ

ทั้งคู่ชื่นชมความพยายามของคริสและเอลิซาเบธที่ดูแลความสะดวกสบายและความเป็นอยู่ที่ดีของพวกเขาตลอดการเข้าพัก

ขณะที่พระกฤษณะและเอลิซาเบธเตรียมตัวออกเดินทาง พวกเขาขอร้องอีกครั้งให้โคตัมและชานไตให้ความสำคัญกับการพักผ่อนเป็นอันดับแรก พวกเขาสัญญาว่าจะจัดการจัดเตรียมกิจกรรมในวันถัดไปให้เรียบร้อย เพื่อให้ผู้ปกครองได้รับประสบการณ์ที่ราบรื่นและสนุกสนาน บรรยากาศเต็มไปด้วยความรักความเอาใจใส่แบบครอบครัว โดยคนรุ่นใหม่คอยดูแลผู้อาวุโส

ก่อนจะออกเดินทาง คริสและเอลิซาเบธตั้งใจที่จะพูดคุยกับพนักงานโรงแรมสักหน่อย พวกเขาย้ำถึงความจำเป็นในการดูแลเป็นพิเศษ และขอให้ไม่รบกวน Gautam และ Shantai เว้นแต่จะมีการร้องขอเป็นอย่างอื่นอย่างชัดเจน ทั้งคู่แสดงให้เห็นถึงความสำคัญของบรรยากาศที่เงียบสงบและเงียบสงบเพื่อความเป็นอยู่ที่ดีของพ่อแม่ของคริส และยังเน้นย้ำถึงความมุ่งมั่นของพวกเขาในการทำให้แน่ใจว่าพวกเขาจะพักอย่างสะดวกสบาย

ขณะที่ทั้งคู่ออกจากห้องในโรงแรม กฤษณะและเอลิซาเบธก็อดไม่ได้ที่จะรู้สึกถึงความรับผิดชอบและความรักที่มีต่อโคตัมและชานไต ทั้งคู่เดินจากไปโดยทิ้งบรรยากาศอันเงียบสงบไว้เบื้องหลัง โดยรู้ดีว่าพวกเขาได้ทำทุกสิ่งเท่าที่เป็นไปได้เพื่อทำให้การพักของพ่อแม่ของพวกเขาเป็นที่น่าพอใจที่สุดแล้ว เวทีถูกจัดเตรียมไว้สำหรับค่ำคืนอันน่าจดจำ และคริสกับเอลิซาเบธตั้งตารอที่จะเฉลิมฉลองความสำเร็จทางวิชาการและสายสัมพันธ์ในครอบครัวที่นำพวกเขามารวมตัวกัน

วันรุ่งขึ้น เวลาประมาณ 11.30 น. คริสตัดสินใจติดต่อกับชานไท แม่ของเขา ด้วยความที่รู้ตัวว่าเธอมักตื่นเช้า เขาจึงมั่นใจว่าเธอพักผ่อนเพียงพอและพร้อมที่จะเผชิญกับวันใหม่ คริสกดหมายเลขโทรศัพท์ของเธอ และเพียงสองครั้งหลังจากนั้น ชานไทก็รับสายอย่างกระตือรือร้น พร้อมกับทักทายลูกชายสุดที่รักของเธออย่างอบอุ่น

ระหว่างการสนทนา ชานไทใช้เวลาสักครู่เพื่อเล่ารายละเอียดในช่วงเช้าของพวกเขา เธอแสดงความยินดีกับอาหารเช้าอันกว้างขวางที่เสิร์ฟถึงห้องสวีทในโรงแรมโดยพนักงานโรงแรมที่ใส่ใจ หลังจากที่ยืนยันว่าพวกเขาได้พักผ่อนอย่างสบายและตอนนี้พวกเขาก็พร้อมสำหรับอาหารเช้าแล้ว เธอแจ้งให้คริสทราบอีกว่าทั้งเธอและเกาตัมได้นอนหลับพักผ่อนอย่างสบายตลอดคืน

และรู้สึกสดชื่นเป็นอย่างมาก
ชานไทแสดงความกระตือรือร้นที่จะเข้าร่วมกับลูกชายในการทำกิจกรรมใดๆ ที่เขาวางแผนไว้ในวันนั้น
คริสตอบแทนความกระตือรือร้นโดยรับรองกับแม่ของเขาว่าเขาตั้งใจที่จะอยู่กับพวกเขาให้เร็วที่สุดเท่าที่จะเป็นไปได้ เขาได้ร่างแผนสั้นๆ สำหรับวันนั้น โดยเสนอให้ไปช้อปปิ้งที่ห้างสรรพสินค้าใกล้ๆ จากนั้นจึงไปรับประทานอาหารค่ำที่น่ารื่นรมย์
คริสยังกล่าวถึงลิซเพื่อนของเขาที่จะมาร่วมรับประทานอาหารกลางวันกับพวกเขาในช่วงบ่ายด้วย
เขาได้ระบุถึงความตั้งใจที่จะไปส่งพวกเขาที่โรงแรมเพื่อพักผ่อนสั้นๆ
ก่อนที่จะไปรับพวกเขาอีกครั้งเพื่อไปร่วมงานหลักที่มหาวิทยาลัย

คริสเพิ่มองค์ประกอบของความน่าสนใจโดยบอกเป็นนัยกับชานไทว่าเขามีเคล็ดลับที่ต้องเปิดเผยและแสดงความปรารถนาที่จะแบ่งปันเรื่องนี้เมื่อพวกเขาพบช่วงเวลาที่อยู่กันตามลำพัง
การเปิดเผยนี้ทำให้เกิดความคาดหวังและความอบอุ่น
และทำให้ความผูกพันในครอบครัวที่ยึดเหนี่ยวพวกเขาไว้ด้วยกันแน่นแฟ้นยิ่งขึ้น

เมื่อการสนทนาดำเนินไป   ชานไทและคริสก็พูดคุยกันอย่างเป็นกันเองและแสดงความรัก
สร้างบรรยากาศที่เป็นบวกและสนุกสนานให้กับกิจกรรมของวันนั้น
ความคาดหวังต่อเหตุการณ์ที่จะเกิดขึ้นและสัญญาว่าจะมีช่วงเวลาอันน่าจดจำร่วมกันสร้างบรรยากาศของความตื่นเต้นและความใกล้ชิดในครอบครัว
การวางแผนอย่างรอบคอบของคริสและการตอบสนองที่จริงใจและร่าเริงของชานไทเป็นตัวอย่างของความผูกพันที่แน่นแฟ้นระหว่างสมาชิกในครอบครัว
ทำให้วันข้างหน้าเต็มไปด้วยความหวังและความสุขที่ร่วมกัน

คริส   หรือที่เรียกอีกชื่อหนึ่งว่า   กฤษณะ   มาถึงโรงแรมโดยแต่งกายอย่างสง่างามไร้ที่ติ
เกาตัมและชานไทเตรียมตัวสำหรับการเดินทางแล้ว   และเฝ้ารอการมาถึงของเขาอย่างกระตือรือร้น
แม้ว่าคริสจะมีรถยนต์คันเล็กแต่มีสไตล์สำหรับใช้ในชีวิตประจำวัน   แต่ในครั้งนี้
เขาได้ติดต่อฝ่ายจัดการของโรงแรมเพื่อขอจัดรถยนต์หรูพร้อมคนขับให้ตลอดระยะเวลาที่พ่อแม่ของเขาเข้าพัก

ครอบครัวออกเดินทางเพื่อไปสำรวจห้างสรรพสินค้าชื่อดังระดับโลกที่กว้างขวางซึ่งตั้งอยู่ไม่ไกลจากโรงแรม   ห้างสรรพสินค้าแห่งนี้มีพื้นที่กว้างขวาง   ตกแต่งด้วยสวนที่ได้รับการดูแลอย่างพิถีพิถัน
สร้างบรรยากาศที่สวยงามน่ามอง

โดยเฉพาะอย่างยิ่ง   Shantai   รู้สึกประทับใจอย่างยิ่งกับความกว้างใหญ่ของห้างสรรพสินค้า
รวมถึงอุปกรณ์เสริม   อุปกรณ์   และสิ่งประดิษฐ์ใหม่ล่าสุดมากมายที่มีจำหน่ายในแต่ละสาขา
การบริการที่ไร้ที่ติของพนักงานทำให้เธอรู้สึกชื่นชมกับประสบการณ์นี้มากยิ่งขึ้น

ความกระตือรือร้นของเธอส่งผลให้เธอต้องช็อปปิ้งอย่างเต็มที่เป็นเวลานานกว่าสองชั่วโมง การช้อปปิ้งที่เหนื่อยล้าทำให้พวกเขารู้สึกเหนื่อยล้า ทำให้ลิซ เพื่อนของครอบครัว โทรหาคริสเพื่อสอบถามที่อยู่ปัจจุบันของพวกเขา ลิซเข้าร่วมกับกลุ่มสามคนที่ห้างสรรพสินค้าอย่างรวดเร็ว ทำให้ชานไทรู้สึกโล่งใจและมีความสุข

ลิซสังเกตเห็นว่าชานไทต้องการเวลาพักผ่อนสักครู่ จึงถามอย่างรอบคอบเกี่ยวกับที่ตั้งของห้องน้ำ ผู้หญิงทั้งสองคนขอตัวและมุ่งหน้าไปยังห้องพักผ่อน ขณะที่เกาตัมและคริสนั่งลงที่ห้องรับรองที่อยู่ใกล้ๆ ช่วงเวลาพักผ่อนสั้นๆ ทำให้ Shantai รู้สึกสดชื่นขึ้น และชื่นชมท่าทีที่เอาใจใส่ของ Liz ที่คอยเป็นเพื่อน เมื่อพวกเขากลับมา กลุ่มนั้นก็กลับมารวมกันอีกครั้ง โดยชานไทแสดงความขอบคุณต่อการมีอยู่ของลิซที่คอยให้กำลังใจ

การทัวร์ห้างสรรพสินค้าไม่เพียงแต่เน้นย้ำถึงความหรูหราของบริเวณโดยรอบเท่านั้น แต่ยังเน้นย้ำถึงความผูกพันอันแน่นแฟ้นระหว่างครอบครัวและเพื่อนๆ อีกด้วย การวางแผนที่พิถีพิถันตั้งแต่การเลือกวิธีการเดินทางไปจนถึงการเลือกห้างสรรพสินค้าเป็นจุดหมายปลายทาง สะท้อนให้เห็นถึงความปรารถนาของคริสที่จะมอบประสบการณ์ที่น่าจดจำและสนุกสนานให้กับพ่อแม่ของเขา วันที่พวกเขาปิดท้ายด้วยการพบปะกลุ่ม โดยมีลิซมาร่วมแบ่งปันเรื่องราวการซื้อของของพวกเขา และเพลิดเพลินไปกับช่วงเวลาที่ใช้ไปกับการสำรวจห้างสรรพสินค้าที่กว้างใหญ่และหรูหราแห่งนี้ การออกไปเที่ยวที่เป็นทางการและดำเนินการอย่างดีกลายเป็นความทรงจำอันน่าประทับใจสำหรับครอบครัว แสดงให้เห็นถึงความสำคัญของการวางแผนอย่างรอบคอบและความสุขที่ได้รับจากประสบการณ์ร่วมกัน

ขณะที่สตรีทั้งสองเดินไปที่ห้องน้ำอย่างสง่างาม โคตัม ผู้เป็นพ่อ และกฤษณะ หรือที่เรียกอีกชื่อหนึ่งว่าคริส ผู้เป็นลูกชาย พบว่าตัวเองนั่งอยู่ที่บริเวณรอ ด้วยความอยากรู้เกี่ยวกับลิซ เกาตัมจึงเริ่มสนทนากับลูกชายของเขา เพื่ออยากรู้เพิ่มเติมเกี่ยวกับสาวอังกฤษที่กลายมาเป็นส่วนสำคัญในชีวิตของคริสในช่วงที่เรียนปริญญาโท คริสซึ่งมีประกายชื่นชมในดวงตาเริ่มเล่าเรื่องราวอันน่าสนใจของเอลิซาเบธ ผู้ซึ่งเรียกกันด้วยความรักใคร่ว่าลิซ

เขาบรรยายลิซว่าเป็นสาวอังกฤษที่ฉลาดและสวยงาม ซึ่งถือเป็นคนที่มีความเฉลียวฉลาดที่สุดคนหนึ่งในชั้นเรียน ความสัมพันธ์ทางสติปัญญาทำให้พวกเขามีความใกล้ชิดกันและพัฒนาเป็นมิตรภาพที่ลึกซึ้งและมีความ

หมาย ลิซเป็นบุตรคนเดียวของอัศวินชื่อดังและผู้มีชื่อเสียงจากแลงคาสเตอร์ สหราชอาณาจักร เธอมีท่าทีที่สง่างามและมีสิทธิพิเศษ คริสได้กล่าวถึงภูมิหลังที่ร่ำรวยของเธออย่างละเอียด โดยให้รายละเอียดว่าเธอมีอพาร์ทเมนท์อยู่ในเมือง พร้อมด้วยคนดูแล 2 คน และรถยนต์พร้อมคนขับ

เรื่องราวถูกเปิดเผยเผยให้เห็นตัวตนหลายแง่มุมของลิซในฐานะนักวิชาการ ทายาท และนักสังคมสงเคราะห์
คริสได้แสดงความเห็นว่าการมีเธออยู่ร่วมด้วยทำให้การเดินทางทางวิชาการของพวกเขามีมิติที่เป็นเอกลักษณ์มากขึ้น โดยทำให้พวกเขามองเห็นโลกที่กว้างไกลเกินกว่าสภาพแวดล้อมรอบตัวพวกเขา เกาตัมฟังอย่างตั้งใจและซึมซับความแตกต่างอย่างละเอียดอ่อนในเรื่องราวชีวิตอันน่าสนใจของลิซ

ขณะที่การสนทนาของพวกเขาถึงจุดสูงสุด
ชายทั้งสองสังเกตเห็นร่างของชานไทและลิซที่กำลังเดินเข้ามา
ทำให้ทั้งคู่ต้องหยุดการสนทนาที่กำลังดำเนินอยู่ หญิงทั้งสองดูสดใสและสดชื่นจากการพักผ่อนอันสั้น และกลับมารวมตัวกับพวกเธอที่อ่าวจอดรอ อาการหิวที่แสดงออกมาเป็นนัยๆ ในระหว่างการสนทนา ทำให้กลุ่มคนทั้งหมดตัดสินใจเป็นเอกฉันท์ว่าจะรับประทานอาหารเย็นที่ร้านอาหารหรูหราที่ตั้งอยู่ในห้างสรรพสินค้าสุดหรูหรา

เกิดการอภิปรายสั้นๆ เกี่ยวกับแผนการรับประทานอาหารอันแสนอร่อยที่ร้านอาหารหรูหราแห่งนี้ เมื่อตัดสินใจได้แล้ว
พวกเขาก็ลุกจากที่นั่งพร้อมใจกันพร้อมที่จะเริ่มต้นประสบการณ์การรับประทานอาหารที่รออยู่ ความคาดหวังที่จะได้เพลิดเพลินไปกับการรับประทานอาหารชั้นเลิศในช่วงที่อาหารมีความหรูหราทำให้พวกเขามีความคาดหวังสูงขึ้นในขณะที่พวกเขาเดินไปที่ร้านอาหาร
โดยเดินผ่านทางเดินที่พลุกพล่านของห้างสรรพสินค้าที่กว้างขวาง

เมื่อก้าวเข้าไปในร้านอาหาร บรรยากาศจะเต็มไปด้วยความหรูหรา มีการตกแต่งที่สวยงาม และพนักงานที่เอาใจใส่ รับรองว่าคุณจะได้รับประสบการณ์การรับประทานอาหารที่น่าจดจำ เมื่อนั่งที่โต๊ะที่จัดไว้อย่างดี กลุ่มคนเหล่านี้ก็ได้ดื่มด่ำไปกับอาหารรสเลิศที่ร้านอาหารมีไว้ให้ ช่วงเวลาแห่งเสียงหัวเราะ เรื่องราว และอาหารเลิศรสที่ร่วมกันกลายมาเป็นบทหนึ่งในความทรงจำร่วมกัน และช่วยเสริมสร้างความผูกพันระหว่างมิตรภาพและครอบครัวให้แน่นแฟ้นยิ่งขึ้น

ในขณะที่ตอนเย็นดำเนินไปภายในห้างสรรพสินค้าอันหรูหรา
การโต้ตอบและประสบการณ์แต่ละครั้งก็เพิ่มมิติให้กับความสัมพันธ์ที่ซับซ้อนของพวกเขา การผสมผสานกันของภูมิหลัง วัฒนธรรม

และเรื่องราวที่หลากหลายเน้นย้ำถึงความอุดมสมบูรณ์ของช่วงเวลาที่ใช้ร่วมกัน
สร้างความทรงจำอันน่าประทับใจที่จะคงอยู่ไปอีกหลายปี

หลังจากรับประทานอาหารกลางวันที่ร้านอาหารในห้างสรรพสินค้าจนอิ่มแล้ว
ทั้งครอบครัวก็ออกเดินทางไปยังโรงแรมด้วยรถยนต์สองคันแยกกัน
รถคันแรกซึ่งเป็นบริการของโรงแรมเต็มไปด้วยความหรูหราและสะดวกสบาย อย่างไรก็ตาม
รถคันที่สองเป็นของลิซ ซึ่งเป็นสมาชิกในครอบครัว
และกลายมาเป็นยานพาหนะที่สมาชิกบางคนในครอบครัวชอบใช้

เห็นได้ชัดว่าความสัมพันธ์ฉันท์เพื่อนระหว่างลิซและชานไทนั้นยอดเยี่ยมมาก
เพราะแทนที่จะเลือกใช้รถที่โรงแรมจัดให้
ชานไทกลับเลือกที่จะไปร่วมเดินทางกับลิซในรถของเธอแทน
การเดินทางกลับโรงแรมเต็มไปด้วยการสนทนาอันน่ารื่นรมย์ระหว่างทั้งสองคน
สร้างบรรยากาศที่อบอุ่นและผ่อนคลาย

เมื่อถึงที่หมายแล้ว
กฤษณะและลิซก็อำลารถยนต์และมุ่งหน้าไปยังที่พักของตนเองเพื่อเตรียมตัวสำหรับงานตอนเย็น
การเปลี่ยนผ่านจากการนั่งรถไปจนถึงโรงแรมถือเป็นจุดเริ่มต้นของช่วงต่อไปของวัน
และบรรยากาศแห่งความคาดหวังสำหรับกิจกรรมที่จะเกิดขึ้นก็เต็มไปหมด

โดยมีฉากหลังเป็นโรงแรม
กฤษณะใช้เวลาสักครู่ในการขอให้พ่อแม่ของเขามาถึงมหาวิทยาลัยให้ตรงเวลาเพื่อร่วมงานตอนเย็น
เขาเลือกใช้วิธีการเดินทางด้วยรถยนต์พร้อมคนขับของโรงแรม
ซึ่งเน้นย้ำถึงความสำคัญของความตรงต่อเวลาและความสะดวกสบาย

รถของโรงแรมซึ่งเป็นสัญลักษณ์ของความหรูหรา
รับประกันว่าพ่อแม่ของพระกฤษณะจะได้รับการเดินทางที่สะดวกสบายและหรูหรา
พนักงานขับรถที่สุภาพและมีทักษะช่วยเสริมบริการให้เป็นพิเศษ
ทำให้การเดินทางไปยังมหาวิทยาลัยเพื่อร่วมงานตอนเย็นเป็นไปอย่างราบรื่นและน่ารื่นรมย์

ในการโต้ตอบของเหตุการณ์ การเปลี่ยนผ่านจากการรับประทานอาหารกลางวัน
ไปจนถึงการเดินทางไปยังโรงแรม และต่อมาจนถึงการเตรียมงานตอนเย็นดำเนินไปอย่างราบรื่น
การเลือกการขนส่งของครอบครัวไม่ได้สะท้อนแค่การพิจารณาตามหลักปฏิบัติเท่านั้น
แต่ยังรวมถึงความผูกพันและความชอบอันแน่นแฟ้นภายในครอบครัวด้วย

ในขณะที่พวกเขาแยกย้ายกันไปเตรียมตัวสำหรับงานที่กำลังจะมาถึง บรรยากาศก็เต็มไปด้วยความคาดหวังและสัญญาว่าจะมีค่ำคืนที่น่าจดจำในวิทยาเขตมหาวิทยาลัย

กิจกรรมตอนเย็นที่วางแผนอย่างพิถีพิถันที่มหาวิทยาลัยดำเนินไปได้อย่างราบรื่นตามกำหนดการที่กำหนดไว้ บรรยากาศเต็มไปด้วยความเป็นมืออาชีพ โดยจัดเตรียมทุกรายละเอียดอย่างประณีตเพื่อให้แน่ใจว่าผู้เข้าร่วม โดยเฉพาะนักศึกษาที่กำลังศึกษาในระดับปริญญาโทจะได้รับประสบการณ์ที่น่าจดจำ การผสมผสานของกิจกรรมบันเทิงต่างๆ ทำให้เกิดการผสมผสานที่ลงตัวระหว่างความผ่อนคลายและการกระตุ้นทางสติปัญญา สร้างบรรยากาศให้เป็นค่ำคืนที่น่าจดจำ

เมื่อตอนเย็นผ่านไป ความสนใจก็หันไปที่การแสดงความยินดีของนักเรียนที่มีผลการเรียนดี และ Gautam และ Shantai ก็ไม่อาจระงับความสุขและความภาคภูมิใจของพวกเขาไว้ได้ พระกฤษณะบุตรชายของพวกเขาได้รับเกียรติให้เป็นนักเรียนที่ดีที่สุดและฉลาดที่สุดแห่งปี ความยินดีในหัวใจของพวกเขาพองโตเมื่อพวกเขาเห็นพระกฤษณะขึ้นสู่จุดสูงสุดของเวทีและได้รับคำชื่นชมจากผู้ลงนามที่น่านับถือของงาน ความรู้สึกสำเร็จและความภาคภูมิใจเป็นสิ่งที่จับต้องได้และยิ่งตอกย้ำความเชื่อมั่นในความสามารถทางวิชาการของพระกฤษณะ

ช่วงเวลาแห่งการเฉลิมฉลองในตอนเย็นนั้นขยายออกไปไกลกว่าช่วงที่ลูกชายของพวกเขาให้เกียรติและยอมรับเช่นเดียวกันนี้แก่เอลิซาเบธ เพื่อนร่วมชั้นเรียนของพระกฤษณะ ซึ่งเรียกกันด้วยความรักใคร่ว่าลิซ ที่ทำให้ Gautam และ Shantai ดีใจเป็นอย่างมากก็คือ Liz ได้รับเกรดและคะแนนเท่ากับ Krishna ทำให้เธอได้ที่นั่งบนเวทีร่วมกับเขาสมใจอยาก ความสำเร็จร่วมกันของลูกชายและเพื่อนร่วมชั้นเรียนที่ประสบความสำเร็จทำให้พ่อแม่ผู้ภาคภูมิใจรู้สึกมีความสุขเพิ่มมากขึ้น

ความรู้สึกชื่นชมยินดีนี้ได้ขยายออกไปนอกเหนือจากความสัมพันธ์ในครอบครัว เพราะพ่อแม่ของพระกฤษณะไม่เพียงแต่เห็นด้วยเท่านั้น แต่ยังชอบลิซที่เป็นเพื่อนของลูกชายที่รักของพวกเขาอย่างจริงใจอีกด้วย ความสำเร็จที่เกิดขึ้นควบคู่กันของกฤษณะและลิซทำให้เกิดความผูกพันแห่งความชื่นชมและความเคารพซึ่งกันและกันระหว่างครอบครัว ซึ่งสร้างรากฐานสำหรับความสัมพันธ์เชิงบวก

ความรู้สึกดังกล่าวสะท้อนไม่เพียงแต่ในครอบครัวใกล้ชิดเท่านั้น แต่ยังสะท้อนตลอดการอภิปรายหลังงานด้วย

ผู้ที่ขึ้นเวทีเพื่อแบ่งปันความคิดและข้อคิดเห็นของตนต่างก็ยอมรับความพยายามอันน่าชื่นชมที่ทั้งพระกฤษณะและลิซทุ่มเทให้ ความทุ่มเท ความฉลาด และความมุ่งมั่นเพื่อความเป็นเลิศของพวกเขาได้รับการเฉลิมฉลอง ส่งผลให้ประสบความสำเร็จโดยรวมและบรรยากาศเชิงบวกของงานตอนเย็น

โดยสรุป
งานตอนเย็นที่จัดอย่างพิถีพิถันไม่เพียงแต่แสดงให้เห็นถึงความสำเร็จด้านวิชาการของกฤษณะและลิซเท่านั้น
แต่ยังทำให้สายสัมพันธ์แห่งมิตรภาพและความชื่นชมระหว่างครอบครัวที่เกี่ยวข้องแน่นแฟ้นยิ่งขึ้นอีกด้วย การเฉลิมฉลองความเป็นเลิศทางสติปัญญา ผสมผสานกับความอบอุ่นของการสนับสนุนจากครอบครัว สร้างบรรยากาศของความภาคภูมิใจ ความสุข และความชื่นชมซึ่งกันและกันที่คงอยู่ต่อไปแม้หลังจากงานเสร็จสิ้นไปแล้วก็ตาม

งานเลี้ยงหลังงานเลี้ยงฉลอง จัดขึ้นอย่างพิถีพิถันในที่โล่งแจ้งบนสนามหญ้าที่ได้รับการดูแลอย่างดี ดำเนินไปอย่างวิจิตรบรรจง บรรยากาศกลางแจ้งที่ได้รับการปกป้องชั่วคราวด้วยพารากอนชั้นเลิศ เป็นฉากหลังที่งดงามสำหรับการรวมตัวกันของแขกและนักเรียนที่ให้การต้อนรับ
งานนี้มีบุคคลสำคัญต่างๆ เข้าร่วม อาทิ ศาสตราจารย์ ตัวแทนฝ่ายบริหาร สมาชิกคณะกรรมการ และแม้กระทั่งอธิการบดีและรองอธิการบดีของมหาวิทยาลัย
รวมถึงได้รับเกียรติจากนักวิชาการที่เก่งที่สุด

เกาตัมคว้าโอกาสนี้และเข้าร่วมในการสนทนาแบบตัวต่อตัวกับผู้ลงนามที่มีชื่อเสียงทุกคน
ซึ่งเป็นประสบการณ์ที่ทำให้เขาพึงพอใจอย่างยิ่ง
บทสนทนาเต็มไปด้วยการสรรเสริญและยกย่องลูกชายของเขา พระกฤษณะ และเพื่อนของเขา ลิซ ที่น่าสังเกตคือ บรรดาผู้มีเกียรติต่างพูดถึงพวกเขาด้วยความคุ้นเคย ราวกับว่าทุกคนที่อยู่ที่นั่นรู้จักทั้งสองคนนี้เป็นอย่างดี
การแสดงความขอบคุณที่ขยายไปสู่งานโครงการของพวกเขา
ทำให้ได้รับการชื่นชมและการยอมรับจากชุมชนวิชาการ
ทำให้ช่วงเย็นนั้นเป็นช่วงพิเศษและสร้างความพึงพอใจอย่างสุดซึ้งสำหรับคู่สามีภรรยาเซธ

เมื่อคืนผ่านไป บรรยากาศเต็มไปด้วยความสุขและความพึงพอใจ การแลกเปลี่ยนที่น่ายินดี บรรยากาศที่สวยงาม และการแสดงออกถึงความชื่นชมจากผู้ทรงคุณวุฒิในแวดวงวิชาการ ทำให้เกิดประสบการณ์ที่มิอาจลืมเลือน เมื่องานเสร็จสิ้น ทุกคนก็เข้านอนอย่างมีความสุข โดยหัวใจเต็มไปด้วยความทรงจำถึงค่ำคืนที่สนุกสนาน รื่นเริง และน่ารื่นรมย์

ในสองวันต่อจากนี้ คู่รักเซธวางแผนที่จะอยู่ในสหรัฐอเมริกา เพลิดเพลินกับช่วงเวลาและสำรวจบริเวณโดยรอบ ความคาดหวังว่าจะได้กลับไปอินเดียอีกครั้งนั้นใกล้เข้ามาแล้ว โดยพวกเขาจะรอให้ลูกชายเรียนจบภายใน 9-10 เดือนข้างหน้า โอกาสที่พระกฤษณะจะเข้าร่วมกับพวกเขาในการทำธุรกิจหลังจากการเดินทางทางวิชาการครั้งนี้เพิ่มความตื่นเต้นให้กับหัวใจที่พอใจอยู่แล้วของพวกเขา ค่ำคืนอันพิเศษนี้ไม่เพียงแต่เฉลิมฉลองความสำเร็จทางวิชาการเท่านั้น แต่ยังเป็นการปูทางสำหรับบทต่อไปในเส้นทางชีวิตของตระกูลเซธ ซึ่งเต็มไปด้วยความคาดหวังและความรู้สึกสำเร็จร่วมกัน

กฤษณะกำลังรอคอยช่วงเวลาที่มีคุณภาพกับครอบครัวในช่วงวันหยุดมหาวิทยาลัย และวางแผนอย่างกระตือรือร้นว่าจะใช้เวลาอยู่กับพ่อแม่ให้คุ้มค่าที่สุด เมื่อรุ่งเช้าของวันแรกมาถึง กฤษณะก็มาถึงโรงแรมค่อนข้างเช้าด้วยความกระตือรือร้น เพราะอยากจะร่วมรับประทานอาหารเช้ากับพ่อแม่ของพระองค์ แม่ของเขา Shantai ดีใจมากเพราะได้เตรียมตัวสำหรับวันข้างหน้าไว้แล้ว อย่างไรก็ตาม เขาได้เรียนรู้ว่าพ่อของเขา ชื่อเกาตัม ได้มุ่งหน้าไปที่โรงยิมที่ทันสมัยของโรงแรมเพื่อออกกำลังกายตามปกติของเขา

โรงแรมคอนราดซึ่งครอบครัวของพระกฤษณะพักอาศัยอยู่มีสิ่งอำนวยความสะดวกฟิตเนสที่ยอดเยี่ยมสำหรับแขกของโรงแรม เกาตัมเป็นผู้ที่ใส่ใจเรื่องสุขภาพ จึงใช้ประโยชน์จากสิ่งอำนวยความสะดวกเหล่านี้อย่างเต็มที่เพื่อรักษาความฟิตของเขา ในขณะที่เกาตัมไปยิม กฤษณะเห็นโอกาสที่จะใช้เวลาส่วนตัวกับแม่ของเขา การออกกำลังกายกลายมาเป็นกิจวัตรประจำวันของ Gautam ซึ่งช่วยเสริมสร้างความรู้สึกสามัคคี และมอบช่วงเวลาแห่งความเป็นส่วนตัวให้กับ Krishna และ Shantai

ขณะที่กฤษณะนั่งลงรับประทานอาหารเช้ากับแม่ของเขา เขาอดไม่ได้ที่จะทึ่งกับบรรยากาศหรูหราของโรงแรมซึ่งยิ่งทำให้ประสบการณ์โดยรวมสมบูรณ์แบบยิ่งขึ้น ทั้งสองสนทนากันอย่างสบายๆ พร้อมกับจิบอาหารจานอร่อยที่จัดวางไว้ตรงหน้า พื้นที่รับประทานอาหารอันเงียบสงบและสง่างามของโรงแรมสร้างบรรยากาศที่สมบูรณ์แบบให้ครอบครัวได้กลับมาพูดคุยและแบ่งปันความคิดของพวกเขา

หลังรับประทานอาหารเช้า กฤษณะและชานไทตัดสินใจออกไปสำรวจบริเวณรอบ ๆ โรงแรมที่สวยงาม โดยเดินเล่นสบาย ๆ ในสวนที่มีภูมิทัศน์สวยงาม สภาพแวดล้อมที่เงียบสงบทำให้พวกเขาสามารถสนทนากันได้อย่างมีสาระ

พระกฤษณะทรงรู้สึกสบายใจและปลอดภัย
จึงตัดสินใจว่านี่คือโอกาสดีที่จะแบ่งปันความลับที่สำคัญบางอย่างกับแม่ของพระองค์
โดยฝากความคิดและความกังวลที่อยู่ลึกที่สุดของพระองค์ไว้กับพระองค์
พร้อมทั้งความรักอันยิ่งใหญ่ที่พระองค์มีต่อลูกชายคนเดียวของพระมารดาของพระองค์

ความเขียวขจีอันเขียวชอุ่มและทางเดินที่ได้รับการดูแลอย่างดีในสวนของโรงแรมกลายเป็นฉากหลังสำหรับบทสนทนาจากใจจริงที่เป็นส่วนตัวระหว่างกฤษณะและชานไต
ความไว้วางใจและความผูกพันระหว่างแม่และลูกยิ่งลึกซึ้งยิ่งขึ้นเมื่อพวกเขาสนทนากันภายใต้ท้องฟ้าเปิด การจัดฉากไม่เพียงแต่เป็นฉากหลังที่สวยงามเท่านั้น
แต่ยังช่วยสร้างความรู้สึกเปิดกว้างและเข้าใจกันระหว่างทั้งสองฝ่ายอีกด้วย

เมื่อวันผ่านไป กฤษณะก็ตระหนักถึงความสำคัญของช่วงเวลาเหล่านี้ร่วมกับพ่อแม่ของเขา
โรงแรมคอนราดมีสิ่งอำนวยความสะดวกชั้นยอดและมีบทบาทสำคัญในการสร้างความสัมพันธ์ในครอบครัว การออกกำลังกายของ Gautam ไม่เพียงแต่ส่งผลดีต่อสุขภาพกายของเขาเท่านั้น
แต่ยังสร้างโอกาสทางอ้อมให้ Krishna และ Shantai
ได้กระชับความสัมพันธ์ทางอารมณ์ให้แน่นแฟ้นยิ่งขึ้นด้วย
วันหยุดที่เริ่มต้นด้วยความตั้งใจที่จะใช้เวลาอยู่ร่วมกับครอบครัว กลายเป็นประสบการณ์ที่น่าจดจำ
เต็มไปด้วยความรัก ความไว้วางใจ และความลับร่วมกัน

ในขณะที่พระกฤษณะนั่งตรงข้ามกับพระมารดาของพระองค์ พระนางชานไท
ในห้องอาหารอันหรูหราของโรงแรม
พระกฤษณะก็เริ่มเล่ารายละเอียดส่วนตัวที่สุดในชีวิตของพระองค์ตลอดระยะเวลาหนึ่งปีครึ่งที่ผ่านมาในมหาวิทยาลัยอันทรงเกียรติแห่งนี้ ด้วยความตื่นเต้นและกังวล เขาเริ่มพูดว่า "คุณแม่
องค์กรนี้ไม่เพียงแต่ช่วยให้เราสามารถเป็นเจ้าพ่อธุรกิจที่มีความสามารถเท่านั้น
แต่ยังมอบของขวัญล้ำค่าให้กับผมอีกด้วย นั่นก็คือความรักและคู่ชีวิต"

ชานไทซึ่งฟังการเปิดเผยของลูกชายอย่างตั้งใจ อดไม่ได้ที่จะซ่อนรอยยิ้มที่รู้ใจเอาไว้
เธอตอบกลับด้วยน้ำเสียงเล่นๆ ว่า "เฮ้ กฤษณะ!"
อย่าบอกฉันนะว่าคุณตกหลุมรักนางฟ้าที่แสนสวยและน่ารักคนนั้นอย่างลิซ
แต่ฉันขอแบ่งปันความลับกับคุณบ้าง - พ่อของคุณ เกาตัม และฉันต่างก็เดาไว้แล้ว
เขาเพิ่งหารือเรื่องนี้กับฉันอย่างกระตือรือร้นเมื่อคืนนี้ ราวกับว่าเขาคนเดียวเท่านั้นที่ไขรหัสได้"
และเธอก็ระเบิดเสียงหัวเราะออกมา พระกฤษณะซึ่งตกตะลึงไปชั่วขณะหนึ่ง
ก็ได้ตระหนักในไม่ช้าว่าสัญชาตญาณของแม่ได้รับรู้ถึงความรู้สึกของเขามาตั้งแต่ก่อนที่เขาจะมีความกล้าที่จะแบ่งปันเรื่องนั้น

อากาศแจ่มใสไปด้วยเสียงหัวเราะ
แต่พระกฤษณะสัมผัสได้ว่ายังมีเรื่องราวมากกว่านั้นที่ต้องเกิดขึ้นในบทสนทนาระหว่างแม่กับลูกครั้งนี้
ชานไท ผู้มีไหวพริบอยู่เสมอ กล่าวต่อด้วยรอยยิ้มอันสร้างความมั่นใจ "พระกฤษณะ ที่รัก แม่รู้จักลูกของตนดีกว่าใคร"
การเลือกของคุณและการแสดงออกของคุณนั้นสามารถบอกอะไรได้มากมาย
เราเห็นประกายไฟในดวงตาของคุณทุกครั้งที่พูดถึงลิซ
มันชัดเจนว่ามีบางอย่างพิเศษระหว่างพวกคุณสองคน"
ถ้อยคำของเธอทำให้พระกฤษณะได้รับความสบายใจ
และเสริมสร้างสายสัมพันธ์แห่งความไว้วางใจระหว่างพวกเขา

แม้ว่าบรรยากาศจะอบอุ่น แต่พระกฤษณะก็ยังไม่สลัดความกังวลที่ยังคงหลงเหลืออยู่ออกไปได้
ความลับของเขายังมีอีกหลายแง่มุมที่เขาไม่อยากจะบอกกับแม่ที่เขารัก
บรรยากาศอันเงียบสงบของบริเวณรับประทานอาหารของโรงแรมได้กลายมาเป็นสถานที่ศักดิ์สิทธิ์สำหรับการเปิดเผยเรื่องราวต่างๆ เมื่อกฤษณะรวบรวมความคิดของตนแล้ว ก็ได้ทราบถึงความเข้าใจอันเฉียบแหลมของมารดา และยอมรับว่า "แม่ เรื่องนี้ยังมีอะไรมากกว่านี้อีก"
ลิซไม่ใช่แค่แฟนคลับชั่วครั้งชั่วคราว แต่เธอคือคนที่ฉันมองเห็นอนาคตร่วมกัน
ฉันให้ความสำคัญกับความคิดเห็นและการสนับสนุนของคุณ
และฉันอยากให้คุณรู้ถึงความรู้สึกที่ฉันมีต่อเธอ"

ขณะที่พระกฤษณะค่อยๆ เจาะลึกถึงความซับซ้อนของความสัมพันธ์ของเขา
ชานไทก็ยังคงรับฟังด้วยความอบอุ่นและความเข้าใจแบบแม่ โรงแรมแห่งนี้มีบรรยากาศที่หรูหรา
เป็นฉากหลังสำหรับการสนทนาอันจริงใจนี้ และช่วยยกระดับประสบการณ์ให้ดียิ่งขึ้น
ระหว่างที่ร่วมกันหัวเราะและสารภาพความจริงใจ
พระกฤษณะพบความปลอบโยนใจเมื่อเปิดใจกับแม่ของเขาเกี่ยวกับแง่มุมที่สำคัญที่สุดในชีวิตของเขา
ความรักครั้งนี้ก้าวข้ามขอบเขตของการเรียนในมหาวิทยาลัยและยังคงสัญญาถึงการเดินทางร่วมกันในอนาคต

พระกฤษณะทรงรวบรวมความกล้าหาญอันมหาศาล
และทรงตัดสินใจเปิดเผยความลับที่ปกปิดไว้มากที่สุดในชีวิตของพระองค์ให้พระนางชานไท
พระมารดาของพระองค์ได้รู้ เขาเริ่มพูดด้วยน้ำเสียงประหม่าเล็กน้อยว่า "แม่ ผมต้องสารภาพบางอย่างกับคุณ"
ลิซและฉันได้ถือคำปฏิญาณอันศักดิ์สิทธิ์ในการแต่งงานในโบสถ์ที่ตั้งอยู่ในหมู่บ้านใกล้เคียง
อย่างไรก็ตาม เราขาดความกล้าที่จะแบ่งปันบทสำคัญนี้ในชีวิตของเรากับคุณและพ่อ"

ขณะที่เขาเปิดเผยข้อมูลลับนี้ กฤษณะซ่อนใบหน้าของเขาโดยสัญชาตญาณด้วยผ้าเช็ดปาก และกำมันไว้แน่นด้วยมือทั้งสองข้าง

การเปิดเผยนี้ลอยอยู่ในอากาศ เต็มไปด้วยความคาดหวัง ชานไทซึ่งตกใจในตอนแรก กลับรับรู้ข่าวนี้ด้วยความประหลาดใจและความสุขปนกัน การที่ลูกชายของเธอยอมรับการร่วมรักกันอย่างลับๆ ครั้งนี้ถือเป็นเรื่องที่ไม่คาดฝันและน่าประทับใจมาก แม้ว่าจะมีสถานการณ์ที่ไม่ธรรมดาเกี่ยวกับการเปิดเผยนี้ แต่สัญชาตญาณความเป็นแม่ของชานไทก็เข้ามา และเธอก็รู้สึกมีความสุขอย่างล้นหลามกับลูกชายของเธอ

ขณะที่น้ำหนักของการเปิดเผยเริ่มเข้ามาถึง ชานไทก็ยื่นมือไปหาพระกฤษณะด้วยรอยยิ้มที่จริงใจและอ่อนโยน เธอวางมือของเขาเพื่อให้เขารู้สึกสบายใจและพูดว่า "กฤษณะที่รัก ความลับเป็นส่วนหนึ่งของชีวิต แต่ความสุขของคุณสำคัญที่สุด" แม้ว่าข่าวนี้จะทำให้คุณประหลาดใจ แต่โปรดทราบว่าหัวใจของคุณแม่เต็มไปด้วยความยินดีที่มีต่อคุณ การแต่งงานเป็นพันธะศักดิ์สิทธิ์ และหากคุณพบรัก มันจะทำให้ฉันมีความสุขมากมาย"

บริเวณรับประทานอาหารที่หรูหราของโรงแรมเป็นที่ประจักษ์ให้เห็นการสนทนาอันเป็นส่วนตัวระหว่างแม่กับลูก ซึ่งความไว้วางใจและความรักเหนือกว่าการเปิดเผยที่ไม่คาดคิด ชานไทเข้าใจถึงความซับซ้อนของความสัมพันธ์ และชื่นชมความจริงใจที่พระกฤษณะเลือกที่จะแบ่งปันความลับของเขา ในขณะนั้น ความผูกพันระหว่างแม่และลูกก็ลึกซึ้งยิ่งขึ้น มั่นคงด้วยการสนับสนุนที่ไม่สั่นคลอน และความเข้าใจที่กำหนดความรักในครอบครัว

ขณะที่ทั้งสองยังคงสนทนากันต่อไป บรรยากาศก็เต็มไปด้วยความเปิดกว้างอย่างที่ไม่เคยพบมาก่อน พระกฤษณะรู้สึกโล่งใจที่ได้ระบายความทุกข์ของตนออกไป และพบความสบายใจเมื่อมารดาของเขายอมรับเขา ชานไทรู้สึกภูมิใจในตัวลูกชายของเธอที่ได้กลายมาเป็นชายหนุ่มที่แสนดี เธอจึงยอมรับการเปิดเผยนี้ด้วยความสง่างามและความอบอุ่น ก่อให้เกิดสภาพแวดล้อมที่ความลับที่แบ่งปันกันกลายเป็นสะพานเชื่อมที่เสริมสร้างความสัมพันธ์ระหว่างพวกเขาให้แน่นแฟ้นยิ่งขึ้น

ด้วยรอยยิ้มที่อบอุ่นและการแสดงออกถึงความรักที่จริงใจที่มีต่อลูกชายของเธอ ชานไทจึงตอบกลับว่า "เบตา ฉันเข้าใจถึงสถานการณ์ที่ต้องทำให้คุณตัดสินใจเรื่องเร่งด่วนและสำคัญเช่นนี้ในความลับ" เราจะเจาะลึกรายละเอียดภายหลังได้ ฉันมีความเชื่อมั่นอย่างเต็มที่ในความฉลาด ความเป็นผู้ใหญ่ และความจริงใจของทั้งคุณและลิซ คำถามตอนนี้คือ เราควรเปิดเผยเรื่องนี้ให้พ่อคุณทราบหรือไม่? ขณะนี้ กฤษณะรู้สึกสบายใจและมั่นใจมากขึ้น จึงตอบเบาๆ ว่า "แม่ ผมควรจะแจ้งให้เขาเป็นการส่วนตัว แต่ผมไม่มีความกล้าที่จะเปิดเผยเรื่องนี้" อย่างไรก็ตาม แม่ของลิซขอร้องให้เราแต่งงานกันอย่างเร่งด่วนและรอบคอบ ใช่ค่ะแม่ ลิซกำลังตั้งครรภ์ลูกของเราอยู่ และเธอตั้งครรภ์ได้สามเดือนแล้ว"

การเปิดเผยนี้ค่อนข้างทำให้ชานไทรู้สึกท่วมท้นและประหลาดใจ แต่ความเฉียบแหลมทางธุรกิจที่มากประสบการณ์ทำให้เธอสามารถประมวลผลข้อมูลได้ด้วยทั้งการยอมรับและความเข้าใจ เมื่อตระหนักรู้ถึงความร้ายแรงของสถานการณ์ เธอจึงยอมรับว่านี่เป็นเวลาที่เหมาะสมที่จะสนับสนุนคู่บ่าวสาวที่เพิ่งแต่งงานใหม่ เธอพูดอย่างมั่นใจและพูดว่า "เราเก็บข่าวดีนี้ไว้กับตัวก่อนดีกว่า" ฉันจะอธิบายทุกอย่างให้เกาตัมทราบในเวลาที่เหมาะสม อย่างไรก็ตาม ฉันรู้สึกตื่นเต้นอย่างแท้จริงที่ได้รู้ว่าคุณกำลังแบ่งปันสิ่งนี้กับฉัน และคุณได้มอบของขวัญอันล้ำค่าให้กับเรา ฉันตั้งตารอที่จะได้พบกับลูกสะใภ้สุดที่รักของฉัน โปรดเชิญเธอมาทานอาหารเช้าด้วย

ในขณะนั้น เป็นที่ชัดเจนว่ากฤษณะพบความโล่งใจจากปฏิกิริยาของแม่ และความคิดเห็นและคำแนะนำที่เป็นกำลังใจที่เธอให้มา เขาตระหนักว่ายังมีเรื่องที่ต้องแบ่งปันอีกมาก แต่เขากลับยับยั้งไว้ เพราะรู้ว่าเวลาและสถานที่ที่เหมาะสมสำหรับการหารือเรื่องเหล่านี้จะต้องมาถึง บรรยากาศในบริเวณรับประทานอาหารของโรงแรมเต็มไปด้วยอารมณ์ที่หลากหลาย เนื่องจากแม่และลูกทั้งสองต้องเผชิญกับความจริงที่ไม่คาดคิดในเรื่องของความรัก ความเข้าใจ และความมุ่งมั่นร่วมกันในการสร้างความผูกพันในครอบครัว การรอคอยที่จะต้อนรับสมาชิกใหม่เข้าสู่ครอบครัวทำให้รู้สึกมีความสุขมากขึ้นท่ามกลางสถานการณ์ที่ซับซ้อน

ในขณะที่กฤษณะเตรียมตัวที่จะเจาะลึกเข้าไปในความซับซ้อนของความสัมพันธ์ การแต่งงาน และการพัฒนาต่างๆ ที่ตามมา ช่วงเวลาดังกล่าวก็ถูกขัดจังหวะอย่างกะทันหันด้วยการเห็นโคตัมกลับมาจากโรงยิมอย่างรวดเร็ว โดยมีเหงื่อผุดเป็นเม็ดบนหน้าผากของเขา ทั้ง Shantai และ Krishna ตอบสนองทันที โดยลุกจากที่นั่งเพื่อต้อนรับเขาอย่างอบอุ่น

การหยุดสนทนากะทันหันของพวกเขาทำให้เกิดบรรยากาศของความคาดหวัง โดยมีความรู้สึกที่ไม่ได้พูดออกมาค้างอยู่ระหว่างแม่และลูก

ในขณะที่ต้อนรับโคตัมอย่างอบอุ่น ชานไตก็เตือนกฤษณะอย่างมีชั้นเชิงถึงคำเชิญของลิซ เนื่องจากพระกฤษณะเป็นบุตรชายที่ปฏิบัติหน้าที่อย่างดีเยี่ยม พระกฤษณะจึงทำตามที่พระองค์ต้องการ โดยหยิบโทรศัพท์มือถือของพระองค์ออกมาเพื่อโทรออก น้ำเสียงของการสนทนาเปลี่ยนจากการเปิดเผยเรื่องส่วนตัวไปสู่เรื่องปฏิบัติในการเชิญไปรับประทานอาหารเช้า

อีกด้านหนึ่งของสาย ลิซรับสายโทรศัพท์ของกฤษณะ และความอบอุ่นในน้ำเสียงของเขาขณะที่เขาเชิญเธอไปรับประทานอาหารเช้าที่โรงแรมนั้นแสดงให้เห็นถึงความจริงใจของการเชิญครั้งนี้ แม้ว่าลิซจะแปลกใจในตอนแรกกับความเป็นธรรมชาติของคำเชิญ แต่เธอก็รับคำเชิญด้วยความขอบคุณ โดยเข้าใจถึงความสำคัญของช่วงเวลานี้

ขณะที่เกาตัมมาร่วมโต๊ะกับแม่ลูกคู่หนึ่ง จู่ๆ ก็มีเสียงพูดขึ้นมาว่าบทสนทนาถูกเปลี่ยนทิศทางไปชั่วขณะหนึ่ง ครอบครัวซึ่งตอนนี้มีเกาตัมอยู่ด้วยครบทุกคนแล้ว ได้พูดคุยกันอย่างเป็นกันเองสั้นๆ โดยปกปิดความจริงสำคัญที่เกิดขึ้นเมื่อไม่กี่นาทีก่อนไว้

บริเวณรับประทานอาหารที่หรูหราของโรงแรมซึ่งเป็นพยานของอารมณ์และการเปิดเผยมากมายได้กลายมาเป็นฉากหลังสำหรับพลวัตของครอบครัวที่กำลังค่อยๆ เผยให้เห็น บรรยากาศที่เต็มไปด้วยความจริงที่ไม่ได้ถูกพูดออกมาได้เปลี่ยนผ่านไปสู่บทต่อไปของช่วงเวลาแห่งการแบ่งปันได้อย่างราบรื่น ในขณะที่พวกเขารอคอยการมาถึงของลิซ บรรยากาศก็เต็มไปด้วยความคาดหวัง ซึ่งบ่งบอกถึงโอกาสที่จะมีการพูดคุยกันเพิ่มเติมเพื่อกำหนดทิศทางเรื่องราวในครอบครัวของพวกเขา

4. “เช้าแห่งการเปิดเผยและการไตร่ตรอง”

เมื่อแสงแดดในยามเช้าสาดส่องเข้ามาในห้อง Gautam และ Shantai ก็นั่งลงทานอาหารเช้าอันน่าพึงพอใจกับ Krishna และ Liz ความสามัคคีที่โต๊ะอาหารนั้นสัมผัสได้ชัดเจน และความพึงพอใจก็แผ่ซ่านไปทั่วบริเวณที่รวมตัวกัน ท่ามกลางอาหารว่างที่น่ารับประทาน Gautam สังเกตเห็นการเปลี่ยนแปลงที่น่าทึ่งในท่าทีของ Shantai โดยเฉพาะอย่างยิ่งในการโต้ตอบของเธอกับ Elizabeth

โดยปกติแล้วเกาตัมจะสังเกตได้แต่ตอนนี้กลับสนใจมากขึ้น เมื่อเห็นว่าชานไทแสดงความใกล้ชิดและเป็นมิตรกับเอลิซาเบธมากขึ้น ซึ่งเป็นระดับที่เขาไม่ได้เห็นมานานหลายปี ความแตกต่างอย่างละเอียดอ่อนของการดูแลและความรักที่ชานไทมีต่อลิซนั้นชัดเจนมาก ราวกับว่าความสัมพันธ์ใหม่ๆ ได้เกิดขึ้นระหว่างพวกเขา นอกเหนือไปจากความเป็นเพื่อนธรรมดาๆ เกาตัมรู้สึกสนใจการเปลี่ยนแปลงกะทันหันนี้ และอดไม่ได้ที่จะคิดถึงสาเหตุเบื้องลึกของพฤติกรรมที่เปลี่ยนไปของชานไท

ตลอดระยะเวลาที่พวกเขาอยู่ด้วยกัน ความเอาใจใส่ของชานไทที่มีต่อเอลิซาเบธนั้นเป็นอะไรที่พิเศษมาก ท่าทางของเธอแสดงถึงความรักใคร่เอาใจใส่ที่เกินกว่าธรรมดา มันไม่ใช่เพียงการกระทำอันผ่านไปอย่างรวดเร็ว แต่เป็นการแสดงออกถึงความผูกพัน ความรัก และความเอาใจใส่อย่างต่อเนื่องที่สะท้อนถึงความอบอุ่นที่แท้จริง เกาตัมรู้สึกสับสนระหว่างความอยากรู้และความชื่นชม เขาเริ่มไตร่ตรองถึงที่มาของการเปลี่ยนแปลงท่าทีของชานไท

ท่ามกลางช่วงเวลาที่พวกเขาอยู่ร่วมกัน Gautam ตัดสินใจที่จะเจาะลึกไปยังส่วนที่สำคัญ เขาเริ่มสังเกตการแสดงออกและปฏิกิริยาของชานไทอย่างใกล้ชิดมากขึ้น พยายามแยกแยะความเปลี่ยนแปลงเล็กๆ น้อยๆ ที่บ่งบอกถึงเหตุผลเบื้องหลังความใกล้ชิดที่ค้นพบใหม่นี้ เกาตัมมีสัมผัสแห่งความมุ่งมั่นที่ไม่อาจปฏิเสธได้ ขณะที่เขาเดินทางผ่านน่านน้ำแห่งอารมณ์ที่ไม่เคยสำรวจของชานไท

โดยมุ่งหวังที่จะทำความเข้าใจชั้นต่างๆ
ที่ซับซ้อนของการเชื่อมโยงระหว่างเธอกับเอลิซาเบธที่พัฒนาขึ้น

เมื่อวันเวลาผ่านไป ความอยากรู้ของเกาตัมก็ยิ่งเพิ่มมากขึ้น การสนทนากับกฤษณะและลิซ รวมถึงสังเกตอย่างรอบคอบ
กลายมาเป็นเครื่องมือที่เขาใช้ค้นหาวิธีคลี่คลายปริศนาที่เกี่ยวข้องกับพฤติกรรมที่เปลี่ยนไปของชานไท รายละเอียดเล็กๆ น้อยๆ ที่ไม่มีใครสังเกตเห็นกลายมาเป็นจุดสนใจของ Gautam ขณะที่เขาเริ่มภารกิจเพื่อทำความเข้าใจถึงความลึกซึ้งและความสำคัญของพันธะที่ก่อตัวขึ้นระหว่าง Shantai และ Elizabeth

หลังจากรับประทานอาหารเช้าอย่างมีส่วนร่วมแล้ว
กฤษณะและลิซก็ตระหนักอย่างเฉียบแหลมถึงความจำเป็นในการมีความเป็นส่วนตัวสำหรับเกาตัมและ ชานไต เห็นได้ชัดว่าคู่สามีภรรยาสูงอายุต้องใช้เวลาในการเตรียมตัวสำหรับทัวร์สั้นๆ ที่จะถึงนี้กับคู่หนุ่มสาวไปยังสถานที่ท่องเที่ยวชื่อดัง จากนั้นจึงรับประทานอาหารกลางวันร่วมกัน เพื่อแสดงให้เห็นถึงความใส่ใจ กฤษณะได้เริ่มบทสนทนากับลิซ โดยวางแผนว่าจะสื่อสารอย่างนุ่มนวลถึงความตั้งใจของพวกเขาในการให้พื้นที่แก่เกาตัมและชานไตอย่างไร

พระกฤษณะทรงฉวยโอกาสและเข้าไปหาชานไตและโคตัมอย่างสุภาพ
โดยแสดงถึงความปรารถนาของคู่รักหนุ่มสาวที่ต้องการให้พวกเธอได้ใช้เวลาร่วมกันโดยไม่มีใครรบกวน "แม่" กฤษณะเริ่มพูด "พวกคุณทั้งสองสามารถเตรียมตัวออกไปข้างนอกได้แล้ว เพราะเราตัดสินใจกันแล้ว" ในขณะเดียวกัน ลิซกับฉันก็อยากจะซื้อของเล็กๆ น้อยๆ จากร้านชื่อดังใกล้ๆ นี้ อาจใช้เวลานานประมาณหนึ่งชั่วโมง จึงขออภัยด้วย แล้วเราจะดำเนินการต่อไหม?
คำขอที่เอาใจใส่ที่มุ่งหวังที่จะให้คู่สามีภรรยาสูงอายุมีความเป็นส่วนตัวที่พวกเขาต้องการในการเตรียมตัวของพวกเขา

ชานไต ผู้เปี่ยมล้นด้วยพระคุณและความเข้าใจ ได้ตอบรับในนามของตนเองและโคตัมว่า "แน่นอน คุณทำได้ที่รัก" ค่อยๆเป็นค่อยๆไป เราไม่รีบ เกาตัมเห็นด้วยและพยักหน้าเพื่อยืนยันการอนุมัติแผนของคู่รักหนุ่มสาวนี้ เมื่อได้รับอนุญาตแล้ว กฤษณะและลิซก็ขอตัวออกไปอย่างสง่างาม โดยปล่อยให้เกาตัมและชานไตทำหน้าที่แทน

ขณะที่กฤษณะและลิซออกเดินทางท่องเที่ยวระยะสั้น
เกาตัมก็พบว่าตนยังมีโอกาสที่จะจัดการกับความอยากรู้ที่ยังคงมีอยู่เกี่ยวกับการเปลี่ยนแปลงพฤติกรรมของชานไท
เขาตัดสินใจว่าช่วงเวลาส่วนตัวนี้จะเป็นโอกาสที่ดีในการสนทนาอย่างจริงใจกับภรรยาที่รักของเขา
อากาศเต็มไปด้วยความคาดหวังในขณะที่ Gautam พิจารณาถึงการสำรวจที่ละเอียดอ่อนเกี่ยวกับความกังวลของเขา

ในระหว่างที่การสนทนาดำเนินไปอย่างเงียบสงบ เกาตัมได้พูดคุยเรื่องนี้กับชานไตอย่างนุ่มนวล
บทสนทนาดำเนินไปด้วยความอ่อนโยนและความจริงใจ
ขณะที่เกาตัมพยายามทำความเข้าใจถึงเหตุผลเบื้องหลังความใกล้ชิดและการดูแลที่พบใหม่ที่ชานไทแสดงต่อเอลิซาเบธ บรรยากาศกลายเป็นผืนผ้าใบสำหรับการสื่อสารอย่างตรงไปตรงมา
ซึ่งการสอบถามของ Gautam ได้รับการตอบสนองด้วยการเปิดเผยความจริงใจของ Shantai

เมื่อบทสนทนาดำเนินไป
เกาตัมก็ได้ค้นพบอารมณ์และประสบการณ์หลายชั้นที่ส่งผลต่อพฤติกรรมที่เปลี่ยนแปลงไปของชานไท
การแลกเปลี่ยนกันครั้งนี้กลายเป็นการสำรวจการเดินทางร่วมกันอันน่าประทับใจของพวกเขา
และทำให้ความเข้าใจระหว่างสามีและภรรยาลึกซึ้งยิ่งขึ้น
ภายใต้ฉากหลังของการเชื่อมต่อที่พัฒนาขึ้นของพวกเขา
ห้องชุดนี้เป็นพยานของการสนทนาที่มีความหมายซึ่งข้ามผ่านความอยากรู้เพียงอย่างเดียว
ส่งเสริมให้เกิดความรู้สึกใกล้ชิดและความเข้าใจซึ่งกันและกันที่เกิดขึ้นใหม่

ในช่วงเวลาอันเงียบสงบที่ตามมา
เกาตัมพบว่าตัวเองกำลังไตร่ตรองถึงธรรมชาติของความสัมพันธ์และความสามารถในการเปลี่ยนแปลง
ที่มีอยู่ภายในแต่ละบุคคล พลวัตที่เกิดขึ้นระหว่าง Shantai และ Elizabeth
กลายมาเป็นผืนผ้าใบที่เขาใช้วาดภาพสะท้อนถึงความสัมพันธ์ของมนุษย์ ความยืดหยุ่น
และศักยภาพในการสร้างประสบการณ์ที่เปลี่ยนแปลงชีวิตในสถานการณ์ที่คาดไม่ถึงที่สุด
อาหารเช้าที่เริ่มเป็นอาหารประจำวันได้กลายมาเป็นภาพแห่งความอยากรู้อยากเห็นและการทบทวนตนเอง ทำให้เกาตัมตั้งหน้าตั้งตารอการเปิดเผยสิ่งต่างๆ ที่รออยู่ในอีกไม่กี่วันข้างหน้า

ชานไทซึ่งเต็มไปด้วยความกระตือรือร้น ได้เก็บความลับที่เธออยากจะแบ่งปันกับเธอไว้ ที่รัก สามีโคตม. การเปิดเผยนี้เกี่ยวข้องกับการแต่งงานอย่างไม่คาดฝันระหว่างพระกฤษณะ ลูกชายของพวกเขา และลิซ คู่หูของเขา แม้ว่า Shantai จะมีความกระตือรือร้น
แต่เธอก็ได้อดทนรอเวลาที่เหมาะสมและโอกาสที่เหมาะสมเพื่อเปิดเผยข่าวสำคัญนี้ให้ Gautam ทราบ

เมื่อถึงเวลาอันสมควร ชานไทไม่อาจระงับความตื่นเต้นไว้ได้อีกต่อไป และได้แบ่งปันข่าวที่น่าประหลาดใจเกี่ยวกับการแต่งงานแบบลับๆ ของกฤษณะและลิซ เกาตัม ซึ่งเป็นนักธุรกิจผู้มากประสบการณ์และมีบุคลิกสงบ ยังคงรักษาความสงบโดยจ้องมองด้วยความประหลาดใจแต่ก็ครุ่นคิดตอบกลับ ธรรมชาติที่ไม่คาดคิดของการเปิดเผยทำให้เขาตกตะลึงชั่วขณะ แต่ความรู้สึกยินดีและการยอมรับอันละเอียดอ่อนก็เริ่มปรากฏขึ้น

โดยมีลักษณะที่รอบคอบและรอบคอบ เกาตัมเริ่มแสดงความรู้สึกของเขา ปฏิกิริยาเริ่มแรกของเขาเต็มไปด้วยความประหลาดใจ แต่ประสบการณ์และไหวพริบของเขาทำให้เขาสามารถประมวลผลข่าวด้วยท่าทีที่สงบ เขาพูดช้าๆ ราวกับพูดกับตัวเองและยอมรับว่า "โอ้! มันแปลกนะ แต่ฉันเดาว่าพวกเขาคงสนิทกันและอีกไม่นานพวกเขาคงจะขออนุญาตแต่งงานกับเรา" แม้ว่าการเปิดเผยนี้จะมีลักษณะที่ไม่คาดคิด แต่ถ้อยคำของ Gautam ก็แสดงให้เห็นถึงความเข้าใจและการมองการณ์ไกล

เกาตามยังได้แบ่งปันความชื่นชมที่เขามีต่อลิซ โดยบรรยายว่าเธอเป็นบุคคลที่ "น่ารัก ฉลาด และไม่ธรรมดา" เขาแสดงความมั่นใจว่าคุณสมบัติของลิซจะส่งผลให้พระกฤษณะมีความสุขตลอดชีวิตที่พวกเขาอยู่ด้วยกัน ขณะที่รับทราบถึงธรรมชาติที่ไม่คาดคิดของข่าวนี้ เกาตัมก็ทำให้ชานไทมั่นใจว่าเขามีความสุขและเชื่อมโยงความสุขของเขากับความสุขของตัวเธอเอง ขณะที่ความรู้สึกของเขาเปิดเผยออกมา รอยยิ้มจริงใจก็เริ่มปรากฏบนใบหน้าของ Gautam สะท้อนให้เห็นถึงความเป็นบวกและการยอมรับที่เขามีต่อการรวมตัวกัน

บรรยากาศเปลี่ยนจากความประหลาดใจเป็นความอบอุ่นเมื่อความสุขของเกาตัมปรากฏออกมาไม่เพียงแต่ในคำพูดเท่านั้น แต่ยังรวมถึงท่าทางของเขาด้วย เขาแสดงท่าทีที่เป็นบวกอย่างเห็นได้ชัดและกอดชานไทอย่างจริงใจ ทำให้พวกเขามีความสุขและยอมรับบทใหม่ในชีวิตครอบครัวนี้ร่วมกัน ห้องชุดได้เห็นช่วงเวลาของความเข้าใจ การยอมรับ และการโอบกอดกันของครอบครัว เมื่อข่าวการแต่งงานแบบลับๆ ของกฤษณะและลิซ ทำให้เกาตัมและชานไทมีความสุขร่วมกัน

เมื่อเกาตัม เซธ ทราบเรื่องการแต่งงานลับๆ ของพระกฤษณะ บุตรชายคนเดียวของเขา เขาก็แสดงให้เห็นถึงความเข้าใจและความสุขอย่างลึกซึ้งที่เหนือกว่าความคาดหวังจากพ่อแม่ทั่วๆ ไป เขาได้อภัยให้ทั้งคู่ด้วยความจริงใจที่ไม่ได้แจ้งให้เขาทราบก่อนล่วงหน้า

โดยตระหนักถึงความสำคัญของการแต่งงานของพวกเขา แทนที่จะมุ่งเน้นไปที่การไม่ได้แจ้งล่วงหน้า Gautam
กลับใช้ความกระตือรือร้นของเขาในการวางแผนจัดงานเลี้ยงต้อนรับสุดยิ่งใหญ่ที่บ้านเกิดของพวกเขาเมื่อทั้งคู่กลับมา

ข่าวนี้พลิกผันอย่างไม่คาดฝันเมื่อเกาตัมได้รับการเปิดเผยที่น่ายินดีว่าลิซ ลูกสะใภ้ของเขาตั้งครรภ์ การรู้ว่าอีกไม่นานเขาจะได้เป็นปู่ทำให้เขามีความสุขและภาคภูมิใจมากขึ้น ขณะที่เขากำลังคิดถึงการมาถึงของสมาชิกใหม่ของครอบครัว ความคิดของ Gautam ก็หันไปที่การเฉลิมฉลองโอกาสสำคัญครั้งนี้

อย่างไรก็ตาม โอกาสที่จะจัดงานปาร์ตี้คึกคักที่บ้านเริ่มไม่แน่นอนเนื่องจากลิซตั้งครรภ์ พระโคตมไม่หวั่นไหวและมุ่งความสนใจไปที่ข่าวที่น่ายินดีเกี่ยวกับทายาทที่ได้รับทรัพย์สินมหาศาลของเขา ด้วยหัวใจที่เต็มไปด้วยความสุข เขาจินตนาการที่จะฉลองบทที่สำคัญนี้ในชีวิตครอบครัวกับพระกฤษณะและลิซในบรรยากาศที่เป็นส่วนตัวมากขึ้น

Gautam
เป็นฝ่ายริเริ่มและเข้าไปหาฝ่ายจัดการของโรงแรมเพื่อแสดงความปรารถนาที่จะสร้างบรรยากาศพิเศษและเฉลิมฉลองให้กับคู่รักที่กลับมาอีกครั้ง
เขาขอให้ตกแต่งห้องชุดของพวกเขาด้วยบรรยากาศของความอบอุ่นและความรัก โดยตั้งใจให้กฤษณะและลิซรู้สึกถึงความรักอันแท้จริง นอกจากนี้ Gautam ยังตัดสินใจสั่งเค้กรสเลิศจากเบเกอรี่ของโรงแรม
เพื่อเน้นย้ำถึงความสำคัญของการร่วมฉลองโอกาสนี้ด้วยความหวานและความสุข

ในขณะที่ Gautam รอคอยการกลับมาของคู่รักที่ออกไปซื้อของในท้องถิ่นอย่างอดทน พนักงานโรงแรมก็ทำงานอย่างขยันขันแข็งในการเปลี่ยนห้องชุดของพวกเขาให้กลายเป็นสถานที่แห่งความรักและการเฉลิมฉลอง ทุกรายละเอียดได้รับการพิจารณาอย่างรอบคอบ ตั้งแต่การเลือกตกแต่งไปจนถึงการออกแบบเค้กที่วิจิตรบรรจง ซึ่งล้วนสะท้อนให้เห็นถึงความรักอันลึกซึ้งและความใกล้ชิดที่ Gautam มีต่อลูกชายและลูกสะใภ้ของเขา
ห้องชุดซึ่งประดับประดาด้วยความใส่ใจเป็นเครื่องพิสูจน์ถึงความคาดหวังและความอบอุ่นที่รออยู่ของ Krishna และ Liz เมื่อพวกเขากลับมา

ในช่วงเวลาแห่งการคาดหวังอันน่ายินดีนี้ เกาตัมรู้สึกยินดีกับการต้อนรับรุ่นใหม่เข้ามาสู่ครอบครัว การกระทำของเขาซึ่งขับเคลื่อนด้วยความรักและความปรารถนาที่จะสร้างความทรงจำที่ยั่งยืนแสดงให้เห็นถึงความมุ่งมั่นอย่างลึกซึ้งของเขาในการเฉลิมฉลองเหตุการณ์สำคัญต่างๆ ที่กำหนดการเดินทางของครอบครัวของพวกเขา ในขณะที่ทั้งคู่เดินทางกลับจากการสำรวจในท้องถิ่น พวกเขากำลังจะก้าวเข้าสู่ความอบอุ่น ความประหลาดใจ และความสุขร่วมกัน ซึ่งได้รับการสร้างขึ้นอย่างพิถีพิถันโดยผู้เป็นพ่อที่กระตือรือร้นที่จะรับรู้ถึงบทต่างๆ ที่เปลี่ยนไปของเรื่องราวของครอบครัวของเขา

หนึ่งชั่วโมงผ่านไปอย่างรวดเร็วราวกับไม่กี่นาที ซึ่งระหว่างนั้น ฝ่ายจัดการของโรงแรมก็ดำเนินการตามภารกิจที่แขกผู้มีเกียรติ เกาตัม เซธ มอบหมายให้อย่างขยันขันแข็ง บรรยากาศได้รับการสร้างสรรค์อย่างพิถีพิถันตามความปรารถนาของ Gautam เพื่อสร้างบรรยากาศสำหรับการเฉลิมฉลองที่กำลังจะมาถึง ห้องชุดซึ่งตกแต่งอย่างประณีตและประณีตรอคอยการมาถึงของคู่รักหนุ่มสาว พระกฤษณะและลิซ ซึ่งไม่รู้ตัวถึงการเตรียมการที่เอาใจใส่ที่จัดขึ้นเพื่อเป็นเกียรติแก่พวกเขา

ในขณะที่กำลังดำเนินการเปลี่ยนแปลงขั้นสุดท้าย พนักงานของโรงแรมก็ดำเนินการตกแต่งให้เสร็จสมบูรณ์อย่างมีประสิทธิภาพ โดยมั่นใจว่าทุกรายละเอียดตรงตามมาตรฐานที่ Gautam ผู้พิถีพิถันคาดหวังไว้ บรรยากาศภายในห้องชุดเต็มไปด้วยความคาดหวัง ขณะที่พื้นที่สำหรับครอบครัวถูกเปลี่ยนเป็นสถานที่พักผ่อนอันอบอุ่นและการเฉลิมฉลอง

คู่รักหนุ่มสาว กฤษณะ และลิซ มาถึงช้ากว่างานตกแต่งเสร็จเล็กน้อย เมื่อพวกเขาเข้าไปในห้องชุด พวกเขาก็ได้พบกับความรักและความเสน่หาที่ทั้ง Shantai และ Gautam มอบให้พวกเขา ความตกใจที่จับต้องได้บนใบหน้าของพวกเขาได้เปลี่ยนเป็นความรู้สึกตระหนักและยินดีอย่างรวดเร็ว เห็นได้ชัดว่าข่าวดีเรื่องการตั้งครรภ์ของลิซได้ถูกแบ่งปันให้เกาตัมทราบ ซึ่งเกาตัมเองก็ยอมรับข่าวดีนี้ด้วยความกระตือรือร้นอย่างไม่มีขอบเขต

บรรยากาศภายในห้องชุดเต็มไปด้วยความสุข สร้างบรรยากาศแห่งความสุขอย่างแท้จริง ความรักและการยอมรับที่แผ่ออกมาจาก Gautam และ Shantai ทำให้คู่รักหนุ่มสาวคู่นี้หมดความกังวลใดๆ ที่พวกเขาอาจมี การเฉลิมฉลองอย่างแท้จริงที่เกิดขึ้นตามมา ซึ่งมีจุดเด่นคือการตัดเค้กที่จัดไว้อย่างสวยงาม กลายมาเป็นสัญลักษณ์ของความสามัคคีในครอบครัว และความคาดหวังร่วมกันสำหรับการมาถึงของสมาชิกใหม่ในครอบครัว

ความสัมพันธ์ในครอบครัวแข็งแกร่งขึ้นเมื่อเสียงหัวเราะดังก้องไปทั่วห้องชุด และการสบตากันก็บ่งบอกถึงความสุขและการยอมรับที่แบ่งปันกัน การเฉลิมฉลองเล็กๆ แต่มีความหมายนี้สะท้อนถึงความอบอุ่นในครอบครัว โดยทิ้งความไม่แน่นอนใดๆ ไว้ข้างหลังและเริ่มต้นบทใหม่ในเส้นทางของครอบครัวด้วยความรักและความมีชีวิตชีวา ห้องชุดซึ่งครั้งหนึ่งเคยเป็นผืนผ้าใบแห่งการรอคอย ตอนนี้ได้กลายมาเป็นพยานของการเฉลิมฉลองที่เหนือกว่าการตกแต่งและอาหารจานเลิศ และกลายเป็นความทรงจำอันน่าประทับใจที่ตราตรึงอยู่ในใจของทุกคนที่เข้าร่วม

วันเวลาที่ผ่านไปในครอบครัวเซธดำเนินไปอย่างรวดเร็ว ดูเหมือนจะท้าทายเสียงการติ๊กต๊อกของนาฬิกา การปรากฏกายอันเจิดจ้าของเอลิซาเบธเป็นแหล่งที่มาของความสุขมหาศาลสำหรับทั้งเกาตัมและชานไต ในช่วงเวลาอันสั้นเหล่านั้น เธอได้กลายเป็นส่วนหนึ่งที่ไม่อาจแยกออกจากชีวิตของพวกเขาได้ ทอสายสัมพันธ์แห่งความรักและความอบอุ่นที่ทิ้งรอยประทับที่ลบไม่ออกไว้ในหัวใจของพวกเขา

เอลิซาเบธ หรือที่คนมักเรียกเธอด้วยความรักว่า ลิซ โอบกอดญาติพี่น้องสามีหรือภรรยาที่เธอรักด้วยอ้อมแขนเปิดกว้าง ที่อยู่อาศัยของครอบครัวที่สะท้อนด้วยเสียงหัวเราะและช่วงเวลาแห่งการแบ่งปันสร้าง แหล่งหลบภัยของความรักที่หยุดเวลาเอาไว้ คู่สามีภรรยาสูงอายุตระกูลเซธ คือ เกาตัม และชานไท ไม่เต็มใจที่จะปล่อยให้เอลิซาเบธอยู่ห่างจากพวกเขาไป โดยเพลิดเพลินกับทุกช่วงเวลาอันมีค่าที่ใช้ร่วมกัน

เมื่อวันออกเดินทางใกล้เข้ามา ลิซทำหน้าที่เป็นเพื่อนที่คอยดูแลคอยดูแลความสะดวกสบายของเกาตัมและชานไตในขณะที่พวกเขากำลังเตรียมตัวเดินทางกลับอินเดีย เที่ยวบินของสายการบินแปซิฟิกแอร์ไลน์จะออกเดินทางในช่วงดึกจากสนามบินนานาชาติจอห์น เอฟ. เคนเนดี ลิซดูแลความต้องการของคู่สามีภรรยาสูงอายุตลอดทั้งวันด้วยความทุ่มเทอย่างไม่ลดละ และให้แน่ใจว่าทั้งคู่ได้พักผ่อนเพียงพอเพื่อเตรียมพร้อมสำหรับการเดินทางที่กำลังจะมาถึง

การบรรจุและเตรียมการกลายเป็นประเด็นสำคัญของวันนี้ โดยดำเนินการด้วยความเอาใจใส่อย่างพิถีพิถันเพื่อให้มั่นใจว่าครอบครัวเซธผู้สูงวัยจะได้รับประสบการณ์การเดินทางที่แสนสบาย อากาศเต็มไปด้วยความคาดหวังผสมกับความเศร้าโศก เนื่องจากการแยกจากกันที่ใกล้จะเกิดขึ้นกดดันหัวใจของทั้งสมาชิกในครอบครัวที่เป็นเด็กและผู้สูงอายุ

ในที่สุดก็ถึงเวลาที่ Krishna และ Liz จะต้องอำลา Gautam และ Shantai ที่สนามบิน แลกเปลี่ยนคำมั่นสัญญาที่จะกลับมารวมตัวกันอีกครั้งในอินเดียหลังจากเสร็จสิ้นโครงการฝึกงานและพิธีรับปริญญาครั้งสุดท้าย

คู่รักหนุ่มสาวคู่นี้ให้คำมั่นว่าจะย้ายไปอยู่กับครอบครัวสามีของตนทันทีที่ภาระทางการศึกษาของพวกเขาเอื้ออำนวย

ท่ามกลางการอำลาที่จริงใจและคำมั่นสัญญาถึงการกลับมาพบกันอีกครั้งในอนาคต คู่สามีภรรยาเซธผู้เป็นรุ่นพี่ เกาตัม และชานไท ก็มุ่งหน้าไปยังห้องรับรองวีไอพี เจ้าหน้าที่สนามบินได้ให้คำแนะนำและดูแลผู้โดยสารอย่างดีที่สุดจนกระทั่งถึงเวลาออกเดินทางของเครื่องบิน บรรยากาศของห้องรับรองเต็มไปด้วยอารมณ์ต่างๆ ที่หลากหลาย ทั้งความหวัง ความรัก และความเศร้าโศกจากการยอมรับถึงการแยกทางที่ใกล้จะเกิดขึ้น

ในขณะที่พวกเขาขึ้นเครื่องบินตามกำหนดเวลา
ทั้งคู่สามีภรรยาเซธที่ยังเด็กและคู่สามีภรรยาสูงอายุต่างก็ไม่สามารถคาดเดาถึงความพลิกผันของชะตากรรมที่รอพวกเขาอยู่ได้ พวกเขาแทบไม่รู้ว่าอนาคตจะมีอุปสรรคที่ไม่คาดคิดเกิดขึ้น
ซึ่งพร้อมที่จะเปลี่ยนแปลงเส้นทางชีวิตและความฝันของพวกเขา
สนามบินที่มีกิจกรรมพลุกพล่านเป็นพยานถึงบทสรุปของบทหนึ่ง
ในขณะที่หน้าต่อไปของการเดินทางยังคงไม่ได้รับการเขียนขึ้น
โดยถูกปกปิดไว้ภายใต้ความไม่แน่นอนของเวลาที่รออยู่ข้างหน้า

5. "การกลับบ้านครั้งยิ่งใหญ่:
การเดินทางแห่งการคาดหวังและการสูญเสีย"

ที่อยู่อาศัยอันโอ่อ่าที่ตั้งอยู่ในย่านที่ร่ำรวยแห่งหนึ่งของมุมไบมีบรรยากาศของความยิ่งใหญ่
ภายนอกตกแต่งด้วยดอกไม้สีสันสดใสและของประดับไฟฟ้าที่จัดวางอย่างพิถีพิถัน
ที่พักอันหรูหราแห่งนี้รอคอยการกลับมาของเจ้าของอันทรงเกียรติอย่าง Gautam Seth และ Shantai
Seth โดยมีกำหนดเดินทางมาถึงในเช้าตรู่ของวันถัดไป
ความคาดหวังที่รายล้อมการกลับมาของพวกเขานั้นชัดเจนมากขึ้น
โดยมีการวางแผนอย่างพิถีพิถันสำหรับการกลับบ้านอันยิ่งใหญ่ของพวกเขา

คู่รักเซธเดินทางผ่านมหาสมุทรแปซิฟิกอันกว้างใหญ่
และถูกกำหนดให้ลงจากเครื่องบินที่สนามบินนานาชาติอินทิรา คานธีอันทรงเกียรติในมุมไบ
สอดคล้องกับลักษณะความตรงต่อเวลาของสายการบิน Pacific International Air Lines
เที่ยวบินตามกำหนดการจากสหรัฐอเมริกาจะลงจอดได้อย่างสวยงามตามเวลาที่กำหนด
ซึ่งเป็นตัวอย่างของความแม่นยำและมีประสิทธิภาพ

หลังจากเสร็จสิ้นขั้นตอนการเดินทางมาถึงที่กำหนดแล้ว Gautam และ Shantai Seth
ก็ออกมาจากห้องรับรองผู้โดยสารขาเข้าภายใน 25 ถึง 30 นาทีหลังจากเครื่องลงจอด
การแสดงตัวอันสง่างามของพวกเขาทำให้บรรยากาศของความคาดหวังยิ่งโดดเด่นขึ้น
แม้ว่าจะได้รับสถานะ VIP ซึ่งสมกับฐานะชั้นธุรกิจของพวกเขา
แต่พวกเขาก็ยังคงเดินทางผ่านช่องแคบสีเขียวได้อย่างสง่างาม
โดยปฏิบัติตามพิธีการที่จำเป็นตามที่ทางการกำหนด

Babu คนขับรถผู้ภักดีของพวกเขายืนอยู่ในตำแหน่งเชิงกลยุทธ์ที่ทางออกของอาคารผู้โดยสารขาเข้า
โดยมีกรรมการหลายคนจากบริษัทอันทรงเกียรติของพวกเขาอยู่เคียงข้าง ผู้บริหารระดับสูง 3
ท่านได้แสดงความเคารพอย่างสูงด้วยการนำพวงมาลัยดอกไม้ประดิษฐ์ที่ตกแต่งอย่างสวยงามมามอบให้
เพื่อเตรียมโอบอุ้มผู้มาร่วมงานด้วยกลิ่นหอมอันอบอวล
คณะผู้บริหารที่รวมตัวกันแต่งกายให้เหมาะสมกับโอกาสต่างก็มีความกระตือรือร้นและมีความสุข
รอคอยการมาถึงของผู้นำที่พวกเขารักอย่างใจจดใจจ่อ

การต้อนรับที่พิถีพิถันนี้มีความสำคัญอย่างยิ่งและก้าวข้ามขอบเขตเดิมๆ ของความเหมาะสมทางอาชีพ คู่รักเซธซึ่งออกเดินทางเพื่อกลับมาพบกับลูกชายที่รอคอยมายาวนาน ได้รับการต้อนรับที่สะท้อนถึงความเคารพและความรักใคร่อย่างลึกซึ้งที่ผู้ใต้บังคับบัญชามีต่อพวกเขา การที่เกาตัมไปศึกษาที่อเมริกาตั้งแต่สมัยเรียนประจำจนกระทั่งเรียนจบ ทำให้เขาเป็นบุคคลที่โดดเด่น ผู้ที่ไม่ยอมเดินทางออกนอกอาณาเขตดินแดนต่างประเทศนับตั้งแต่สำเร็จการศึกษา การกลับมาอย่างมีชัยชนะครั้งนี้ไม่เพียงแต่เป็นสัญลักษณ์แห่งการกลับมาพบปะกับครอบครัวเท่านั้น แต่ยังเป็นเสมือนการกลับบ้านของผู้นำที่ก้าวหน้าในองค์กรด้วยความมุ่งมั่นอย่างไม่ลดละเพื่อความเป็นเลิศอีกด้วย

ในทางเดินที่ตกแต่งอย่างวิจิตรงดงามของบังกะโลที่ตกแต่งอย่างหรูหรา บรรยากาศเต็มไปด้วยความคาดหวังที่ผ่อนคลาย มหาเทว มามา พี่เขยที่น่านับถือของเกาตัม กำลังนอนเอนกายอยู่บนโซฟาที่นุ่มสบายอย่างหรูหรา โดยอยู่ในสภาวะสงบกึ่งมีสติ เป็นระยะๆ เขาจะตื่นจากอาการง่วงนอน โดยจ้องมองที่นาฬิกาข้อมือที่ดูเหมือนจะกำลังบอกเวลาอย่างเฉื่อยชา อย่างไรก็ตาม เข็มนาฬิกาดูเหมือนจะไม่เต็มใจที่จะเร่งความก้าวหน้าของพวกเขา ราวกับร่วมมือกันทำให้การมาถึงของคู่รักที่เคารพนับถือล่าช้า

ภายใต้พรมแดงหนาที่โอบล้อมชั่วคราวนั้น เหล่าคนรับใช้ที่ภักดีต่างนอนกระจัดกระจายอย่างสงบ การหลับใหลของพวกเขาแม้จะดูไม่เป็นระเบียบ แต่ก็ทำให้มีแนวโน้มว่าจะมีการระดมพลอย่างรวดเร็วเพื่ออำนวยความสะดวกให้กับมหาเดโอเซอร์ พนักงานที่ซื่อสัตย์เหล่านี้รอคอยการมาถึงของนายจ้างอันเป็นที่รักของพวกเขาในเร็วๆ นี้ และยึดมั่นในพันธกิจที่เหนือกว่าขอบเขตของการเป็นทาสธรรมดา จุดประสงค์ของพวกเขาชัดเจน นั่นคือการช่วยเหลือคู่รักที่เหนื่อยล้าเมื่อกลับมา โดยให้แน่ใจว่าจะเปลี่ยนผ่านจากความเหนื่อยล้าจากการเดินทางไปสู่ความสะดวกสบายที่คุ้นเคยที่บ้านได้อย่างราบรื่น

การหายตัวไปอย่างเห็นได้ชัดของ Shakuntala Mami ภรรยาของ Mahadeo และผู้ดูแลบ้านก็ไม่ได้ถูกมองข้ามเช่นกัน เธอได้พักผ่อนอย่างเต็มที่ภายในห้องนอนของเธอ และได้มอบหมายให้ผู้ช่วยแม่บ้านผู้ขยันขันแข็งดูแลบริเวณโดยรอบแทนเธอ คำสั่งชัดเจนของ Shakuntala Mami สะท้อนก้องไปทั่วห้องโถงศักดิ์สิทธิ์ ผู้ช่วยแม่บ้านต้องคอยระวัง และแจ้งให้เธอทราบทันทีเมื่อพบสัญญาณการเคลื่อนไหวภายนอก

มหาเทวมาม่าซึ่งตระหนักถึงความรับผิดชอบของตนก็ได้รับคำสั่งที่คล้ายคลึงกัน เขาเตรียมที่จะแจ้งให้ Shakuntala Mami ทราบทันทีที่ได้รับข่าวการมาถึงของคู่รัก Seth ในเร็วๆ นี้

โดยมีโทรศัพท์มือถือเป็นอาวุธ เวทีถูกจัดเตรียมไว้สำหรับการต้อนรับที่จัดเตรียมไว้อย่างดี โดยสมาชิกแต่ละคนในครอบครัวมีบทบาทสำคัญในการต้อนรับแขกกลับบ้านที่รอคอย

อย่างไรก็ตาม โชคชะตาได้กำหนดเหตุการณ์พลิกผันที่ไม่อาจคาดเดาได้ โดยที่คนในบ้านที่กำลังหลับอยู่ไม่รู้ว่ามีเรื่องราวดราม่าที่คาดไม่ถึงกำลังจะถูกเปิดเผย เรื่องราวนี้จะก้าวข้ามขอบเขตของกิจวัตรประจำวัน และผลักดันให้พวกเขาเข้าสู่ภาวะของการเฝ้ารออย่างตื่นตัว ซึ่งจะขยายออกไปไกลกว่าช่วงเวลาแรกของการกลับมาพบกันอีกครั้ง การมาถึงของคู่รักเซซที่ใกล้จะมาถึงนี้ไม่เพียงแต่เป็นสัญญาณการกลับมาของพวกเขาเท่านั้น แต่ยังเผยให้เห็นลำดับเหตุการณ์ที่ท้าทายความคาดหมาย ทำให้ทุกคนในบ้านอยู่ในสภาพกระสับกระส่ายและนอนไม่หลับเป็นเวลานาน ความระทึกใจของละครที่กำลังจะมาถึงปกคลุมไปด้วยเงาและความเงียบสงบของบังกะโลที่ตกแต่งอย่างประณีต ในขณะที่เข็มนาฬิกายังคงเดินหน้าอย่างช้าๆ ไปสู่โชคชะตา

เสียงระฆังอันไพเราะจากโทรศัพท์มือถือของ Mahadeo ดังขึ้นในอากาศ ทำลายความเงียบสงบที่โอบล้อมทางเดินที่หรูหราอย่างกะทันหัน ปลุกทุกคนให้ตื่นจากความคาดหวังอันเงียบสงบ มหาเทวะ มามะ ขยับเข้ามาใกล้ทันที ลุกขึ้นจากที่พักผ่อนอันแสนสบายอย่างรวดเร็ว พร้อมกับถืออุปกรณ์เรืองแสงไว้ในมือ จอแสดงผลดังกล่าวเผยให้เห็นสายเรียกเข้าจากบาบู คนขับรถประจำที่คอยแจ้งข่าวการมาถึงของเที่ยวบินในเร็วๆ นี้ เจ้านายที่เคารพนับถือกำลังเดินทางมาเพื่อรอต้อนรับที่ประตูทางเข้าที่ดินในไม่ช้านี้

Mahadeo Sir กระตือรือร้นที่จะแบ่งปันการเปิดเผยครั้งสำคัญนี้กับผู้ที่มาชุมนุม โดยมีอารมณ์ตื่นเต้นพุ่งพล่านไปในอากาศ ในคำประกาศอันเด็ดขาดเขากำชับทุกคนที่ได้ยินให้เฝ้าระวังสูงสุด ประสาทสัมผัสของพวกเขาเตรียมพร้อมสำหรับการมาถึงของคู่รักที่น่านับถือคู่นี้ บรรยากาศในบริเวณทางเดินที่ครั้งหนึ่งเคยเต็มไปด้วยความคาดหวังในระดับหนึ่ง ตอนนี้กลับเต็มไปด้วยความเร่งด่วนและความคาดหวังที่เพิ่มมากขึ้น

แม้เวลาจะล่วงเลยมานานมากแล้ว แต่มหาเทวะ เซอร์ ก็ยังยื่นมือออกไปหาศกุนตลา ภรรยาของเขาด้วยท่าทางกระตือรือร้น เสียงโทรศัพท์ดังลั่นจนเธอแทบหลับไม่ลง แต่ข่าวนี้ทำให้เธอฟื้นจากอาการง่วงนอน ความมีชีวิตชีวาที่เกิดขึ้นใหม่แผ่ออกมาจากน้ำเสียงของเธอ ขณะที่เธอแสดงความกระตือรือร้นที่จะเข้าร่วมงานเลี้ยงต้อนรับและแสดงการต้อนรับอย่างอบอุ่นต่อญาติสนิทของเธอ โดยไม่เสียเวลาสักนาทีเดียว

เธอเริ่มโทรหาผู้ช่วยแม่บ้านที่ปฏิบัติหน้าที่ของเธอหลายครั้ง เพื่อสั่งให้พวกเขาเตรียมตัวสำหรับการกลับมาในเร็วๆ นี้ของคู่สามีภรรยาเซธ

โดยที่คนในบ้านไม่ทราบว่าขั้นตอนที่ซับซ้อนที่สนามบินทำให้ทราบว่าการมาถึงจริงจะล่าช้า ซึ่งอาจทำให้ต้องรอนานเพิ่มอีกหนึ่งหรือสองชั่วโมง ความรู้สึกเร่งด่วนซึ่งเจือด้วยความหงุดหงิดเล็กน้อยแทรกซึมไปในบรรยากาศ ในขณะที่ผู้ที่อยู่ในทางเดินเตรียมตัวรับมือกับละครที่กำลังจะเกิดขึ้น เป็นเวลาแห่งการเฝ้ารออย่างระแวดระวัง โดยที่เข็มนาฬิกาเหมือนจะเดินอย่างช้าๆ อย่างทรมาน โดยแต่ละขณะเต็มไปด้วยคำสัญญาถึงการกลับมาพบกันอีกครั้งที่รอคอยมายาวนาน ที่ดินซึ่งประดับประดาด้วยของตกแต่งอันวิจิตรงดงามเป็นพยานเงียบๆ ต่อเรื่องราวที่เกิดขึ้น ในขณะที่ผู้อยู่อาศัยเตรียมตัวสำหรับการมาถึงที่ใกล้จะมาถึง ซึ่งเป็นจุดสุดยอดของการรอคอยอย่างใจจดใจจ่อและความคาดหวังอย่างแรงกล้าตลอดค่ำคืน

ในช่วงเวลาแห่งการรอคอยอันยาวนานนั้น เวลาผ่านไปอย่างช้าๆ และทรมาน สร้างความรู้สึกเบื่อหน่ายให้ผู้ที่อยู่ในบังกะโล บรรยากาศที่ครั้งหนึ่งเคยเต็มไปด้วยความคาดหวังอย่างกระตือรือร้น ตอนนี้กลับกลายเป็นการรอคอยอันน่าเบื่อหน่ายที่กระตุ้นความอดทนของทุกคนที่อยู่ที่นั่น เมื่อความเบื่อหน่ายคลี่คลายลงราวกับผ้าคลุมที่หนาทึบ เสียงนาฬิกาที่เดินเป็นจังหวะก็สะท้อนถึงความกระสับกระส่ายร่วมกันที่แพร่กระจายไปทั่วบริเวณรอบข้างที่หรูหรา

โทรศัพท์มือถือของ Mahadeo Mama ดังขึ้นอีกครั้งพร้อมกับเสียงสะเทือนใจ คราวนี้เป็นการแจ้งเตือนว่ามีสายเข้าจากผู้อำนวยการอาวุโส Shah Sir ซึ่งเป็นบุคคลสำคัญที่เดินทางมากับคู่รัก VIP ในรถคันอีกคันหนึ่ง มหาเทว มาม่า ทราบถึงความเร่งด่วนของการเรียก จึงตอบรับด้วยท่าทีร่าเริง คาดหวังว่าจะมีสัญญาณเตือนที่บอกถึงการมาถึงของปรมาจารย์ผู้ทรงเกียรติในเร็วๆ นี้ อย่างไรก็ตาม ความมองโลกในแง่ดีในช่วงแรกก็สลายไปอย่างรวดเร็ว และถูกแทนที่ด้วยความจริงจังที่เพิ่มมากขึ้น ซึ่งปรากฏให้เห็นในริ้วรอยที่ปรากฏบนใบหน้าของเขา

เมื่อบทสนทนาดำเนินไป ประกายในดวงตาของ Mahadeo Mama ก็ค่อยๆ จางลง ท่าทีที่ครั้งหนึ่งเคยมีชีวิตชีวาของเขาเปลี่ยนเป็นสีหน้าเคร่งขรึม เขารับสายโทรศัพท์ด้วยใจที่หนักอึ้ง โดยพยายามซ่อนเสียงที่แหบพร่าซึ่งดูเหมือนจะบ่งบอกถึงความทุกข์ใจที่เขามีอยู่ในตอนนี้ เมื่อข่าวนี้ยุติลง เขาก็รู้สึกท้อแท้และเสียใจอย่างมาก ด้วยมือที่สั่นเทา

เขาปล่อยให้โทรศัพท์มือถือหลุดจากมือของเขา เสียงของมันกระทบกับพื้น สะท้อนถึงความร้ายแรงของการเปิดเผยนี้

ในความพยายามอย่างสุดความสามารถที่จะแบ่งปันข่าวที่น่าสลดใจนี้ มหาเทว มาม่า ได้รวบรวมความเข้มแข็งเพื่อเรียกหาศกุนตาลา ภรรยาของเขา ความเร่งด่วนและความเศร้าโศกในเสียงของเขาชัดเจนมาก และเมื่อรับรู้ถึงโศกนาฏกรรมที่กำลังจะเกิดขึ้น ศกุนตลาก็รีบวิ่งออกไปข้างนอก ดวงตาของเธอแสดงออกถึงความกังวลและความกลัวที่ปะปนกัน ถ้อยคำที่ตามมาทิ่มแทงเข้าไปในอากาศด้วยความคมคายอันโหดร้าย – โชคชะตาในธรรมชาติที่เอาแน่เอานอนไม่ได้ได้โจมตีอย่างรุนแรง ยานพาหนะที่บรรทุก ปรมาจารย์ได้ประสบอุบัติเหตุร้ายแรงระหว่างทาง ซึ่งเป็นภัยพิบัติที่ไม่อาจคาดการณ์ได้และขณะนี้พวกเขาอยู่ภายใต้การดูแลของโรงพยาบาลใกล้เคียงและมีตำรวจสายตรวจคอยจับตามองอย่างใกล้ชิด

เมื่อสถานการณ์ตึงเครียดมากขึ้น หัวใจของศกุนตลาก็จมลง และดวงตาของเธอก็มีน้ำตาคลอ ด้วยความมุ่งมั่นอย่างแน่วแน่ มหาเทวะได้เรียกรถอย่างเร่งด่วน โดยเจตนาของเขาชัดเจน นั่นคือ รีบไปโรงพยาบาลเพื่ออยู่เคียงข้างน้องสาวและพี่เขยที่เขารักในยามที่พวกเขาต้องการความช่วยเหลืออย่างยิ่ง บ้านพักตากอากาศที่ครั้งหนึ่งเคยประดับประดาอย่างวิจิตรงดงามและรื่นเริง ตอนนี้กลายเป็นพยานเงียบๆ ต่อการเปลี่ยนแปลงกะทันหันของโชคชะตา ผนังของบ้านสะท้อนเสียงร้องของความทุกข์ทรมานและความไม่เชื่อที่ก้องอยู่ภายใน ความยิ่งใหญ่ที่เคยประดับประดาบริเวณโดยรอบนั้นบัดนี้จางหายไปเป็นพื้นหลัง ถูกบดบังด้วยความเป็นจริงอันโหดร้ายของโศกนาฏกรรมที่ไม่อาจคาดการณ์ได้ซึ่งเกิดขึ้นกับปรมาจารย์ผู้สูงศักดิ์ โดยสร้างเงาที่มืดมิดเป็นแนวยาวเหนือบรรยากาศการเฉลิมฉลองในอดีต

ภายใต้ความโศกเศร้าอันหนักหน่วง มหาเทวะ มามะ และศกุนตลา ซึ่งเต็มไปด้วยความวิตกกังวล ได้เดินทางมาถึงโรงพยาบาลที่กำหนด สถานการณ์เลวร้ายยิ่งขึ้นเมื่อพวกเขาพบว่า Gautam, Shantai และ Babu คนขับรถผู้ซื่อสัตย์ของพวกเขา ตกอยู่ในสภาวะหมดสติจากอุบัติเหตุร้ายแรง ความจริงอันน่าสลดใจของเหตุการณ์นี้ปรากฏให้เห็นอย่างชัดเจน - Babu และ Gautam Seth เสียชีวิตจากอาการบาดเจ็บในที่เกิดเหตุ

การสูญเสียกะทันหันนี้ โดยเฉพาะการเสียชีวิตของเกาตัม ผู้เป็นหัวหน้าครอบครัวและผู้มีวิสัยทัศน์เบื้องหลังอุตสาหกรรมที่มีชื่อเสียง สร้างความตกตะลึงไปทั่วทั้งพนักงาน ความเศร้าโศกนั้นจับต้องได้ชัดเจน ทำให้บ้านพักที่เคยเต็มไปด้วยความคาดหวังอันแสนสุขดูมืดมนลง

การโจมตีครั้งนี้ไม่เพียงแต่เป็นเรื่องส่วนตัวเท่านั้น แต่ยังส่งผลต่อวิชาชีพต่างๆ ที่ Gautam ได้สั่งสมมาตลอดหลายปีที่ผ่านมาอีกด้วย

ท่ามกลางความโศกเศร้าเสียใจของผู้คน ความสนใจมุ่งไปที่ความกังวลเร่งด่วนทันที นั่นก็คือความเป็นอยู่ที่ดีของนางชานไท บรรยากาศในบ้านที่ครั้งหนึ่งเคยคึกคักและคึกคัก ตอนนี้กลับกลายเป็นบรรยากาศแห่งความไม่แน่นอน เนื่องจากเจ้าหน้าที่ต้องรับมือกับผลที่ตามมาจากเหตุการณ์ที่น่าเศร้าที่เกิดขึ้น ขณะที่ทุกคนยืนหยัดร่วมกันด้วยความโศกเศร้า ความคิดก็ต้องหันไปสู่อนาคตอย่างหลีกเลี่ยงไม่ได้ ซึ่งเต็มไปด้วยความไม่แน่นอนและความท้าทายหากปราศจากมือที่คอยชี้นำของเกาตัม

ท่ามกลางไม้แสดงความอาลัย มีขบวนแห่อันเคร่งขรึมที่เคลื่อนตัวในร่างที่หมดสติของนางชานไท ร่างกายของเธอถูกพันด้วยผ้าพันแผลหนาเป็นเครื่องพิสูจน์ถึงความรุนแรงของอาการบาดเจ็บของเธอ ความแม่นยำทางคลินิกของการตั้งค่าในโรงพยาบาลทำให้เห็นถึงความร้ายแรงของสถานการณ์ แพทย์ที่ทำการรักษาซึ่งมีท่าทีกังวลถึงความร้ายแรงของกรณีได้ประกาศว่าอาการของนางชานไทอยู่ในขั้นวิกฤต ห้อง ICU กลายเป็นสถานที่เก็บร่างที่หมดสติของเธอ โดยมีแพทย์ผู้เชี่ยวชาญคอยดูแล และบังคับใช้ข้อจำกัดอย่างเคร่งครัดในการเยี่ยมเยียน โดยอนุญาตให้เข้าไปได้เฉพาะเมื่อสภาพที่อ่อนแอของเธออนุญาตเท่านั้น

เจ้าหน้าที่ต้องรู้สึกสับสนระหว่างความโศกเศร้าต่อผู้เสียชีวิตและความกังวลเกี่ยวกับผู้เฒ่าที่รอดชีวิต จึงต้องพยายามหาสมดุลที่ละเอียดอ่อนระหว่างการไว้อาลัยและการรักษาความสงบสุขให้ได้ ขณะที่ขั้นตอนราชการในการสืบสวนของตำรวจดำเนินไป ร่างของ Babu และ Gautam ก็ถูกส่งมอบให้กับญาติพี่น้องที่กำลังโศกเศร้า ซึ่งเป็นการเพิ่มความสมบูรณ์อย่างเป็นทางการให้กับบทโศกนาฏกรรมที่เกิดขึ้นกับครอบครัวที่เคยเฉลิมฉลองกันมาก่อน

ทางเดินของโรงพยาบาลเต็มไปด้วยเสียงสนทนาอันแผ่วเบาของเจ้าหน้าที่ ใบหน้าของพวกเขาเต็มไปด้วยความโศกเศร้าและความวิตกกังวลในอนาคต มรดกที่ Gautam สร้างขึ้นด้วยความยากลำบากบัดนี้ยืนอยู่บนทางแยก และชะตากรรมของมารดาตระกูลก็แขวนอยู่บนความไม่แน่นอน การอยู่รอดของเธอก็ไม่แน่นอน บ้านพักตากอากาศที่ครั้งหนึ่งเคยมีชีวิตชีวา ตอนนี้กลายเป็นความเงียบสงบอันลึกซึ้ง เป็นพยานถึงความเปลี่ยนแปลงครั้งใหญ่ในโชคชะตา ผนังของบ้านสะท้อนถึงความโศกเศร้าร่วมกันของครอบครัวที่แตกสลาย และเส้นทางที่ไม่แน่นอนที่อยู่ข้างหน้า

เมื่อเผชิญกับสถานการณ์ที่เลวร้าย
การที่บุคคลจะต้องมีสติและพิจารณาสถานการณ์ด้วยวิธีคิดที่เป็นรูปธรรมจึงกลายเป็นสิ่งที่จำเป็น
ในเหตุการณ์นี้ ผู้อำนวยการอาวุโส นายชาห์
กลายมาเป็นบุคคลแรกที่ออกมาเผชิญหน้ากับความร้ายแรงของสถานการณ์
นายชาห์เห็นขบวนรถที่ขับโดยคนขับซึ่งรับคู่สามีภรรยาเซธจากสนามบินมาอย่างเคร่งขรึม
จากนั้นเขาก็รีบเข้ามาดูแลเหตุการณ์ที่เกิดขึ้น

เมื่อทราบถึงความร้ายแรงของสถานการณ์แล้ว นายชาห์ได้พามหาเดโอ ซึ่งเป็นพนักงานคนสำคัญ
ไปยังพื้นที่เงียบสงบเพื่อหารือกันอย่างจริงจังและครุ่นคิด ในระหว่างการสนทนาส่วนตัวนี้
นายชาห์ได้แนะนำให้ดำเนินการทันที
โดยเรียกร้องให้มีการเรียกพระกฤษณะมาโดยเร็วเพื่อเตรียมการจัดงานศพที่จำเป็น
เมื่อตระหนักถึงความสูญเสียครั้งใหญ่
นายชาห์ได้เน้นย้ำถึงความสำคัญในการแจ้งให้ญาติพี่น้องที่เกี่ยวข้องทั้งหมดและพนักงานทุกคนของบริ
ษัททราบ
และจัดให้มีการประกาศความอาลัยอย่างเป็นทางการเพื่อเป็นเกียรติแก่การจากไปอย่างน่าเสียดายของผู้
นำบริษัทผู้เป็นที่เคารพคนนี้

นอกจากนี้ นายชาห์
ยังเน้นย้ำถึงความจำเป็นในการออกคำสั่งที่ครอบคลุมแก่เจ้าหน้าที่ประชาสัมพันธ์ของบริษัท
สิ่งนี้ถือเป็นสิ่งสำคัญต่อการจัดการการสื่อสารภายนอกอย่างมีประสิทธิภาพ
โดยทำให้แน่ใจว่าข่าวการเสียชีวิตของผู้บริหารระดับสูงจะถูกเผยแพร่ด้วยความละเอียดอ่อนในปริมาณ
ที่เหมาะสมและเหมาะสมกับสถานะของบริษัท
เมื่อตระหนักถึงผลกระทบอันลึกซึ้งของการประกาศดังกล่าวต่อภูมิทัศน์ขององค์กร
คุณชาห์จึงสนับสนุนให้ส่งข้อความที่ร่างขึ้นอย่างรอบคอบเพื่อสื่อถึงทั้งความโศกเศร้าและความมุ่งมั่นใ
นการให้เกียรติมรดกของผู้นำที่ล่วงลับ

เมื่อสถานการณ์เริ่มเลวร้ายลงต่อบริษัท คุณชาห์ซึ่งมีประสบการณ์และความเฉลียวฉลาดมากมาย
ได้เริ่มวางแผนการดำเนินการต่างๆ ที่วางแผนมาอย่างดีหลายอย่าง
สิ่งเหล่านี้ครอบคลุมไม่เพียงแต่ความท้าทายด้านการจัดการโดยตรงที่เกี่ยวข้องกับการจัดงานศพเท่านั้น
แต่ยังรวมถึงภารกิจอันละเอียดอ่อนในการปลอบใจสมาชิกครอบครัวที่กำลังโศกเศร้าและเดินหน้าในค
วามสัมพันธ์ขององค์กรที่ซับซ้อนซึ่งได้รับผลกระทบจากการสูญเสียอีกด้วย

นอกเหนือจากมาตรการภายในแล้ว
นายชาห์ยังแนะนำให้ติดต่อผู้มีส่วนได้ส่วนเสียที่สำคัญในชุมชนธุรกิจเพื่อแจ้งให้พวกเขาทราบถึงเหตุก

ารณ์ที่น่าเศร้าใจนี้
การมองการณ์ไกลของเขาขยายไปถึงการเตรียมบริษัทให้พร้อมสำหรับช่วงเวลาแห่งการเปลี่ยนแปลงที่หลีกเลี่ยงไม่ได้ซึ่งตามมาหลังจากการจากไปของบุคคลสำคัญดังกล่าว นายชาห์ได้วางแผนที่ครอบคลุมรวมถึงการแต่งตั้งผู้นำชั่วคราว
เพื่อให้ลูกค้าและคู่ค้ามั่นใจว่าบริษัทมีความมุ่งมั่นต่อความต่อเนื่องและเสถียรภาพ

ท่ามกลางความโศกเศร้าและความตกตะลึงที่แผ่ซ่านไปทั่วบริษัท
ความเป็นผู้นำที่เด็ดเดี่ยวของนายชาห์ทำให้เกิดภาพลักษณ์ของความมีระเบียบและทิศทาง
ความสามารถของเขาในการมีสติและคิดเมื่อเผชิญกับความทุกข์ยากกลายมาเป็นประภาคารให้คนอื่นๆทำตาม ขณะที่บริษัทเริ่มต้นการเดินทางอันเคร่งขรึมในการกล่าวอำลาผู้นำที่มีวิสัยทัศน์ คำแนะนำของนายชาห์ก็พิสูจน์ให้เห็นว่ามีความจำเป็นอย่างยิ่งในการเดินหน้าผ่านภูมิประเทศที่ซับซ้อนของความโศกเศร้า ความรับผิดชอบขององค์กร และการวางแผนในอนาคต

หลังจากทราบข่าวการเสียชีวิตของ Gautam Seth ผู้ได้รับมอบหมายให้ดูแลบริษัทอย่างน่าเศร้า Mahadeo ก็ต้องเผชิญความโศกเศร้าอย่างหนัก ในฐานะผู้นำขององค์กร เขาพยายามควบคุมอารมณ์ของตน
โดยตระหนักถึงความจำเป็นที่จะต้องรักษาความสงบท่ามกลางโศกนาฏกรรมที่กำลังเกิดขึ้น
ในช่วงเวลาที่น่าเศร้าใจนี้เองที่ Mahadeo ยอมรับและรับฟังคำแนะนำที่ผู้อำนวยการอาวุโส นาย Shah เสนอมา

เพื่อตอบสนองต่อความเร่งด่วนของสถานการณ์ Mahadeo ได้ดำเนินการตามคำสั่งของนาย Shah อย่างรวดเร็ว แสดงให้เห็นถึงประสิทธิภาพที่โดดเด่นในการประสานงานการจัดเตรียมที่จำเป็น ความรู้สึกเร่งด่วนแผ่ซ่านไปในอากาศ ส่งผลให้ Mahadeo เร่งส่งรถพยาบาลไปรับร่างไร้วิญญาณของ Gautam Seth พร้อมกันนั้น นายชาห์ซึ่งแสดงท่าทีเป็นผู้นำได้เรียกผู้บังคับบัญชาฝ่ายรักษาความปลอดภัยมาเพื่อให้ดูแลให้มีการบังคับใช้คำสั่งที่เฉพาะเจาะจงอย่างรวดเร็ว

ภายใต้คำสั่งของนายชาห์
หัวหน้าแผนกรักษาความปลอดภัยได้รับมอบหมายให้จัดการจัดทำสถานที่พักผ่อนชั่วคราวภายในบริเวณบ้านพัก
พื้นที่ชั่วคราวนี้จะได้รับการตกแต่งด้วยตู้น้ำแข็งที่จัดวางอย่างพิถีพิถันและดอกไม้จำนวนมาก
เพื่อปกปิดแพลตฟอร์มด้านล่างที่ใช้รองรับร่างของผู้นำที่ล่วงลับไป
ความตั้งใจคือเพื่อจัดเตรียมสถานที่พักผ่อนชั่วคราวของ Gautam Seth ให้มีศักดิ์ศรีและสวยงาม

จนกระทั่ง Krishna ซึ่งได้รับการเรียกตัวอย่างเร่งด่วนจากสหรัฐอเมริกา เข้ามาดูแลการดำเนินการในภายหลัง

ความพยายามร่วมกันของ Mahadeo และนาย Shah มีบทบาทสำคัญในการอำนวยความสะดวกในการดำเนินการจัดเตรียมเหล่านี้อย่างราบรื่น แม้ว่ามหาเทวจะต้องต่อสู้กับความเศร้าโศก แต่เขาก็ยังคงแสดงให้เห็นถึงความมุ่งมั่นและไหวพริบในการจัดองค์กรที่ไม่สั่นคลอน บทบาทของเขาในการประสานงานองค์กร การจัดการพนักงาน และการทำให้แน่ใจว่ามีการดำเนินการตามคำสั่งอย่างรวดเร็ว มีส่วนช่วยอย่างมากต่อประสิทธิภาพโดยรวมของการดำเนินการ

วิสัยทัศน์เชิงกลยุทธ์และการบังคับบัญชาที่มีอำนาจของนายชาห์ มีบทบาทสำคัญในการทำให้แน่ใจว่าทุกรายละเอียดของกระบวนการได้รับการดูแลอย่างพิถีพิถัน การมองการณ์ไกลของเขาในการซ่อนแพลตฟอร์มด้วยดอกไม้ไม่เพียงแต่เป็นการตัดสินใจด้านโลจิสติกส์เท่านั้น แต่ยังเป็นการแสดงถึงความอ่อนไหวและความเคารพต่อผู้ล่วงลับ อีกทั้งยังรับทราบถึงผลกระทบอันลึกซึ้งของการจัดเตรียมดังกล่าวต่อกระบวนการโศกเศร้าของครอบครัวและบริษัททั้งหมด

ในขณะที่การเตรียมงานดำเนินไป ความรู้สึกเคร่งขรึมก็แผ่ซ่านไปทั่วบริษัท และบังกะโลก็กลายมาเป็นสถานที่ศักดิ์สิทธิ์ชั่วคราว ซึ่งเป็นพื้นที่ที่มีศักดิ์ศรีสำหรับการอำลา ความเอาใจใส่อย่างพิถีพิถันในรายละเอียดการจัดงานเป็นเครื่องยืนยันถึงความร้ายแรงของโอกาสนี้และความมุ่งมั่นของ Mahadeo และ Mr. Shah ที่จะยกย่องความทรงจำของผู้นำที่ล่วงลับในลักษณะที่เหมาะสมกับสถานะของเขา

ในช่วงเวลาที่ยากลำบากนี้ ความร่วมมือระหว่างการดำเนินการเชิงปฏิบัติจริงของ Mahadeo และคำแนะนำเชิงกลยุทธ์ของนาย Shah ถือเป็นเครื่องพิสูจน์ถึงความสามารถในการเป็นผู้นำของพวกเขา ด้วยความพยายามร่วมกัน ทั้งคู่ไม่เพียงแค่สามารถเอาชนะความท้าทายด้านการขนส่งได้อย่างมีประสิทธิภาพ แต่ยังจัดเตรียมกรอบการกล่าวอำลาบุคคลที่เคารพนับถืออย่างเห็นอกเห็นใจและมีศักดิ์ศรีอีกด้วย ความพยายามร่วมกันของพวกเขาแสดงให้เห็นถึงความยืดหยุ่นและความแข็งแกร่งที่จำเป็นในการรับมือกับความแตกต่างที่ซับซ้อนของความรับผิดชอบขององค์กรท่ามกลางความสูญเสียครั้งใหญ่ที่บริษัทประสบ

6. "คืนแห่งโชคชะตาและความผูกพันของครอบครัว"

ในคืนอันเป็นโศกนาฏกรรมที่เกิดขึ้นด้วยความโศกเศร้าอย่างสุดซึ้ง เหตุการณ์ต่างๆ มากมายเกิดขึ้นภายในบริษัท Krishna Group of Companies Deo Mahadeo ผู้เป็นที่เคารพนับถือพร้อมด้วยผู้กำกับอีกคนหนึ่งได้ดำเนินการอย่างรวดเร็วและเด็ดขาดเพื่อตอบสนองต่อโศกนาฏกรรมที่ไม่คาดคิด ความร้ายแรงของสถานการณ์ส่งผลกระทบอย่างหนักเมื่อ Gautam Seth สมาชิกอันเป็นที่รักขององค์กร ต้องยอมจำนนต่อเงื้อมมือของโชคชะตาที่ไม่อาจเลี่ยงได้

หลังจากกระบวนการดำเนินคดีของตำรวจและการชันสูตรพลิกศพเสร็จสิ้น ร่างไร้วิญญาณของ Gautam Seth ก็ได้ถูกส่งมอบให้กับครอบครัวผู้โศกเศร้าของเขาด้วยความอาลัย Deo Mahadeo และเพื่อนผู้กำกับของเขาได้ร่วมกันจัดทำมาตรการเร่งด่วนต่างๆ

เพื่อให้แน่ใจว่าการดำเนินการที่เกิดขึ้นจะดำเนินไปด้วยความศักดิ์ศรีและความเคารพสูงสุด บรรยากาศของความมีประสิทธิภาพที่จริงจังแผ่ซ่านไปทั่วทั้งบริเวณ ขณะที่ครอบครัวซึ่งนำโดย Shakuntala Mami และลูกสาวของเธอ Mohini ร่วมมือด้วยความช่วยเหลืออันเอาใจใส่จากพนักงานที่ทุ่มเทของบริษัท

ด้วยความเสียใจอย่างสุดซึ้ง จึงได้รับโทรศัพท์หาพระกฤษณะ บุตรชายของผู้เสียชีวิต ซึ่งกำลังศึกษาอยู่ที่อเมริกา ข่าวร้ายดังกล่าวได้ถูกถ่ายทอดไปถึงเขา ทำลายระยะทางที่แยกเขาออกจากครอบครัวที่กำลังโศกเศร้าของเขาลง

เพื่อเป็นการแสดงให้เห็นถึงความมุ่งมั่นของบริษัทในการสนับสนุนเครื่องบินของตนเอง Shah Sir ได้จัดเตรียมเที่ยวบินเช่าเหมาลำโดยใช้ทรัพยากรของบริษัท ซึ่งช่วยให้ Krishna เดินทางกลับอินเดียได้อย่างรวดเร็ว

ขณะที่ร่างไร้วิญญาณของ Gautam Seth ถูกนำส่งด้วยรถพยาบาลปรับอากาศไปยังห้องโถงที่จัดเตรียมไว้อย่างพิถีพิถันเพื่อโอกาสนี้ บรรยากาศเต็มไปด้วยความโศกเศร้าและความรู้สึกสูญเสียที่จับต้องได้ ทุกๆ รายละเอียดได้รับการจัดการอย่างแม่นยำสมกับเป็นการอำลาที่น่าเศร้า ซึ่งเป็นเครื่องพิสูจน์ถึงความทุ่มเทของบริษัทที่มีต่อพนักงานและครอบครัวของพวกเขาในช่วงเวลาแห่งความโศกเศร้าอันยิ่งใหญ่

ระหว่างเรื่องราวที่น่าเศร้าโศกนี้ ความอดทนและความสามัคคีของบริษัท Krishna Group นั้นชัดเจน เนื่องจากทุกคนที่มีส่วนเกี่ยวข้องมีบทบาทสำคัญในการรับมือกับความปั่นป่วนทางอารมณ์ที่เกิดขึ้นพร้อมกับการสูญเสียอันแสนเจ็บปวดเช่นนี้ ความเป็นจริงอันน่าตกตะลึงของการจากไปของ Gautam Seth ยังคงฝังแน่นอยู่ในอากาศ และทิ้งรอยประทับที่ยากจะลบเลือนไว้ในใจของผู้ที่มีโอกาสได้รู้จักเขา ขณะที่บริษัทร่วมมือกันในช่วงเวลาอันมืดมนนี้ ผลกระทบอันลึกซึ้งของการสูญเสียได้สะท้อนไม่เพียงแต่ภายในองค์กรเท่านั้น แต่ยังรวมถึงชุมชนที่กว้างขึ้นที่โศกเศร้ากับการจากไปของบุคคลที่เคารพและเป็นที่รักคนนี้

วันรุ่งขึ้นเริ่มต้นด้วยกิจกรรมที่ไม่เคยเกิดขึ้นมาก่อนซึ่งครอบคลุมทุกคนที่เกี่ยวข้องอย่างใกล้ชิดกับครอบครัวเซธ ข่าวการเสียชีวิตของ Gautam Seth ที่น่าสลดใจได้รับการรายงานอย่างกว้างขวางจากสื่อและทำให้ความโศกเศร้าของครอบครัวกลายเป็นประเด็นที่กว้างขวางยิ่งขึ้น สายโทรศัพท์ภายในบ้านพักดังไม่หยุดหย่อน และบริเวณที่พักทั้งหมดดังกึกก้องไปด้วยผู้มาเยี่ยมระดับ VIP ตัวแทนสื่อมวลชน และรถตู้ OB จำนวนมากที่จัดวางไว้อย่างมีกลยุทธ์เพื่อดักจับผู้มาเยือนทั้งนักการเมืองและคนดัง อากาศเต็มไปด้วยความโกลาหลและความรู้สึกเศร้าโศกอย่างเห็นได้ชัด

ตารางงานที่ยุ่งวุ่นวายนี้ดำเนินไปอย่างไม่ลดละ จนกระทั่งช่วงค่ำ พระกฤษณะ พระโอรสได้เสด็จมาถึงบ้านของผู้วายชนม์ด้วยความเศร้าโศก การมาถึงของเขาถือเป็นช่วงเวลาอันน่าเศร้าในเรื่องราวที่กำลังดำเนินไป เนื่องจากบรรยากาศเต็มไปด้วยความโศกเศร้าอย่างท่วมท้น ใบหน้าของพระกฤษณะแสดงถึงความตกใจอย่างสุดซึ้งและอารมณ์ที่แตกสลาย ความโศกเศร้าของพระองค์เกินขอบเขตของจินตนาการ อากาศเต็มไปด้วยความหม่นหมองซึ่งดูเหมือนจะโอบล้อมบริเวณทั้งหมด

ในช่วงก่อนเดินทางกลับ กฤษณะสามารถหาเวลาเพียงช่วงสั้นๆ เพื่อติดต่อสื่อสารกับเอลิซาเบธ ภรรยาสุดที่รักของเขาผ่านโทรศัพท์มือถือจากสนามบินนานาชาติจอห์น เอฟ. เคนเนดี แม้ว่าพระกฤษณะจะยืนกรานที่จะไปกับเขาในช่วงเวลาแห่งความเศร้าโศกนี้ แต่เพื่อปกป้องเธอจากความทุกข์ทรมานที่เกิดขึ้นทันที พระกฤษณะได้แสดงความเสียใจและรับรองกับเธอว่าเขาจะจัดการสถานการณ์ในปัจจุบันเอง เขาถ่ายทอดอย่างกล้าหาญว่าถ้าการปรากฏตัวของเธอเป็นสิ่งจำเป็น เธอสามารถเข้าร่วมกับเขาในภายหลังได้ โดยกระตุ้นให้เธอเข้มแข็งต่อไปแม้ว่าพวกเขาจะต้องอยู่ห่างไกลกันทางกายภาพก็ตาม

ขณะที่พระกฤษณะเสด็จเข้ามาในพื้นที่บ้านของพระองค์ ความโศกเศร้าร่วมกันก็ดูเหมือนจะทวีความรุนแรงมากขึ้น ก่อให้เกิดสภาพแวดล้อมที่เวลาเองก็ดูเหมือนจะหยุดนิ่งไป เสียงแสดงความเสียใจอันโศกเศร้าและสื่อมวลชนที่มาร่วมแสดงความอาลัยแผ่กระจายไปทั่วบ้านพักที่ปกคลุมไปด้วยความโศกเศร้า ในช่วงเวลาที่น่าเศร้าโศกนี้ ความอดทนและความแข็งแกร่งของพระกฤษณะถูกทดสอบขณะที่เขาเดินหน้าผ่านเขาวงกตแห่งความโศกเศร้า พยายามค้นหาการปลอบโยนท่ามกลางกระแสความเสียใจและความสนใจของสื่อ การเสียชีวิตก่อนวัยอันควรของ Gautam Seth ไม่เพียงแต่ทำให้เกิดความว่างเปล่าในครอบครัวเท่านั้น แต่ยังทำให้เกิดเงาขึ้นทั่วชุมชนทั้งหมดที่ได้รู้จักและเคารพเขาอีกด้วย

ในทางเดินอันเงียบสงบของบ้านพักตากอากาศของครอบครัวเซธ โศกนาฏกรรมที่เกิดขึ้นยังคงโหมกระหน่ำอยู่ในอากาศ ขณะที่กฤษณะ ลูกชายคนเดียวที่พ่อแม่รักใคร่ ต้องเผชิญกับการสูญเสียพ่ออย่างกะทันหันและเลวร้าย ข่าวคราวเกี่ยวกับอุบัติเหตุร้ายแรงนั้นโจมตีเหมือนสายฟ้าฟาด ทิ้งความว่างเปล่าเอาไว้ซึ่งดูเหมือนไม่อาจเติมเต็มได้ ใบลอเรลที่เคยเป็นแหล่งความภาคภูมิใจของครอบครัว กลับกลายเป็นตรงกันข้ามกับความโศกเศร้าอันท่วมท้นที่โอบล้อมพวกเขาไว้

พระกฤษณะซึ่งหัวใจแตกสลาย ยืนอยู่ตรงหน้าร่างไร้วิญญาณของพ่อของเธอ ความเป็นจริงของสถานการณ์ค่อยๆ ซึมซาบเข้าไปทุกขณะ โอกาสอันน่ายินดีที่นำพาพวกเขามายังอเมริกาตอนนี้ได้กลายมาเป็นโศกนาฏกรรมที่ไม่อาจจินตนาการได้ ห้องนั้นเต็มไปด้วยเสียงร้องไห้สะอื้นอย่างไม่อาจปลอบโยนของพระกฤษณะ ซึ่งเป็นการแสดงออกถึงความเจ็บปวดอย่างแสนสาหัสที่พระองค์รู้สึกจากการสูญเสียพ่อแม่ผู้เป็นที่รัก

ท่ามกลางเสียงร้องไห้อันทุกข์ระทม มหาเทวะ มามะ และชาห์ ซิร ตระหนักถึงความต้องการการปลอบโยน จึงเข้าไปหาพระกฤษณะด้วยความเห็นอกเห็นใจและความเข้าใจ วาจาอันอ่อนโยนและการมีอยู่อันคอยสนับสนุนของพวกเขากลายมาเป็นประภาคารแห่งความแข็งแกร่งในทะเลแห่งความเศร้าโศก พวกเขานำพระกฤษณะหนีออกจากฉากที่น่าสลดใจด้วยความยากลำบาก และนำพระองค์ไปสู่ห้องต้อนรับที่ซึ่งความโศกเศร้ากดทับพวกเขาไว้อย่างไม่ลดละ

ขณะที่พระกฤษณะพยายามแสดงความเคารพต่อบิดาผู้ล่วงลับ จิตใจของพระองค์เต็มไปด้วยความทรงจำเกี่ยวกับช่วงเวลาที่พวกเขาเคยใช้ร่วมกัน ซึ่งมีอารมณ์ต่างๆ มากมายตั้งแต่ความรักไปจนถึงความโศกเศร้า

บรรยากาศอันเคร่งขรึมในห้องสะท้อนให้เห็นถึงผลกระทบอันลึกซึ้งที่การสูญเสียมีต่อพระกฤษณะ ทำให้เขาต้องดิ้นรนเพื่อแสวงหาการปลอบใจ

แม้จะรู้สึกเจ็บปวดอย่างแสนสาหัส
แต่พระกฤษณะก็ยังคงรู้สึกผูกพันและห่วงใยแม่ที่ได้รับบาดเจ็บอย่างมาก จึงรีบพาเขาไปโรงพยาบาล การเดินทางไปยังห้องผู้ป่วยหนัก (ICU) เต็มไปด้วยความเงียบอันหนักหน่วง มีเพียงเสียงสะอื้นที่ออกมาจากริมฝีปากของพระกฤษณะเท่านั้นที่ถูกขัดจังหวะ ความเป็นจริงอันโหดร้ายของอาการวิกฤตของแม่ของเขาทำให้สถานการณ์ที่แสนจะทุกข์ใจอยู่แล้วยิ่งต้องทุกข์ทรมานมากขึ้นไปอีก

เมื่อเข้าไปในห้อง ICU พระกฤษณะทรงเห็นมารดาของพระองค์ซึ่งได้รับบาดเจ็บสาหัส นอนนิ่งอยู่โดยเชื่อมต่อกับจอภาพและเครื่องจักรที่มีเสียงฮัมเป็นจังหวะอันเศร้าโศก ห้องดูเหมือนจะสั่นสะเทือนด้วยความเข้มข้นของอารมณ์ มีทั้งความกลัว ความเศร้าโศก และความปรารถนาอย่างแรงกล้าที่อยากให้แม่ของเขาฟื้นตัว การเห็นสภาพที่เปราะบางของเธอทำให้พระกฤษณะยิ่งทรมานมากขึ้น และเขาพบว่าตัวเองต้องเผชิญกับความเปราะบางของชีวิตและความจริงอันเลวร้ายของความตาย

ท่ามกลางพายุแห่งอารมณ์นี้ พระกฤษณะยังคงยึดมั่นกับความหวังว่าแม่ของเขาจะผ่านมันไปได้ โดยความแข็งแกร่งของความรักของเขาทำหน้าที่เป็นประภาคารแห่งแสงสว่างในความมืดมิดที่รายล้อมเขาอยู่ รูปแบบพิธีการในโรงพยาบาลค่อยๆ เลือนหายไปเป็นฉากหลัง ขณะที่ประสบการณ์การสูญเสียและความอดทนอันลึกซึ้งของมนุษย์ถูกเปิดเผย ทิ้งให้พระกฤษณะต้องเดินหน้าผ่านภูมิประเทศอันซับซ้อนของความโศกเศร้าด้วยการสนับสนุนจากผู้ที่ดูแลพระองค์

ภายในห้องไอซียูอันคับแคบ กฤษณะพบว่าตัวเองต้องเผชิญกับภาพที่ไม่เคยคาดคิดมาก่อน นั่นก็คือ มารดาอันเป็นที่รักของเขา ซึ่งเป็นเสาหลักแห่งความแข็งแกร่ง แต่ขณะนี้กลับนอนอยู่ในสภาพที่เลวร้าย ความร้ายแรงของสถานการณ์กดดันเขาอย่างหนัก ทำให้เขารู้สึกเศร้าโศกอย่างสุดซึ้ง ซึ่งดูเหมือนจะแทรกซึมเข้าไปถึงแก่นแท้ของตัวตนเขา

ในขณะที่เขายืนอยู่ข้างเตียงแม่ของเขา บรรยากาศเต็มไปด้วยความเศร้าโศก น้ำตาก็ไหลลงมาบนใบหน้าของกฤษณะไม่หยุด ความทุกข์ทรมานที่เขากำลังรู้สึกนั้นสามารถสัมผัสได้ แต่เขากลับพบว่าตัวเองไม่สามารถแสดงความรู้สึกที่ลึกซึ้งของเขาออกมาได้ ความปั่นป่วนทางอารมณ์ภายในตัวเขาก่อให้เกิดความรู้สึกเศร้าโศกเงียบๆ ที่ก้องสะท้อนอยู่ในบรรยากาศที่เงียบสงบในห้อง ICU

พระกฤษณะรู้สึกหมดหนทางและต้องการถ่ายทอดคำพูดที่ให้กำลังใจและความรักให้แก่แม่ที่กำลังป่วยของเขา
การไม่สามารถแสดงอารมณ์ที่พุ่งพล่านภายในตัวเขาได้ทำให้ความเจ็บปวดในใจของเขารุนแรงมากขึ้น ความเปราะบางของช่วงเวลานั้นปรากฏให้เห็นอย่างชัดเจนในขณะที่กฤษณะต้องต่อสู้กับความเงียบอันลึกซึ้งที่โอบล้อมเขาไว้
ซึ่งตรงกันข้ามอย่างเจ็บปวดกับเสียงบี๊บของเครื่องจักรและบทสนทนาที่เงียบงันของเจ้าหน้าที่ทางการแพทย์

ในภาพที่สะเทือนอารมณ์นี้ แพทย์อาวุโสและผู้ช่วยของเขา ซึ่งเป็นผู้พิทักษ์ความหวังและการรักษา ได้ร่วมเดินทางอันแสนทรมานกับพระกฤษณะ
น้ำหนักของการมีอยู่ของพวกเขาทำให้ดูเหมือนจะได้รับการสนับสนุน
แต่ความลึกของความโศกเศร้าของพระกฤษณะก็ดูเหมือนจะไม่อาจเอาชนะได้
ความผูกพันระหว่างวัยเยาว์และโศกนาฏกรรมได้วาดภาพที่น่าสะเทือนใจไว้
ลูกชายที่ยืนอยู่บนหน้าผาแห่งความสูญเสีย แสวงหาการปลอบโยนภายในสถานพยาบาลอันว่างเปล่า

แม้ว่าพระกฤษณะจะพยายามรักษาความสงบ
แต่ซิมโฟนีแห่งความเศร้าโศกที่เงียบงันซึ่งเล่นอยู่ภายในตัวพระองค์ก็ถูกขัดจังหวะด้วยการรบกวนที่ไม่คาดคิด โทรศัพท์มือถือของเขาซึ่งถูกตั้งค่าเป็นโหมดปิดเสียงตามคำแนะนำของโรงพยาบาล เริ่มสั่นในกระเป๋าของเขา ระหว่างพักจากกระแสอารมณ์ที่ท่วมท้นชั่วขณะ กฤษณะก็ดึงโทรศัพท์ของเขาออกมาและมองไปที่หมายเลขผู้โทร เอลิซาเบธ ภรรยาของเขาจากอเมริกา คือแสงแห่งการสนับสนุนและความเชื่อมโยงท่ามกลางความอกหักของเขา

พระกฤษณะทรงรู้สึกว่าต้องการพักผ่อนชั่วครู่ จึงขอตัวและไปหาที่ส่วนตัวเพื่อปลอบใจ โดยมีแพทย์อาวุโสมาด้วย เขาได้ก้าวออกไปจากห้อง ICU ทิ้งบรรยากาศทางคลินิกที่ปลอดเชื้อไว้เบื้องหลังเพื่อพักผ่อนทางอารมณ์สักครู่
เรื่องราวชีวิตและการสูญเสียที่เกิดขึ้นยังคงดำเนินต่อไปภายในโรงพยาบาล
ในขณะที่พระกฤษณะทรงตอบรับคำเรียกจากดินแดนอันห่างไกลด้วยพระทัยที่หนักอึ้ง
โดยทรงแสวงหาทางหนีชั่วขณะจากอารมณ์อันท่วมท้นที่คุกคามจะกลืนกินพระองค์ไป

หลังจากเหตุการณ์โศกนาฏกรรมที่เกิดขึ้นกับพระกฤษณะ
ความเครียดทางอารมณ์ปรากฏชัดในการพยายามรักษาภาพลักษณ์ที่สงบในขณะสนทนากับพระนางเอลิซาเบธ ภรรยาของเขาซึ่งเรียกกันด้วยความรักใคร่ว่าลิซ ลิซ ผู้หญิงที่มีความรู้สึกและสติปัญญาเป็นเลิศ รับรู้ได้ถึงเสียงที่สั่นเครือในเสียงของกฤษณะ ได้อย่างชัดเจน
ซึ่งเผยให้เห็นถึงความปั่นป่วนทางอารมณ์อันลึกซึ้งของเขา

ความพยายามของกฤษณะที่จะถ่ายทอดโทนเสียงที่สมดุลล้มเหลว เนื่องจากอาการสั่นไหวที่ไม่อาจควบคุมได้ซึ่งเผยให้เห็นถึงความโศกเศร้าที่แท้จริงของพระองค์ ลิซตอบสนองด้วยความรู้สึกที่มั่นคงและมีท่าทีเข้าใจความเจ็บปวดของสามีอย่างลึกซึ้ง เมื่อรับรู้ถึงความร้ายแรงของสถานการณ์ เธอจึงเอ่ยถึงเรื่องการเดินทางไปอินเดียเพื่อยืนอยู่เคียงข้างพระกฤษณะในระหว่างพิธีศพของพ่อของเขาอย่างนุ่มนวล

ระหว่างที่ Gautam และ Shantai อยู่ที่อเมริกาเมื่อไม่นานนี้ ลิซก็ได้สร้างความสัมพันธ์ที่แน่นแฟ้นกับพวกเขา และสัมผัสได้ถึงความรักและความเสน่หาอย่างมากมาย ความผูกพันที่เธอมีต่อพ่อแม่ของกฤษณะทำให้เธอมีความเห็นอกเห็นใจเพิ่มมากขึ้น และเธอต้องการอยู่เคียงข้างในช่วงเวลาที่ท้าทายนี้

แม้ว่าในตอนแรกพระกฤษณะจะลังเลเพราะเป็นห่วงความเป็นอยู่ของลิซขณะที่เธอต้องผ่านช่วงตั้งครรภ์อันบอบบาง แต่ลิซก็นำเสนอคดีของเธออย่างชำนาญ เธอได้ขอร้องจากใจจริงให้ขออนุญาตพระกฤษณะเพื่อเดินทางไปกับเขาในอินเดีย โดยเน้นย้ำถึงความสำคัญของการให้การสนับสนุนในระหว่างพิธีศพ ลิซรับทราบถึงความเร่งด่วนของสถานการณ์ และแสดงความปรารถนาที่แสดงความเคารพต่อพ่อของกฤษณะ และอย่างน้อยที่สุดก็ไปเยี่ยมแม่ของเขาที่กำลังป่วย

การเจรจาระหว่างทั้งคู่ดำเนินไปอย่างละเอียดอ่อนด้วยความรักและความจริงจัง ลิซตระหนักถึงการสูญเสียพระกฤษณะซึ่งส่งผลต่อจิตใจของเธอ จึงพยายามสร้างสะพานเชื่อมระยะห่างทางกายภาพและเป็นเสาหลักแห่งความเข้มแข็งในช่วงเวลาที่ยากลำบากนี้ ในที่สุด ด้วยทั้งความลังเลใจและความเข้าใจ กฤษณะก็ยอมตามคำขอจากใจจริงของลิซ โดยอนุญาตให้เธอเดินทางไปอินเดีย แม้จะเผชิญความท้าทายจากการตั้งครรภ์ก็ตาม

ขณะที่แผนการสำหรับการมาถึงของลิซกำลังดำเนินไป ความจริงจังของงานศพที่กำลังจะเกิดขึ้นก็เริ่มปรากฏให้เห็นมากขึ้น ความรู้สึกอันซับซ้อนที่ทอเป็นเรื่องราว ตั้งแต่ความเศร้าโศกและความสูญเสีย ไปจนถึงความรักและความมุ่งมั่น เพิ่มมิติให้กับเรื่องราวที่เกิดขึ้นในครอบครัวหนึ่งที่ต้องเผชิญกับเหตุการณ์พลิกผันที่ไม่คาดคิดในชีวิต

ในมุมสงบของบ้านพักหลังใหญ่ มีละครลึกลับเกิดขึ้น โดยมี Shakuntala Mami และ Mohini ลูกสาวของเธอเป็นผู้ดำเนินรายการ หญิงชราชื่อศกุนตลา รับบทเป็นผู้เชิดหุ่น โดยแนะนำลูกสาวด้วยความแน่วแน่ที่จะคว้าโอกาสนี้ไปครองหัวใจของพระกฤษณะ หลานชายของเธอ โดยที่พวกเขาไม่รู้ว่ากฤษณะกำลังเผชิญกับความเศร้าโศกอย่างสุดซึ้งจากการสูญเสียพ่อของเธอ และต้องรับมือกับความรับผิดชอบที่ใกล้เข้ามาในฐานะทายาทเพียงคนเดียวของอาณาจักรเซธอันกว้างใหญ่ที่มีชื่อว่ากลุ่มบริษัทกฤษณะ ซึ่งมีอำนาจเหนือเมืองใหญ่ๆ ทั่วอินเดีย

Shakuntala Mami ใช้โทนเสียงอันน่าเชื่อถ่ายทอดให้ Mohini ทราบถึงความยิ่งใหญ่ที่เธอจะได้รับในฐานะ Maharani ในอนาคตและเจ้าหญิงแสนหวานของลูกหลานรูปงามแห่งอาณาจักร Seth เรื่องราวอันซับซ้อนที่ Shakuntala สร้างขึ้นได้วาดภาพถึงสหภาพอันโชคดี ซึ่งไม่เพียงแต่จะทำให้พระกฤษณะตกหลุมรักเท่านั้น แต่ยังทำให้พระองค์มีตำแหน่งอันทรงเกียรติในมรดกทางธุรกิจอันกว้างใหญ่ด้วย

ทั้งศกุนตลาและโมหินี รวมไปถึงคนอื่นๆ ในอินเดียยกเว้นชานไตที่ป่วยหนักและหมดสติ ต่างก็แทบไม่รู้รายละเอียดสำคัญที่อาจเปลี่ยนแปลงกระแสละครที่กำลังดำเนินอยู่นี้ จริงๆ แล้วพระกฤษณะได้แต่งงานแล้วและกำลังรอคอยการมาถึงของลูกคนแรก ความจริงยังคงถูกปกปิดไว้เป็นความลับ ทำให้เกิดความพลิกผันที่น่าสนใจในการเล่าเรื่อง

โมหินีมีความขัดแย้งระหว่างความภักดีต่อความปรารถนาของครอบครัวและความปรารถนาของเธอ และมีความรักที่มีต่อแฟนสมัยเรียนมหาวิทยาลัยมาอย่างยาวนาน หัวใจของเธอไม่สอดคล้องกับแผนการอันเจ้าเล่ห์ของแม่เธอ นอกจากนี้ โมหินียังมองกฤษณะไม่ใช่คนรักที่มีศักยภาพ แต่เป็นลูกพี่ลูกน้อง ซึ่งทำให้สถานการณ์มีความซับซ้อนมากขึ้น

การปะทะกันที่กำลังจะเกิดขึ้นระหว่างแผนการอันชาญฉลาดของ Shakuntala Mami และความรู้สึกแท้จริงของ Mohini สัญญาว่าจะเกิดการเปิดเผยชะตากรรมอันวุ่นวาย พลังแห่งความรัก ความภักดี และความคาดหวังจากครอบครัวที่มองไม่เห็น พร้อมจะปะทะกัน ก่อให้เกิดอารมณ์ความรู้สึกอันซับซ้อนที่จะกำหนดอนาคตของผู้ที่พัวพันอยู่ในใยความสัมพันธ์นี้ ในขณะที่ละครเรื่องโชคชะตายังคงดำเนินเรื่องราวที่ซับซ้อนต่อไป ตัวละครต่างๆ ก็พบว่าตัวเองต้องตกอยู่ภายใต้การควบคุมของเนื้อเรื่องที่ไม่สามารถคาดเดาได้ ส่งผลให้ผู้ชมที่ติดตามโชคชะตาต้องครุ่นคิดถึงเรื่องราวที่พลิกผันรออยู่บนเส้นทางข้างหน้า

กฤษณะออกจากโรงพยาบาลอย่างไม่เต็มใจ เพราะรู้ว่ามีการเตรียมการต่างๆ มากมายรอเขาอยู่ที่บ้านพัก การที่บุคคลสำคัญระดับ VIP เจ้าพ่ออุตสาหกรรม สมาชิกคณะกรรมการ พนักงานระดับสูง และแม้แต่รัฐมนตรีบางคน จะทยอยเดินทางมาเพื่อแสดงความเคารพต่อ Gautam Seth ผู้ล่วงลับ ทำให้ Krishna จำเป็นต้องปรากฏตัวอยู่ที่บ้าน ผู้อำนวยการอาวุโส Shah Sir รักษาการติดต่อสื่อสารกับทั้ง Mahadeo Mama และ Krishna อย่างต่อเนื่อง โดยเน้นย้ำถึงความสำคัญของบทบาทของ Krishna ในการต้อนรับผู้เยี่ยมชมที่โดดเด่น

แม้ว่าจะต้องต่อสู้กับอาการเจ็ตแล็กอย่างต่อเนื่อง
แต่พระกฤษณะก็ยังคงปฏิบัติตามพิธีการอันเคร่งครัดที่กำหนดโดยโอกาสอันศักดิ์สิทธิ์นี้อย่างไม่ย่อท้อ เนื่องจากตระหนักดีถึงความจำเป็นในการละทิ้งความรู้สึกส่วนตัวเพื่อประโยชน์สูงสุดของอนาคตของอุตสาหกรรมของเขา   เขาจึงมุ่งมั่นต่อไปพร้อมกับความรับผิดชอบที่อยู่ตรงหน้า ความรู้สึกหน้าที่อันล้นหลามกดดันเขาอย่างหนัก
และแม้ว่าเขาจะโหยหาการพักผ่อนชั่วขณะและการปลอบโยนจากภรรยาที่รักของเขา
แต่ความต้องการที่เร่งด่วนของสถานการณ์ก็ไม่เอื้ออำนวยให้เขาทำเช่นนั้น

เมื่อกฤษณะเสด็จกลับจากโรงพยาบาล พระองค์ได้พบกับภาพที่ไม่คาดคิด นั่นคือ ศกุนตลา มามิ และ โมหินี ลูกสาวตัวน้อยที่น่ารักของเธอ รอคอยพระองค์อยู่ที่บ้านอย่างกระตือรือร้น พวกเขายืนเตรียมพร้อมที่จะรับเขาที่ระเบียงบ้านพัก ขณะที่เขาเดินออกจากรถ BMW ที่คนขับขับให้ ความประหลาดใจในการปรากฏตัวของพวกเขาทำให้สภาพจิตใจของกฤษณะซึ่งหนักอึ้งอยู่แล้วมีความซับซ้อนมากขึ้นไปอีก

ในขณะที่กำลังไว้ทุกข์ ภาพที่ปรากฏขึ้นคือ Shakuntala Mami และ Mohini ที่เตรียมพร้อมที่จะเข้าปะทะกับ   Krishna โดยแรงจูงใจของพวกเขาถูกซ่อนไว้ภายใต้ภายนอกที่เป็นการแสดงความกังวลที่เสแสร้ง
อากาศเต็มไปด้วยความคาดหวังโดยไม่ได้เอ่ยออกมาในขณะที่กฤษณะพยายามหาสมดุลที่ละเอียดอ่อนระหว่างความเหมาะสมและความปั่นป่วนทางอารมณ์ของเขา
ความเป็นทางการของโอกาสนี้ขัดแย้งกับความตึงเครียดที่เป็นพื้นฐาน
ก่อให้เกิดบรรยากาศที่เต็มไปด้วยความคาดหวังและความไม่แน่นอน

ในขณะที่ทั้งสามคนมารวมตัวกันที่ระเบียงบ้านพัก
ความสัมพันธ์ของพวกเขาที่มีพลวัตที่ไม่ได้ถูกเอ่ยถึงก็แสดงให้เห็นถึงบทใหม่ที่กำลังจะเกิดขึ้นในเรื่องราวที่กำลังคลี่คลายนี้   หน้าที่ต่างๆ ที่รอพระกฤษณะอยู่ในบ้านของพระองค์นั้นมีมากกว่าแค่เรื่องพิธีการทั่วไป
เนื่องจากพระองค์พบว่าพระองค์ติดอยู่ในใยแมงมุมอันซับซ้อนของความคาดหวังในครอบครัว

บรรทัดฐานทางสังคม และความโศกเศร้าส่วนตัวที่คุกคามพระองค์อยู่ เวทีถูกจัดเตรียมไว้สำหรับการเต้นรำอันละเอียดอ่อนระหว่างหน้าที่และความปรารถนา ขณะที่พระกฤษณะเผชิญกับความท้าทายที่อยู่ข้างหน้าหลังจากการจากไปของพ่อของเธอ

ท่ามกลางบรรยากาศเคร่งขรึมที่แผ่ปกคลุมห้องนั้น ศกุนตลาซึ่งรู้สึกตื่นตะลึงกับข่าวที่ไม่คาดคิด ก้าวออกไปข้างหน้าพร้อมกับโมหินี ลูกสาวของเธอ เธอจับมือโมหินีอย่างอ่อนโยน และเอ่ยกับพระกฤษณะด้วยน้ำเสียงที่แฝงไปด้วยทั้งความเปราะบางและความเข้มแข็ง ด้วยความอ่อนโยนที่สามารถเกิดขึ้นได้เฉพาะความผูกพันในครอบครัวที่ใกล้ชิดเท่านั้น เธอเรียกเขาด้วยชื่อเล่นที่แสดงถึงความรักใคร่เหมือนตอนที่เขายังเด็กว่า "บาบา" ศกุนตลาตระหนักถึงความร้ายแรงของสถานการณ์ที่เกิดขึ้นกับครอบครัวของพวกเขา และเปรียบเทียบมันกับแรงกระแทกของขวานที่ตกลงมา แม้ว่าจะรู้สึกหนักใจในขณะนั้น แต่เธอก็วิงวอนพระกฤษณะให้เผชิญโลกด้วยความกล้าหาญ

ในสุนทรพจน์ที่เรียบเรียงอย่างมีอารมณ์แต่เต็มไปด้วยอารมณ์ของเธอ ศกุนตลาแนะนำให้พระกฤษณะและโมหินีพักผ่อนในห้องนอนส่วนตัวของพวกเขาร่วมกัน เธอจินตนาการว่าการพักผ่อนชั่วคราวนี้จะเป็นโอกาสให้พวกเขาได้รวบรวมความคิด และบางทีโมหินีอาจจะได้จัดการกับเรื่องสำคัญบางอย่างที่อยู่ในใจของเธอ ความอดทนของศกุนตลาสะท้อนออกมาผ่านคำพูดของเธอ ในขณะที่เธอตระหนักถึงธรรมชาติที่ไม่อาจย้อนคืนได้ของสิ่งที่เกิดขึ้น ขณะเดียวกันก็เน้นย้ำถึงความสำคัญของการเผชิญหน้ากับความท้าทายข้างหน้าด้วยความกล้าหาญ

อย่างไรก็ตาม กฤษณะซึ่งมีความสำนึกในหน้าที่ซึ่งฝังรากลึกอยู่ในลักษณะนิสัยของตน ได้ปฏิเสธข้อเสนอดีๆ ของป้าของตนอย่างนอบน้อม แม้ว่าจะมีความเครียดทางอารมณ์ที่ไม่อาจปฏิเสธได้จากสถานการณ์นี้ แต่เขาคิดว่าการที่เขาอยู่ในห้องโถงนั้นสำคัญกว่าในขณะนั้น ความมุ่งเน้นของเขาอยู่ที่การทำตามบทบาทที่สถานการณ์มอบหมายให้เขา ขณะเดียวกันก็แสดงความขอบคุณสำหรับความห่วงใยที่แสดงออกมา กฤษณะเน้นย้ำว่าจะมีเวลาเพียงพอให้เขาและโมหินีได้กลับมาเชื่อมต่อกันและแบ่งปันความคิดของพวกเขา

ความสัมพันธ์ระหว่างกฤษณะและโมหินีดำเนินไปโดยมีฉากหลังเป็นประวัติศาสตร์ร่วมกันที่สืบย้อนกลับไปถึงวัยเด็กของพวกเขา แม้ว่าช่วงเวลาแห่งการแยกทางกันจะยาวนาน แต่ความคุ้นเคยและความสบายใจระหว่างพวกเขาก็ชัดเจน กฤษณะตระหนักถึงความสำคัญของการกลับมาพบกันอีกครั้งและรับรองกับศกุนตลาว่าเขาและโมหินีจ

ะพูดคุยกันอย่างมีสาระในเวลาที่เหมาะสม ในทางกลับกัน โมหินีก็ยืนยันการเห็นด้วยกับการตัดสินใจของกฤษณะ และแสดงความพร้อมที่จะพูดคุยเมื่อถึงเวลาที่สะดวกกว่านี้

ขณะที่ครอบครัวต้องเผชิญกับผลที่ตามมาของเหตุการณ์ที่ไม่คาดฝัน ความผูกพันทางเครือญาติ ความอดทน และความรู้สึกในหน้าที่ก็ถูกทอเป็นเนื้อเดียวกับปฏิสัมพันธ์ระหว่างพวกเขา อากาศในห้องนั้นเต็มไปด้วยอารมณ์ที่ไม่สามารถพูดออกมาได้ ทว่าท่ามกลางความวุ่นวายนั้นก็มีความเข้าใจร่วมกันว่าความท้าทายที่อยู่ข้างหน้านั้นต้องการแนวทางร่วมกันและมั่นคง เรื่องราวนี้เผยให้เห็นถึงความเข้มแข็งในความสัมพันธ์ในครอบครัวและความกล้าหาญที่จำเป็นในการก้าวผ่านสถานการณ์ที่ไม่คาดฝันในชีวิต

เมื่อคืนมาถึงและกระแสผู้หวังดีเริ่มลดลง ในที่สุดพระกฤษณะก็หาเวลาพักผ่อนในห้องนอนของพระองค์ได้ อย่างไรก็ตาม ความเหนื่อยล้าจากเหตุการณ์ในวันนั้นครอบงำเขา และเขายอมนอนหลับอย่างกระสับกระส่ายโดยไม่ได้เปลี่ยนเสื้อผ้า วันใหม่เริ่มต้นด้วยมหาเทวมาม่าผู้เป็นที่ไว้วางใจ ปลุกพระกฤษณะด้วยพระองค์เอง และเตือนพระองค์ถึงการจัดงานศพที่กำลังจะเกิดขึ้น วันนี้เริ่มต้นด้วยพิธีศพที่จัดขึ้นอย่างพิถีพิถัน โดยมีชาห์ ซีร์และผู้ช่วยของเขาควบคุมดูแลตามบรรทัดฐานทางวัฒนธรรมและประเพณีของครอบครัว

พิธีศพดำเนินไปจนถึงช่วงบ่าย ทำให้พระกฤษณะเหนื่อยล้าทั้งร่างกายและจิตใจ เหตุการณ์ที่เกิดขึ้นในวันนั้นประกอบกับการที่พ่อของเขาไม่ได้อยู่ด้วย ทำให้เขาโหยหาการปลอบโยนใจและความเป็นเพื่อนมากขึ้น ขณะที่เขากลับถึงบ้าน ความปรารถนาที่จะมีคู่ครองที่จะมาให้ความสบายใจเคียงข้าง รวมถึงความรักของแม่ที่เป็นแม่ก็ชัดเจนมากขึ้นเรื่อยๆ ความว่างเปล่าที่เหลืออยู่จากการจากไปของพ่อทำให้พระกฤษณะต้องการการสนับสนุนและความรักจากครอบครัวมากขึ้น

ในช่วงเวลาอันเงียบสงบที่เกิดขึ้นหลังจากนั้น พระกฤษณะได้ไตร่ตรองถึงผลกระทบอันลึกซึ้งของเหตุการณ์ในวันนั้น การที่ไม่มีพ่อไม่เพียงแต่เป็นการสูญเสียที่จับต้องได้เท่านั้น แต่ยังเป็นตัวเร่งการเปลี่ยนแปลงในพลวัตของครอบครัวอีกด้วย ความตระหนักว่าตอนนี้เขาคือเสาหลักที่คอยสนับสนุนแม่และครอบครัวของเขาได้เกิดขึ้นกับเขาอย่างน่าหดหู่ใจ ขณะที่พระกฤษณะกำลังแสวงหาการปลอบโยนใจในอ้อมอกแห่งบ้าน การเดินทางสู่การรักษาและปรับตัวเพิ่งจะเริ่มต้นเท่านั้น

ขณะที่พระกฤษณะถอยกลับเข้าสู่ความเงียบสงบแห่งความคิดของพระองค์ พระองค์พบว่าพระองค์จมอยู่กับความทรงจำอันน่าประทับใจจากวัยเด็กของพระองค์ เส้นทางแห่งความทรงจำพาเขาย้อนอดีตไปยังช่วงเวลาอันล้ำค่าที่ใช้ร่วมกับพ่อแม่ของเขา ซึ่งเต็มไปด้วยความอบอุ่นของความผูกพันในครอบครัวและโอกาสอันน่ายินดีที่เป็นเครื่องหมายของประสบการณ์ร่วมกันของพวกเขา ความทรงจำเหล่านี้ถูกเปิดเผยออกมาในลักษณะของภาพสั้น ๆ ที่ถ่ายทอดแก่นแท้ของการเดินทางภายในประเทศไปยังสถานที่แสวงบุญและสถานที่สำคัญทางประวัติศาสตร์ และยังเป็นการแกะสลักเรื่องราวของครอบครัวที่ผูกพันด้วยความรักและประเพณีอีกด้วย ในใจของเขา เขาสามารถนึกถึงเสียงหัวเราะ เรื่องราวที่แบ่งปัน และประสบการณ์ร่วมกันที่กำหนดความสัมพันธ์ในครอบครัวของเขาได้อย่างชัดเจน

ความทรงจำเหล่านี้ฝังแน่นอยู่ในความทรงจำของโมหินี เพื่อนสมัยเด็กของเขาที่คอยอยู่เคียงข้างเสมอจนกลายมาเป็นส่วนหนึ่งของการเลี้ยงดูของกฤษณะ หลายครั้งที่เธอได้ร่วมเดินทางกับครอบครัว ซึ่งช่วยเพิ่มความเป็นเพื่อนให้กับการผจญภัยของพวกเขา เสียงหัวเราะและประสบการณ์ร่วมกันก่อให้เกิดภาพชีวิตที่เชื่อมโยงกันเป็นภาพเดียว โดยที่ความผูกพันระหว่างเพื่อนและครอบครัวรวมเข้าด้วยกันอย่างราบรื่น

ขณะที่น้ำหนักของปัจจุบันกดทับลงบนตัวของเขา กฤษณะซึ่งยังคงจมอยู่ในห้วงความทรงจำ พบว่าตนเองโหยหาการมีอยู่ของโมหินีอันเป็นการปลอบโยนใจ แรงกระตุ้นที่อยากจะกลับไปติดต่อกับเพื่อนที่รัก เพื่อแบ่งปันภาระของสถานการณ์ที่เกิดขึ้น ดึงดูดเขา

แม้ว่าพระกฤษณะมีความปรารถนาที่จะเข้าถึงโมหินี แต่พระองค์ก็ทรงตระหนักดีถึงความสำคัญยิ่งของการดูแลความเป็นอยู่ที่ดีของมารดาของพระองค์ ความรับผิดชอบในการเป็นแหล่งสนับสนุนและความสะดวกสบายในยามที่เธอต้องการความช่วยเหลือได้รับความสำคัญเหนือความปรารถนาส่วนตัว ขณะที่เขาก้าวออกจากความสันโดษแห่งความคิด พระกฤษณะตั้งใจที่จะใช้เวลาที่เหลือของวันกับแม่ของเขา เพื่อมอบการปลอบโยนใจที่ลูกชายเท่านั้นที่จะให้ได้

ในทางปฏิบัติ พระกฤษณะได้ถ่ายทอดเจตนาของตนให้มหาเดโอ มาม่า ผู้เป็นที่ปรึกษาและผู้สนับสนุนที่เชื่อถือได้ในครอบครัวทราบ การตัดสินใจที่จะละทิ้งความต้องการส่วนตัวเพื่อทำหน้าที่ในครอบครัวสะท้อนให้เห็นถึงความเป็นผู้ใหญ่และความรับผิดชอบที่พระกฤษณะเป็นตัวอย่าง เขาออกจากโรงพยาบาล ความเร่งด่วนของสถานการณ์ผลักดันให้เขาก้าวเดินตามเส้นทางที่กำหนดโดยพันธกรณีของลูก

ในขณะที่กฤษณะเดินไปตามทางเดินของโรงพยาบาล เขาต้องแบกรับภาระไม่เพียงแค่จากสถานการณ์ที่ยากลำบากในปัจจุบันเท่านั้น

แต่ยังรวมถึงความทรงจำร่วมกันที่เป็นภาพสะท้อนความผูกพันในครอบครัวของเขาด้วย การเดินทางในแต่ละวันกลายเป็นการรักษาสมดุลอันละเอียดอ่อนระหว่างอดีตและปัจจุบัน ระหว่างความปรารถนาส่วนตัวและความรับผิดชอบในครอบครัว
ขณะที่พระกฤษณะเริ่มสำรวจเส้นด้ายอันซับซ้อนที่ทอเป็นผืนผ้าแห่งชีวิตของพระองค์อย่างลึกซึ้ง

7. “กระซิบระหว่างจิบชายามบ่าย: เปิดเผยพันธบัตร”

ในบรรยากาศอันเงียบสงบของช่วงค่ำ กฤษณะกลับบ้านจากโรงพยาบาลด้วยหัวใจที่เปี่ยมไปด้วยความกังวลของวันนี้ ชั่วโมงก่อนหน้านี้เขาทุ่มเทให้กับการดูแลเอาใจใส่มารดาที่รักของเขา Shantai ในขณะที่เธอกำลังพักผ่อนอยู่ในโรงพยาบาล ทางเดินของสถานพยาบาลแสดงให้เห็นความทุ่มเทอย่างไม่ลดละของพระกฤษณะ และในขณะที่พระองค์ก้าวเข้าสู่สถานที่ศักดิ์สิทธิ์ในบ้านของพระองค์ พระองค์ก็ทรงแบกรับภาระความรับผิดชอบในครอบครัวของพระองค์ไว้ด้วย

พระกฤษณะโหยหาช่วงเวลาแห่งการพักผ่อนชั่วขณะ เขาจึงรีบทำให้ตัวเองสดชื่นขึ้น โดยทิ้งความกังวลใจที่เกิดขึ้นตลอดทั้งวันไป แผนที่วางไว้ล่วงหน้ายังคงวนเวียนอยู่ในใจของเขา ทำให้เขาต้องติดต่อไปหาป้าของเขา ศกุนตลา เสียงที่ก้องกังวานของเขาสื่อถึงการขอร้องให้ลูกสาวของเธอ โมหินี มาร่วมรับประทานอาหารว่างยามบ่ายด้วยกัน ศกุนตลา มามิ รู้สึกซาบซึ้งกับความอบอุ่นในท่าทางของพระกฤษณะ จึงรับคำเชิญด้วยความยินดีจากใจจริง โดยรู้ถึงความสำคัญที่ซ่อนอยู่ภายใต้พื้นผิว

โดยไม่ชักช้า เธอได้แจ้งคำขอร้องของพระกฤษณะแก่โมหินี ลูกสาวสุดที่รักของเธอ คำเชิญที่ไม่คาดคิดทำให้โมหินีเกิดความประหลาดใจเล็กน้อย เนื่องจากเธอกำลังเตรียมตัวสำหรับตอนเย็นนั้น และสัมผัสได้ถึงจุดประสงค์โดยไม่ได้พูดออกมาเบื้องหลังคำเรียกของพระกฤษณะ แม้ว่าจะมีความอยากรู้อยู่บ้าง แต่โมหินีก็ตอบรับคำเชิญด้วยความยินดีอย่างแท้จริง โดยตระหนักดีว่าเจตนาของกฤษณะนั้นมีรากฐานมาจากความเชื่อมโยงและความเข้าใจที่ลึกซึ้งยิ่งกว่า

ขณะที่โมหินีเตรียมตัวเพื่อเข้าร่วมงาน เธอเข้าร่วมงานนี้ด้วยความกระตือรือร้นและอยากรู้อยากเห็น การเตรียมการอย่างรอบคอบสะท้อนให้เห็นความคาดหวังของเธอ โดยยอมรับว่าการพบปะครั้งนี้มีความสำคัญเป็นพิเศษในหัวใจของพระกฤษณะ อากาศเต็มไปด้วยความเข้าใจที่ไม่อาจพูดออกมาได้ และในขณะที่เธอเริ่มต้นการเดินทางเพื่อร่วมดื่มชายามบ่ายกับพระกฤษณะ

โมหินีก็มีความรู้สึกยอมรับและพร้อมที่จะเปิดเผยชั้นต่างๆ ของความเชื่อมโยงที่ยึดโยงพวกเขาไว้ด้วยกัน

ใบหน้าของกฤษณะสว่างไสวด้วยความอบอุ่นจริงใจขณะที่เขาต้อนรับโมหินีเข้ามาในห้องของเขา ท่าทางของเขาสะท้อนถึงความจริงใจจากใจจริง เจ้าหน้าที่ในครัวเรือนที่มีประสิทธิภาพซึ่งรับฟังความต้องการของพระกฤษณะได้รับคำสั่งให้จัดเตรียมการประชุมขนาดเล็กแต่สำคัญอย่างรวดเร็ว ท่ามกลางความวุ่นวายในห้องครัว การเตรียมงานต่างๆ ได้เริ่มต้นขึ้น โดยมีชาร้อนและของว่างแสนอร่อยเสิร์ฟในห้องรับรองด้านนอก เวทีได้รับการจัดเตรียมไว้อย่างพิถีพิถันเพื่อการสนทนาอันเป็นส่วนตัวระหว่างกฤษณะและโมหินี

ด้วยความแม่นยำที่สมกับเป็นครัวเรือนที่มีการจัดการอย่างดี การจัดวางอย่างดีเยี่ยมจึงเกิดขึ้นในห้องรับรองขณะที่โมหินีผู้สวยงามเดินเข้ามา บรรยากาศเต็มไปด้วยความเงียบสงบ ช่วยให้สองจิตวิญญาณหนุ่มสาวได้มีเวลาพูดคุยในเรื่องสำคัญๆ กัน การวางแผนอย่างรอบคอบของ Shakuntala ได้สร้างสภาพแวดล้อมที่ความเป็นส่วนตัวและความสะดวกสบายเป็นสิ่งสำคัญที่สุด

การจัดเตรียมการประชุมอันละเอียดอ่อนดำเนินไปอย่างราบรื่น ช่วยให้ Krishna และ Mohini มีโอกาสพูดคุยกันอย่างเป็นกันเองในพื้นที่ดังกล่าว เมื่อเจ้าหน้าที่ในบ้านถอยออกไปอย่างเงียบๆ บรรยากาศในห้องก็เปลี่ยนไป ส่งเสริมบรรยากาศที่เอื้อต่อการสนทนาจากใจจริง เสียงถ้วยชากระทบกันอันแผ่วเบาและกลิ่นหอมของชาชงสดใหม่โอบล้อมห้อง สร้างบรรยากาศให้เกิดบทสนทนาที่เกิดขึ้น

ท่ามกลางความเงียบสงบของห้องรับรอง การสนทนาเริ่มต้นด้วยการที่ Mohini แสดงความเสียใจอย่างอ่อนโยน โดยคำพูดของเธอแสดงถึงความเห็นอกเห็นใจเล็กน้อยต่อความพยายามล่าสุดของ Krishna พระกฤษณะตอบสนองเช่นเดียวกันโดยเริ่มการสนทนาด้วยน้ำเสียงเป็นมิตรและอ่อนโยน โดยแสดงความคิดของพระองค์ออกมาอย่างระมัดระวัง บรรยากาศระหว่างพวกเขาเต็มไปด้วยความเข้าใจร่วมกัน ขณะที่การสนทนาดำเนินไปในน้ำเสียงแผ่วเบาของคนสองคนที่ผูกพันกันด้วยสายสัมพันธ์ที่เหนือกว่าสายสัมพันธ์ทางครอบครัวเพียงอย่างเดียว

การแลกเปลี่ยนมีขึ้นมีลงตามกระแสประวัติศาสตร์ร่วมกันและความแตกต่างที่ไม่ได้พูดออกมาซึ่งเป็นลักษณะเฉพาะของความสัมพันธ์ระหว่างพวกเขา พระกฤษณะทรงถ่ายทอดแก่นแท้ของความคิดของพระองค์ด้วยถ้อยคำที่นุ่มนวลและความจริงใจ

และทรงเชิญโมหินีให้มาร่วมในการเล่าเรื่องที่เกิดขึ้น การสนทนาอันละเอียดอ่อนยังคงดำเนินต่อไป โดยแต่ละคำพูดและท่าทางล้วนมีส่วนช่วยในการเปิดเผยจุดประสงค์ที่ดึงดูดให้พวกเขามารวมตัวกันในโอกาสนี้ทีละน้อย

ในขณะที่นาทีต่างๆ ผ่านไป เสียงสนทนาของพวกเขาก็ดังก้องไปทั่วห้อง เป็นเครื่องพิสูจน์ถึงความเชื่อมโยงอันลึกซึ้งของพวกเขา การประชุมซึ่งจัดขึ้นด้วยความเอาใจใส่และตั้งใจ ได้พัฒนาเป็นการแลกเปลี่ยนความคิดเห็นที่เข้มข้น ซึ่งวางรากฐานสำหรับความเข้าใจและการสนับสนุนซึ่งกันและกัน ในรังไหมของห้องรับรอง กฤษณะและโมหินีเดินทางผ่านความซับซ้อนของการเดินทางร่วมกันซึ่งผูกโยงไว้ด้วยผ้าทอที่ถักทอด้วยด้ายแห่งความรัก ความเห็นอกเห็นใจ และความเข้าใจโดยไม่ได้เอ่ยออกมา ซึ่งมีอยู่ในความสัมพันธ์ที่ใกล้ชิดเท่านั้น

ในช่วงเวลาแห่งความโปร่งใสที่ได้รับการจัดเตรียมอย่างระมัดระวัง กฤษณะเลือกที่จะเปิดเผยความซับซ้อนในชีวิตของเขาให้โมหินี เพื่อนในวัยเด็กและที่ปรึกษาของเขาฟังด้วยท่าทีที่ตั้งใจและพูดจาอ่อนหวาน เขาเริ่มแบ่งปันความรู้สึกอันล้ำลึกและสายสัมพันธ์อันเป็นเอกลักษณ์ที่เขาได้สร้างขึ้นกับเอลิซาเบธ เพื่อนร่วมชั้นเรียนของเขาในระหว่างที่เรียนปริญญาโทในอเมริกา ความใกล้ชิดในการเปิดเผยของเขาเป็นเครื่องพิสูจน์ถึงความไว้วางใจที่เขามีให้กับโมหินี ผู้เป็นเสมือนน้องสาวของเขา

ขณะที่พระกฤษณะเปิดเผยบทต่างๆ ในชีวิตของพระองค์ โมหินีก็ฟังอย่างตั้งใจและซึมซับรายละเอียดของเรื่องราวความรักของพระองค์กับเอลิซาเบธ อากาศเต็มไปด้วยความประหลาดใจและชื่นชมปนกันขณะที่พระกฤษณะพูดอย่างเปิดเผยเกี่ยวกับการแต่งงานแบบลับของพวกเขา ซึ่งเป็นการแต่งงานที่ได้รับพรจากพ่อแม่ของพระองค์ ข่าวการมีสมาชิกในครอบครัวเพิ่มขึ้นทำให้เรื่องราวยิ่งเข้มข้นขึ้น และสะท้อนให้เห็นถึงความคาดหวังอันน่ายินดี

แม้จะตกตะลึงกับการเปิดเผยข้อมูลที่ไม่คาดคิด แต่โมหินี ซึ่งเป็นเครื่องพิสูจน์ถึงความรักแท้ที่เธอมีต่อพระกฤษณะ ยังคงซาบซึ้งในความจริงใจและความมั่นใจที่เขาแบ่งปันรายละเอียดส่วนตัวในชีวิตของเขา ความชื่นชมของเธอที่มีต่อความสามารถของเขาในการรักษาความสัมพันธ์พี่น้องที่ลึกซึ้งและมิตรภาพที่ใกล้ชิดด้วยศักดิ์ศรีและความภาคภูมิใจสะท้อนอยู่ในดวงตาของเธอ

โมหินีแสดงความดีใจที่จริงใจต่อพระกฤษณะและเอลิซาเบธด้วยน้ำเสียงอบอุ่นและแสดงความยินดีและยอมรับถึงความสำคัญของข่าวนี้ อย่างไรก็ตามความจริงใจของเธอเปลี่ยนไปอย่างน่าเศร้าเมื่อเธอเปิดเผยความกังวลเกี่ยวกับปฏิกิริยาที่อาจเกิดขึ้นของแม่เธอต่อเหตุการณ์ที่ไม่คาดคิดนี้

เมื่อรู้สึกว่าแม่ของเธออาจไม่ยอมรับรู้ข่าวนี้เพราะมีแผนล่วงหน้าสำหรับการแต่งงานของพระกฤษณะ โมหินีจึงรับมือกับอารมณ์ที่ละเอียดอ่อนและเลือกพูดอย่างระมัดระวัง

เพื่อแสดงความเข้าใจและความเห็นอกเห็นใจ
โมหินีขอให้กฤษณะใช้ความรอบคอบในการเปิดเผยความสัมพันธ์ระหว่างเขากับเอลิซาเบธในช่วงเวลานี้

เธอถ่ายทอดความกระตือรือร้นที่จะต้อนรับเอลิซาเบธเป็นพี่สะใภ้โดยยังคงรักษาความสัมพันธ์ของพวกเขาไว้เป็นความลับ เพื่อให้แม่ของเธอมีเวลาในการประมวลผลข่าวนี้ ความกังวลอย่างแท้จริงของโมหินีที่มีต่อความรู้สึกของแม่ของเธอเน้นย้ำถึงความลึกซึ้งของความสัมพันธ์ในครอบครัวของพวกเขา

โดยเคารพจังหวะเวลาและอารมณ์ที่เกิดขึ้น โมหินีแย้มว่าจะมีความลับบางอย่างมาแบ่งปันแต่เธอเลือกที่จะเลื่อนการเปิดเผยนี้ออกไปก่อนในเวลาที่เหมาะสมกว่าอย่างชาญฉลาด คำสัญญาของบทสนทนาในอนาคตนั้นทำให้ทั้งสองมีความคาดหวังช่วยให้เพื่อนทั้งสองคนสามารถรับมือกับความซับซ้อนในชีวิตได้ด้วยจังหวะที่เหมาะสมกับความละเอียดอ่อนของสถานการณ์ที่เกิดขึ้น

ขณะที่การสนทนาดำเนินไป คำพูดของ Mohini เต็มไปด้วยความอบอุ่น ความเข้าใจและความมุ่งมั่นอันแน่วแน่ต่อพันธะของพวกเขา
บรรยากาศระหว่างพวกเขายังคงเต็มไปด้วยความรู้สึกถึงประวัติศาสตร์ร่วมกันและในช่วงเวลาแห่งความสัมพันธ์นั้น
กฤษณะและโมหินีพบว่าตนเองต้องก้าวผ่านความซับซ้อนของชีวิต ความรักและการเต้นรำอันละเอียดอ่อนของความสัมพันธ์ในครอบครัว

กฤษณะซึ่งขึ้นชื่อในเรื่องความฉลาดและทักษะการตัดสินใจที่ชำนาญได้ยอมรับคำแนะนำอันชาญฉลาดของโมหินีอย่างรวดเร็วด้วยความรู้สึกขอบคุณ เขาให้คำมั่นว่าจะรักษาความรอบคอบเกี่ยวกับความสัมพันธ์ของเขากับเอลิซาเบธระหว่างที่เขาอยู่ในอินเดีย และรับรองกับโมหินีว่าเขาจะขอให้ภรรยาของเขารักษาความลับด้วย น้ำหนักของคำสัญญานี้ลอยอยู่ในอากาศเป็นเครื่องพิสูจน์ความไว้วางใจและความเข้าใจที่แทรกซึมอยู่ในบทสนทนาของพวกเขา

ขณะที่การสนทนาดำเนินไป กฤษณะได้พูดถึงเรื่องการจากไปของเขากับเอลิซาเบธอย่างนุ่มนวล โดยยกตัวอย่างพันธกรณีอันหลีกเลี่ยงไม่ได้ที่เกี่ยวข้องกับการเข้าเรียนที่มหาวิทยาลัยในต่างประเทศของพวกเขา แม้คำพูดของเขาจะดูเร่งด่วน แต่เขาก็ยังคงขอร้องโมหินีอย่างจริงจังให้ดูแลและให้กำลังใจชานไท แม่ของเขา ในระหว่างที่เขาไม่อยู่ ความรับผิดชอบในการดูแลมารดาของตนเป็นท่าทีที่แสดงถึงความไว้วางใจที่พระกฤษณะเต็มใจมอบให้กับโมหินี

เมื่อแบ่งปันข้อมูลอัปเดตล่าสุดเกี่ยวกับสุขภาพของ Shantai กฤษณะได้ถ่ายทอดความหวังเล็กๆ น้อยๆ ที่ได้รับจากความมั่นใจของแพทย์อาวุโสที่โรงพยาบาล การปรับปรุงอาการของชานไทอย่างค่อยเป็นค่อยไปเป็นแหล่งแห่งความปลอบโยนใจและปูทางไปสู่ความเป็นไปได้ที่เธอจะย้ายไปยังสภาพแวดล้อมที่สะดวกสบายมากขึ้น ด้วยความสำนึกในหน้าที่และความจงรักภักดีต่อครอบครัว กฤษณะแสดงความมั่นใจในความสามารถของโมหินีที่จะแบกรับความรับผิดชอบในการดูแลแม่ของเขาในช่วงเวลาสำคัญนี้

ความร้ายแรงของสถานการณ์ยังคงลอยอยู่ในอากาศขณะที่พระกฤษณะถ่ายทอดรายละเอียดที่สำคัญซึ่งเผยให้เห็นความสมดุลอันละเอียดอ่อนระหว่างความรับผิดชอบในครอบครัวและความจำเป็นในชีวิตส่วนตัวของพระองค์ ชั้นความไว้วางใจและความเข้าใจระหว่างกฤษณะและโมหินีชัดเจนมากขึ้น แสดงให้เห็นถึงความผูกพันอันแข็งแกร่งของทั้งสองในการก้าวผ่านความซับซ้อนของความท้าทายในชีวิต

ขณะที่พระกฤษณะกำลังพูดถึงพลวัตของการเดินทางที่จะเกิดขึ้นกับเอลิซาเบธ คำพูดของเขาก็มีความเร่งด่วนเล็กน้อย ความจำเป็นที่ต้องออกเดินทางเพื่อไปทำภารกิจทางวิชาการในต่างประเทศทำให้การสนทนามีความเข้มข้นมากขึ้น อย่างไรก็ตาม การแยกทางที่กำลังจะเกิดขึ้นนั้นถูกผ่อนคลายลงด้วยความไว้วางใจที่ไม่เคยเปลี่ยนแปลงของกฤษณะที่มีต่อโมหินี ซึ่งทำให้เธอมีบทบาทที่มั่นคงในฐานะเสาหลักที่คอยสนับสนุนในช่วงที่เขาไม่อยู่

ในการรับทราบบทบาทสำคัญของ Mohini พระกฤษณะแสดงความขอบคุณสำหรับความเต็มใจของเธอที่จะรับผิดชอบในการดูแล Shantai ความเข้าใจที่ไม่ได้พูดออกมาของทั้งคู่สะท้อนถึงความมุ่งมั่นร่วมกันที่มีต่อครอบครัว ซึ่งสะท้อนถึงแก่นแท้ของมิตรภาพอันยั่งยืนและความไว้วางใจอย่างลึกซึ้งที่หล่อหลอมกันมานานหลายปี

อากาศในห้องแบกรับน้ำหนักของการเปลี่ยนแปลงที่ใกล้จะเกิดขึ้น แต่ใต้พื้นผิวกลับมีความผูกพันในครอบครัว ความรับผิดชอบ และการสนับสนุนซึ่งกันและกัน ขณะที่กฤษณะเตรียมตัวที่จะเริ่มต้นบทต่อไปในชีวิตกับเอลิซาเบธ พระองค์จากไปโดยให้ความมั่นใจว่าโมหินีจะคอยเป็นประภาคารแห่งความเข้มแข็ง คอยดูแลความเป็นอยู่ที่ดีของมารดาของพระองค์ และรักษาสมดุลอันละเอียดอ่อนระหว่างหน้าที่และความทะเยอทะยานส่วนตัว แม้ว่าเส้นทางชีวิตของพวกเขาอาจแตกต่างกันไปชั่วขณะ แต่ยังคงเชื่อมโยงกันด้วยสายใยแห่งความเครือญาติและความไว้วางใจที่ไม่สั่นคลอน

การพบปะจิบน้ำชายามบ่ายระหว่างกฤษณะและโมหินี เพื่อนเก่าแก่ที่สนิทสนมกัน จบลงด้วยความพึงพอใจ โดยทิ้งความรู้สึกเป็นมิตรและเข้าใจกันเอาไว้ ในขณะที่พวกเขากล่าวอำลากัน ความสุขที่จับต้องได้ก็ลอยอยู่ในอากาศ เป็นเครื่องพิสูจน์ถึงความลึกซึ้งของความสัมพันธ์ของพวกเขา และความอบอุ่นที่แลกเปลี่ยนกันระหว่างการสนทนาของพวกเขา เสียงหัวเราะและความทรงจำร่วมกันที่สะท้อนกันสร้างบรรยากาศแห่งความคิดถึงซึ่งเน้นย้ำถึงความยั่งยืนของมิตรภาพของพวกเขา

เมื่อออกจากการประชุม กฤษณะและโมหินีต่างก็เตรียมพร้อมที่จะเผชิญกับจุดเปลี่ยนสำคัญในชีวิตของพวกเขา พระกฤษณะทรงแบกรับความรับผิดชอบอันหนักหน่วงในครอบครัว เนื่องจากพระมเหสีเอลิซาเบธจะมาถึงในไม่ช้านี้ และทรงมีโอกาสที่จะออกเดินทางไปศึกษาต่อที่ต่างประเทศ ในทางกลับกัน โมหินีก็เตรียมพร้อมที่จะรับบทบาทสำคัญในการดูแล ชานไท แม่ของกฤษณะ ในระหว่างที่เขาไม่อยู่ ความเข้าใจที่ไม่ได้พูดออกมาของทั้งสองกลายมาเป็นเส้นด้ายเงียบๆ ที่ทอผ่านผืนผ้าแห่งการเดินทางร่วมกันของพวกเขา

หลังจากพบกัน ความคาดหวังถึงการมาถึงของเอลิซาเบธก็ลอยอยู่ในอากาศ ซึ่งเป็นสัญญาณว่าชีวิตของกฤษณะกำลังจะเริ่มต้นบทใหม่ ความคาดหวังถึงการกลับมาพบกันอีกครั้งของกฤษณะ เอลิซาเบธ และโมหินีถือเป็นความหวังที่จะมอบความสุขร่วมกัน แต่ในขณะเดียวกันก็เป็นจุดเริ่มต้นของช่วงเวลาแห่งการเปลี่ยนแปลงและการปรับตัวสำหรับทุกคนที่เกี่ยวข้องเช่นกัน พลวัตของความสัมพันธ์ของพวกเขาพร้อมที่จะพัฒนา โดยสมาชิกแต่ละคนมีบทบาทที่โดดเด่นในเรื่องราวที่กำลังดำเนินไป

โมหินีมีจิตใจอบอุ่นและพร้อมที่จะรับผิดชอบงานที่พระกฤษณะมอบหมายให้เธอ ความมุ่งมั่นในการดูแลชานไทไม่ใช่เพียงหน้าที่ แต่ยังเป็นการสะท้อนถึงความผูกพันที่อยู่เหนือความผูกพันในครอบครัวแบบเดิม ขณะที่เธอเตรียมตัวสำหรับบทบาทสำคัญนี้ โมหินีเข้าหาความรับผิดชอบด้วยความเห็นอกเห็นใจและความมุ่งมั่นผสมผสานกันอย่างลงตัว โดยตระหนักดีถึงความสำคัญของสิ่งนี้ที่มีต่อกฤษณะและครอบครัวของเขา

เมื่อวันเวลาผ่านไป ความคาดหวังในการมาถึงของเอลิซาเบธก็ยิ่งเพิ่มมากขึ้น ส่งผลให้ครอบครัวของพระกฤษณะรู้สึกตื่นเต้นไปด้วย โอกาสที่จะแนะนำสมาชิกใหม่ให้กับกลุ่มเพื่อนสนิททำให้เรื่องราวที่กำลังดำเนินไปเต็มไปด้วยความสุขยิ่งขึ้น โมหินี ผู้ที่คอยสนับสนุนและเข้าใจเธอเสมอ เฝ้ารอการเปลี่ยนแปลงที่จะเกิดขึ้นด้วยท่าทีที่สงบนิ่ง และพร้อมที่จะต้อนรับเอลิซาเบธเข้ามาในครอบครัวด้วยอ้อมแขนที่เปิดกว้าง

ในเรื่องราวชีวิตที่ซับซ้อนของพวกเขา การพบปะจิบชายามบ่ายเป็นช่วงเวลาแห่งการเชื่อมโยงที่ซาบซึ้งใจและเสริมสร้างความผูกพันที่ผ่านการทดสอบของกาลเวลา ความพึงพอใจที่ได้รับจากการพบปะนั้นสะท้อนอยู่ในใจของพวกเขา และปูทางไปสู่บทต่างๆ ที่จะค่อยๆ เปิดเผยออกมาซึ่งรอคอยพวกเขาแต่ละคนอยู่ด้วยความรู้สึกสมหวังและการสนับสนุนซึ่งกันและกัน กฤษณะและโมหินีก้าวไปสู่อนาคต ซึ่งเสียงสะท้อนจากเสียงหัวเราะที่พวกเขาแบ่งปันกันและความแข็งแกร่งของมิตรภาพที่ยั่งยืนของพวกเขาจะยังคงกำหนดชะตากรรมที่เชื่อมโยงกันของพวกเขาต่อไป

ท่ามกลางความเงียบสงบในช่วงเช้าตรู่ เที่ยวบินที่พาเอลิซาเบธลงจอดเมื่อเวลา 02.30 น. ที่ท่าอากาศยานนานาชาติอินทิรา คานธี ในเมืองมุมไบ พระกฤษณะผู้กระตือรือร้นแสดงให้เห็นถึงความมุ่งมั่นที่ไม่เคยเปลี่ยนแปลงของพระองค์ ได้เสด็จมาเพื่อต้อนรับเธอด้วยตนเอง เมื่อเอลิซาเบธออกมาจากประตูผู้โดยสารขาเข้า ความรู้สึกยินดีที่จับต้องได้ก็เต็มไปในอากาศ แม้จะปรารถนาที่จะแสดงความรักต่อกันทางกาย แต่สถานการณ์ในปัจจุบันกลับกดดันไม่ให้พวกเขาแสดงความรักต่อกัน ทำให้พวกเขาต้องจับมือกันอย่างอบอุ่นและแสดงความรักแทน

ในขณะที่พวกเขากำลังออกเดินทางกลับบ้านในรถที่หรูหราของพวกเขา กฤษณะได้เล่าให้เอลิซาเบธฟังถึงความซับซ้อนของสถานการณ์ และเล่าเรื่องราวที่เกิดขึ้นอย่างกระชับ เขาอธิบายว่า ในขณะนี้ พวกเขาจะรักษาความสัมพันธ์ไว้เป็นความลับ โดยจะเปิดเผยเฉพาะการเยือนครั้งต่อไปหรืออยู่ในประเทศอย่างถาวรเท่านั้น

เอลิซาเบธเข้าใจถึงความซับซ้อนของบทละคร
และยอมรับการตัดสินใจนี้ด้วยความสง่างามเมื่อพวกเขาเข้าใกล้บ้าน

เมื่อถึงบ้านพักแล้ว กฤษณะพาเอลิซาเบธไปที่เกสต์เฮาส์ที่เธอจะได้รับการพัก
การตัดสินใจที่จะเก็บความสัมพันธ์ของพวกเขาเอาไว้เป็นความลับจนกว่าจะถึงเวลาที่เหมาะสมกว่านี้
สะท้อนให้เห็นถึงความละเอียดอ่อนของสถานการณ์ของพวกเขา
ด้วยความเข้าใจร่วมกันถึงความจำเป็นในการใช้ความรอบคอบ
เอลิซาเบธจึงยอมรับถึงความจำเป็นของการกระทำนี้ตั้งแต่ก่อนจะก้าวเข้าไปในบริเวณบ้านของพวกเขา

การมาถึงของบังกะโลถือเป็นความประหลาดใจสำหรับทั้งกฤษณะและเอลิซาเบธ
เนื่องจากโมหินีมารอพวกเขาด้วยท่าทีต้อนรับ
เกสต์เฮาส์ที่ได้รับการดูแลอย่างดีกลายเป็นสถานที่สำหรับช่วงเวลาแรกๆ ของพวกเขาด้วยกันในอินเดีย
เมื่อผ่านพ้นขั้นตอนเบื้องต้นไปแล้ว ทั้งสามคนก็เข้าไปในบ้าน
และพระกฤษณะซึ่งตระหนักถึงโอกาสนี้
ก็อนุญาตให้โมหินีและเอลิซาเบธได้เพลิดเพลินร่วมกันในขณะที่เขาถอยกลับไปยังห้องนอนของเขา

ท่าทางดังกล่าวไม่เพียงเป็นการแสดงการแยกจากกันเท่านั้น
แต่ยังเป็นการพิจารณาอย่างรอบคอบถึงความเป็นอยู่ที่ดีของเอลิซาเบธด้วย
เมื่อตระหนักถึงความเหนื่อยล้าและอาการเจ็ตแล็กที่สะสมมาจากการเดินทางอันยาวนาน
กฤษณะจึงให้ความสำคัญกับความต้องการพักผ่อนของเธอเป็นอันดับแรก
โดยให้เธอมีพื้นที่ในการผ่อนคลายอย่างสบายๆ ที่บ้าน
บรรยากาศในเกสต์เฮาส์ที่ประดับประดาด้วยความอบอุ่นและเป็นมิตรเปรียบเสมือนรังไหมที่เชื่อมความสัมพันธ์อันเบ่งบานระหว่างเอลิซาเบธและโมฮินี

ภายในกำแพงของเกสต์เฮาส์ หญิงทั้งสองได้กระชับความสัมพันธ์เริ่มแรกของพวกเธอเข้าด้วยกัน
มิตรภาพที่ไม่ได้พูดออกมาและความเข้าใจร่วมกันระหว่างโมหินีและเอลิซาเบธช่วยวางรากฐานสำหรับการเชื่อมต่อที่กลมกลืนโดยเน้นย้ำถึงความแข็งแกร่งของสายสัมพันธ์ที่ยึดโยงพวกเขาไว้ ในระหว่างนั้น
กฤษณะกำลังรอจังหวะอันเหมาะสมที่จะไปร่วมกับพวกเขาในที่พักอันเงียบสงบ
โดยปล่อยให้บรรยากาศแห่งความคาดหวังและความอบอุ่นแผ่ซ่านไปทั่วบริเวณบ้านที่พวกเขาอยู่ร่วมกั
น

เมื่อรุ่งอรุณส่องสว่างไปทั่วท้องถนน บ้านพักแห่งนี้ยืนเป็นพยานในบทต่างๆ ที่เกิดขึ้นในชีวิตของพวกเขา การเต้นรำอันละเอียดอ่อนของความสัมพันธ์ที่สอดประสานกับความลับ ความเข้าใจ และการเอาใจใส่ ยังคงพัฒนาต่อไป ความรักที่เชื่อมโยงพระกฤษณะ, เอลิซาเบธ และโมหินี ข้ามผ่านข้อจำกัดของช่วงเวลาปัจจุบัน

และสัญญาถึงอนาคตที่เส้นด้ายแห่งโชคชะตาที่ร่วมกันของพวกเขาจะทอเป็นภาพทอแห่งความเชื่อมโยง ความยืดหยุ่น และความเป็นเพื่อนที่ยั่งยืน

8. "บทสนทนาตอนเช้าและสายสัมพันธ์ที่ไม่ได้พูดออกมา"

เช้าวันรุ่งขึ้นก็เป็นเวลาสายไปสักหน่อย และนาฬิกาบนผนังก็บอกเวลาว่าตอนนี้เป็นเวลาประมาณ 9 โมงเช้า กฤษณะออกมาจากห้องของเขา และพบว่าเอลิซาเบธและโมหินีกำลังนั่งคุยกันอย่างจริงจังอยู่ในห้องโถง เขารู้สึกสนใจจึงเข้าไปหาพวกเขา ทำให้หยุดการสนทนาและทักทายเขาอย่างอบอุ่น พระกฤษณะตอบสนองเช่นเดียวกันโดยจ้องมองเอลิซาเบธด้วยสายตาซักถาม ซึ่งเอลิซาเบธตอบกลับด้วยรอยยิ้มอันอ่อนโยน โดยอธิบายว่าการสนทนาของพวกเธอเป็นเพียงผลลัพธ์จาก "ความอยากรู้อยากเห็นของสุภาพสตรีบางคน" เท่านั้น โมหินีเห็นด้วยกับเอลิซาเบธจึงยิ้มและพยักหน้าเห็นด้วย

เอลิซาเบธอธิบายต่อไปว่าความกระตือรือร้นของเธอที่จะพบแม่ของพระกฤษณะ ประกอบกับความปรารถนาของโมหินีที่จะไปกับเธอ ทำให้พวกเขาเตรียมตัวแต่เนิ่นๆ เธอเผยด้วยสีหน้าพึงพอใจว่าการนอนหลับพักผ่อนอย่างสบายระหว่างเที่ยวบินช่วยให้เธอไม่เกิดอาการเจ็ตแล็ก พระกฤษณะรู้สึกโล่งใจเมื่อได้ยินข่าวนี้ และแสดงความตั้งใจว่าจะไปร่วมกับพวกเขาหลังรับประทานอาหารเช้า อย่างไรก็ตาม เอลิซาเบธขัดขึ้นมา โดยเผยว่าพวกเธอได้ทานของว่างกับชาตอนเช้ามากพอแล้ว และแนะนำให้พวกเธอไปต่อโดยไม่ต้องรออาหารเช้าแบบเป็นทางการ

ด้วยการพยักหน้าเห็นด้วย พระกฤษณะยอมรับข้อเสนอของเอลิซาเบธ และเธอก็ประกาศแผนที่จะไปเยี่ยมแม่ของพระกฤษณะทันที พระกฤษณะกระตือรือร้นที่จะใช้เวลาอยู่กับแม่ของเขาด้วย จึงตกลงที่จะตามพวกเขาไปเมื่อเขาพร้อม พระกฤษณะรับทราบถึงความพร้อมของพวกเขา จึงทรงเรียกคนขับรถที่ไว้ใจได้ของพระองค์มา เพื่อให้แน่ใจว่าเพื่อนร่วมทางอันเป็นที่รักของพระองค์จะสะดวกสบายและปลอดภัยตลอดการเดินทางไปโรงพยาบาล

ขณะที่เอลิซาเบธและโมหินีออกเดินทางเพื่อไปพบแม่ของพระกฤษณะ บรรยากาศภายในรถเต็มไปด้วยความคาดหวังและความรู้สึกเป็นเพื่อนร่วมงาน ทัศนียภาพของเมืองปรากฏให้เห็นเบื้องหน้าของพวกเขา

และเสียงเครื่องยนต์รถที่เป็นจังหวะดังขึ้นพร้อมกับการเดินทางของพวกเขา ในขณะเดียวกัน กฤษณะใช้เวลาเตรียมตัวสำหรับวันนี้ โดยคิดถึงการกลับมาพบกันอีกครั้งของเอลิซาเบธกับแม่ของเขา

เมื่อมาถึงโรงพยาบาล เอลิซาเบธและโมฮินีได้รับการต้อนรับด้วยบรรยากาศอันเงียบสงบของสถานพยาบาล บริเวณแผนกต้อนรับเต็มไปด้วยความเป็นมืออาชีพและเอาใจใส่ เพื่อสร้างความรู้สึกอุ่นใจ เมื่อพระกฤษณะจัดเตรียมเสร็จแล้ว พระองค์ก็เสด็จมาร่วมกับพวกเขาในไม่ช้า และทั้งสองก็มุ่งหน้าไปยังห้องที่มารดาของพระกฤษณะกำลังรอพวกเขาอยู่

การกลับมาพบกันอีกครั้งของเอลิซาเบธและแม่ของพระกฤษณะเต็มไปด้วยความอบอุ่นและความรักใคร่ เอลิซาเบธมีความสนใจอย่างแท้จริงและมีความผูกพันอย่างจริงใจกับมารดาของพระกฤษณะซึ่งเป็นสะพานเชื่อมระหว่างพวกเขา โมหินียังกลายเป็นส่วนหนึ่งของการแลกเปลี่ยนอย่างกลมกลืน สร้างบรรยากาศของความสามัคคีในครอบครัว

พระกฤษณะประหลาดใจเมื่อพบว่าเมื่อวานนี้ แม่ของเขา ชานไท ไม่ตอบสนองมากนัก แต่เมื่อวันนี้เธอกลับตอบสนองต่อทุกคนได้ดี รอยยิ้มอบอุ่นเล็กๆ ปรากฏบนใบหน้าของเธอเช่นกัน และแม้ว่าเธอจะไม่ได้สติเต็มที่และไม่สามารถพูดอะไรออกมาได้ แต่เธอก็จับมือของเอลิซาเบธไว้แน่นด้วยมือที่บอบบางของเธอที่ติดอยู่กับขวดน้ำเกลือ เมื่อวันที่ดำเนินไป ทั้งสามคนได้ใช้เวลาที่มีคุณภาพร่วมกับแม่ของพระกฤษณะโดยการแบ่งปันเรื่องราว เสียงหัวเราะ และสร้างความทรงจำอันน่าประทับใจ ห้องของโรงพยาบาลถูกเปลี่ยนให้กลายเป็นสถานที่แห่งความสุข เหนือระดับไปกว่าสภาพแวดล้อมทางคลินิก ความสัมพันธ์ระหว่างเอลิซาเบธ โมหินี และมารดาของกฤษณะยิ่งแน่นแฟ้นมากขึ้น จนกลายเป็นความสัมพันธ์ที่เหนือกว่าแค่การรู้จักกันเฉยๆ

ระหว่างการโต้ตอบกัน กฤษณะได้สังเกตเห็นการผสมผสานที่ราบรื่นระหว่างเอลิซาเบธและโมหินีเข้ากับวงครอบครัวของเขา และได้เห็นความเอาใจใส่และความห่วงใยแท้จริงที่พวกเขาแสดงต่อแม่ของเขา วันที่ดังกล่าวถือเป็นวันที่แสดงให้เห็นถึงความแข็งแกร่งของความสัมพันธ์ เน้นย้ำถึงความสำคัญของช่วงเวลาที่ใช้ร่วมกันและพลังของการเชื่อมโยงที่แท้จริงซึ่งข้ามผ่านขอบเขตของเวลาและสถานการณ์

เมื่อตกเย็น ทั้งสามคนก็กล่าวอำลาแม่ของพระกฤษณะ และออกจากโรงพยาบาลด้วยหัวใจที่เต็มไปด้วยความขอบคุณและความพึงพอใจ ขณะกำลังเดินทางกลับ กฤษณะขอให้คนขับรถกลับบ้าน

เนื่องจากเขาตั้งใจจะไปสมทบกับลิซและโมหินี การนั่งรถกลับบ้านเต็มไปด้วยความเงียบอันครุ่นคิด เนื่องจากเหตุการณ์ต่างๆ ที่เกิดขึ้นในวันนั้นสะท้อนอยู่ในตัวพวกเขาแต่ละคน เอลิซาเบธ โมหินี และกฤษณะต่างมีความรู้สึกอิ่มเอมร่วมกัน โดยตระหนักถึงความสำคัญของความผูกพันในครอบครัว และผลกระทบที่ยั่งยืนของท่าทีที่แสดงความห่วงใยและความรักที่จริงใจ

ในขณะที่กฤษณะ โมหินี และเอลิซาเบธเดินเล่นไปตามถนนที่พลุกพล่านของเมืองมุมไบ ฝีเท้าของพวกเขาก็ได้พาพวกเขาไปยังชายหาดอันเงียบสงบของ Chapatti ซึ่งเป็นร้านอาหารชื่อดังที่ได้รับชื่อเสียงในฐานะสวรรค์แห่งอาหารใจกลางเมือง อากาศเต็มไปด้วยกลิ่นหอมเย้ายวนของเครื่องเทศและอาหารเผ็ดร้อน ขณะที่เสียงหัวเราะอันแสนสุขและบทสนทนาอันคึกคักดังไปทั่วบริเวณ สีสันที่สดใสของแผงขายของและหน้าร้านต่างๆ วาดภาพวัฒนธรรมการทำอาหารอันหลากหลายของเมืองได้อย่างมีชีวิตชีวา

ขณะที่พวกเขาก้าวเข้าใกล้ชายหาด เสียงท่วงทำนองอันเป็นจังหวะของคลื่นซัดก็ปลุกความรู้สึกของพวกเขาให้ผ่อนคลาย ขอบฟ้าทอดยาวสุดสายตาผสานกับสีฟ้าครามของทะเลอาหรับกับโทนสีอบอุ่นของท้องฟ้าขณะพระอาทิตย์เริ่มตกดิน ลมทะเลพัดพาเสียงกระซิบแผ่วเบา สะท้อนถึงเรื่องราวที่คลื่นได้พบเจอมาตลอดหลายปี

กฤษณะยิ้มอย่างอบอุ่นและพาเอลิซาเบธไปยังจุดที่เงียบสงบและเป็นส่วนตัวเล็กน้อย ห่างไกลจากฝูงชนที่พลุกพล่าน ที่นี่พวกเขาสามารถเพลิดเพลินไปกับความงามของช่วงเวลานั้นโดยไม่ได้รับการรบกวน ดวงอาทิตย์ส่องแสงสีทองลงบนผิวน้ำ ทำให้เกิดแสงระยิบระยับสะท้อนในดวงตาของเอลิซาเบธ เสียงหัวเราะอันห่างไกลของเด็กๆ ที่กำลังเล่นทราย และเสียงพูดคุยอันห่างไกลของครอบครัวต่างๆ ที่กำลังสนุกสนานกับตอนเย็นทำให้เกิดความรู้สึกที่เต็มไปในอากาศ

พวกเขาตั้งรกรากอยู่ในสถานที่ซึ่งรายล้อมไปด้วยบรรยากาศที่มีชีวิตชีวาและกลิ่นหอมของจาปาตีที่เพิ่งปรุงเสร็จใหม่ๆ ที่ลอยมาจากแผงขายของบริเวณใกล้เคียง โต๊ะที่ประดับด้วยผ้าปูโต๊ะสีสันสดใสและเทียนที่ส่องแสงระยิบระยับสร้างบรรยากาศที่เป็นส่วนตัว เหมาะสำหรับการสนทนาจากใจที่รอคอยพวกเขาอยู่ เสียงคลื่นที่สงบนิ่งเป็นฉากหลังอันกลมกลืนขณะที่กฤษณะและเอลิซาเบธพร้อมด้วยโมหินีจมอยู่กับความอบอุ่นของมิตรภาพของพวกเขา

ขณะที่พวกเขาลิ้มรสความอร่อยของจาปาตีอันเลื่องชื่อ แต่ละคำก็กลายเป็นการเดินทางอันน่ารื่นรมย์ผ่านรสชาติของมรดกทางอาหารของมุมไบ เนื้อสัมผัสที่กรุบกรอบและเครื่องเทศที่ผสมผสานกันอย่างประณีตราวกับบทกลอนเกี่ยวกับการทำอาหา

ร ทิ้งร่องรอยที่ลบไม่ออกไว้ในเพดานปาก สภาพแวดล้อมดูเหมือนจะจางหายไป ทำให้กฤษณะและเอลิซาเบธได้ดื่มด่ำกับมิตรภาพจากประวัติศาสตร์ร่วมกันและความสัมพันธ์อันลึกซึ้งที่ผ่านการทดสอบของกาลเวลา

ในแสงสลัวของยามเย็น ภายใต้แสงไฟข้างถนนอันนวลตา และท้องฟ้าพลบค่ำอันน่าหลงใหล กฤษณะ โมหินี และเอลิซาเบธ พบความสงบในความเรียบง่ายของช่วงเวลานั้น ชายหาดของ Chapatti กลายเป็นสถานที่พักผ่อนเหนือกาลเวลาที่ซึ่งแก่นแท้ของมิตรภาพที่แท้จริงผสมผสานกับรสชาติของมุมไบ ก่อกำเนิดความทรงจำอันน่าประทับใจที่จะประทับอยู่ในผืนผ้าของชีวิตพวกเขาตลอดไป

ท่ามกลางบรรยากาศอันเงียบสงบของชายหาด Chapatti กฤษณะ เอลิซาเบธ และโมหินีพบว่าตัวเองดื่มด่ำไปกับค่ำคืนแห่งการสารภาพบาปและการเปิดเผยที่น่าสะเทือนใจ พระอาทิตย์กำลังจะลับขอบฟ้า ส่องแสงอบอุ่นสะท้อนการสนทนาที่เกิดขึ้นระหว่างเพื่อนสนิททั้งสาม อากาศดูเหมือนมีน้ำหนักของเรื่องราวที่แบ่งปัน ความลับและสายสัมพันธ์ที่ไม่ได้เอ่ยออกซึ่งผูกพันชีวิตของพวกเขาเข้าด้วยกันตั้งแต่สมัยเด็ก

ขณะที่คลื่นทะเลอันอ่อนโยนเป็นฉากหลังจังหวะในการสนทนาของพวกเขา พระกฤษณะก็ฟังอย่างตั้งใจ โดยจ้องมองไปที่โมหินีขณะที่เธอคลี่คลายเรื่องราวลับๆ ที่หยั่งรากลึกในหัวใจของชีวิตที่เชื่อมโยงกันของพวกเขา การเปิดเผยความสนิทสนมระหว่างโมหินีกับคนรักของเธอ ซึ่งเป็นพนักงานในองค์กรของกฤษณะ ทำให้เกิดคลื่นสั่นสะเทือนไปทั่วบรรยากาศ และเติมความซับซ้อนให้กับความสัมพันธ์ของพวกเขาอย่างที่ไม่คาดคิด

เงาเริ่มยาวขึ้น และแสงเทียนที่สั่นไหวบนโต๊ะก็ฉายแสงนวลๆ ที่ส่องสว่างบนใบหน้าของทั้งสามคน การแลกเปลี่ยนความลับกลายเป็นการเต้นรำแห่งความเปราะบางที่กินใจ ซึ่งความไว้วางใจและความเข้าใจก่อให้เกิดรากฐานของมิตรภาพที่ยั่งยืนของพวกเขา โมหินีเปิดเผยถึงความตระหนักรู้ของเธอเกี่ยวกับความซับซ้อนที่เกิดขึ้นรอบๆ การแต่งงานของกฤษณะ และความมุ่งมั่นของเธอในการปกป้องความสัมพันธ์อันละเอียดอ่อนของครอบครัว ด้วยความสำนึกผิดและความมุ่งมั่น

ในช่วงเวลาแห่งความเปราะบางที่เลือนลางนี้ ทั้งสามคนก็ได้ทำสนธิสัญญารักษาความลับ โดยสัญญาว่าจะปกป้องความลับของกันและกันจนกว่าจะถึงเวลาที่เหมาะสมที่จะเปิดเผยความลับนั้น ความจริงที่ไม่ได้ถูกพูดออกมามีน้ำหนักค้างอยู่ในอากาศ แต่สายสัมพันธ์แห่งมิตรภาพยังคงไม่แตกสลาย โดยเสริมด้วยความเข้าใจว่าความจริงบางอย่างควรได้รับการปกป้องจนกว่าสถานการณ์จะเอื้ออำนวยให้เปิดเผยออกมา

โมหินีเป็นตัวแทนของความอดทนและความเมตตากรุณาที่ผสมผสานอย่างลงตัว ทำให้กฤษณะและเอลิซาเบธมั่นใจถึงความมุ่งมั่นอันแน่วแน่ของเธอในการดูแลความเป็นอยู่ที่ดีของชานไท มารดาที่รักที่สุดของกฤษณะ คำสัญญาว่าจะปกป้องซานไทและจัดการเรื่องครอบครัวในช่วงที่พวกเขาไม่อยู่ทำให้เกิดความปลอบใจอย่างหวานปนขมท่ามกลางความซับซ้อนในชีวิตส่วนตัวของพวกเขา

แม้ว่าตอนเย็นนั้นจะเต็มไปด้วยความโศกเศร้าของวิญญาณผู้ล่วงลับ แต่ก็กลับกลายเป็นเบ้าหลอมของอารมณ์และความเข้าใจร่วมกัน ขณะที่พวกเขานอนอาบแดดอยู่ท่ามกลางพระอาทิตย์ตก ทั้งสามคนพบความสงบสุขเมื่อตระหนักถึงความเป็นจริงในชีวิต เมื่อตระหนักได้อย่างลึกซึ้งว่าความลับบางอย่างคือแกนหลักที่ยึดความสัมพันธ์ของพวกเขาให้คงอยู่ พวกเขาก็ออกเดินทางจากชายฝั่ง โดยแบกรับทั้งความสุขและความเศร้าไว้ในใจ การเดินทางกลับบ้านแม้จะมีความรู้สึกสูญเสียอยู่บ้าง แต่ก็มีความหวังในอนาคตที่ผืนผ้าทออันละเอียดอ่อนแห่งชีวิตของพวกเขาจะได้รับการทอขึ้นใหม่ โดยมีเส้นด้ายแห่งมิตรภาพและความเข้าใจร่วมกันถึงความซับซ้อนของชีวิตชี้นำ

หลังจากอำลาชายหาดอันเงียบสงบของเมืองจาปัตตีแล้ว กฤษณะและเอลิซาเบธก็กลับบ้านด้วยอารมณ์ต่างๆ มากมายที่หมุนวนอยู่ภายใน ความอบอุ่นของยามเย็นยังคงประทับอยู่ในหัวใจของพวกเขา เป็นสิ่งที่แตกต่างอย่างสิ้นเชิงกับความโศกเศร้าอย่างสุดซึ้งที่เกิดขึ้นพร้อมกับการจากไปของจิตวิญญาณอันเป็นที่รักเมื่อเร็วๆ นี้ แม้ว่าพวกเขาจะมีความคิดหนักหน่วง แต่การตระหนักถึงความเป็นจริงก็แทรกซึมเข้าไปในจิตใจของพวกเขา ทำให้พวกเขายอมรับสถานการณ์ต่างๆ ที่รออยู่ข้างหน้าอย่างทั้งสุขและเศร้า

เมื่อกลับมา ทั้งสามคนพบความสงบในบ้านที่คุ้นเคย ซึ่งเป็นสถานที่ปลอดภัยที่ได้เห็นความผันผวนในชีวิตของพวกเขา อากาศเต็มไปด้วยความเงียบสงบ เป็นฉากหลังสำหรับบทต่างๆ ที่กำลังเกิดขึ้นของโชคชะตาที่เชื่อมโยงกันของพวกเขา แสงไฟที่สลัวๆ ฉายแสงนวลๆ เน้นให้เงาที่เต้นรำไปตามผนังดูโดดเด่น สะท้อนความซับซ้อนของความสัมพันธ์ของพวกเขา

ในขณะที่พวกเขากำลังเข้านอนในอ้อมกอดอันแสนสบายของที่พัก ความต้องการสิ่งอำนวยความสะดวกก็ต้องลดน้อยลงเนื่องจากความเหนื่อยล้าที่คอยเกาะกินพวกเขาอยู่หลังจากค่ำคืนอันแสนวุ่นวาย ด้วยความเข้าใจร่วมกัน พวกเขาจึงตัดสินใจไม่รับประทานอาหารเย็น

และเลือกที่จะกลับไปพักผ่อนในห้องของตนเองแทน
ความคาดหวังต่อความท้าทายที่รอพวกเขาอยู่ในวันพรุ่งนี้ลอยอยู่ในอากาศ
สร้างบรรยากาศของทั้งความตึงเครียดและความมุ่งมั่น

ในความเงียบสงบของพื้นที่ส่วนตัวของตน
กฤษณะและเอลิซาเบธพบว่าตนเองต้องดิ้นรนกับความต้องการที่จะเกิดขึ้นในวันถัดไป
น้ำหนักของที่ต้องเตรียมเดินทางไปสหรัฐอเมริกาในอนาคตอันใกล้นี้ดูเหมือนจะมากพอสมควร
พร้อมกับความกังวลเกี่ยวกับการประชุมคณะกรรมการฉุกเฉินขององค์กรของกฤษณะอีกด้วย
หัวใจของพวกเขาไม่เพียงแต่ต้องแบกรับภาระความรับผิดชอบต่อครอบครัวและธุรกิจเท่านั้น
แต่ยังต้องทำหน้าที่อันละเอียดอ่อนในการแจ้งให้ Shantai มารดาที่กำลังเจ็บป่วย
ทราบเกี่ยวกับการเดินทางที่ใกล้จะเกิดขึ้นของพวกเขาอีกด้วย

ในขณะที่พวกเขานอนอยู่ในห้องอันเงียบสงบ แสงจันทร์ก็ฉายแสงนวลๆ เข้ามาทางหน้าต่าง
ทำให้เกิดเงาที่สะท้อนภาพชีวิตที่ซับซ้อนของพวกเขา
อากาศดูเหมือนจะเต็มไปด้วยความคาดหวังและความคิดถึง
ซึ่งเป็นเครื่องเตือนใจถึงการเดินทางที่รออยู่ข้างหน้า แสงสลัวๆ
ในยามค่ำคืนเป็นเหมือนผืนผ้าใบสำหรับการไตร่ตรอง
ช่วยให้พวกเขาสามารถพิจารณาความซับซ้อนของอารมณ์และชะตากรรมที่เชื่อมโยงกันของพวกเขาได้

ด้วยภาระความรับผิดชอบและอารมณ์ที่กดดันจิตใจ
กฤษณะและเอลิซาเบธจึงยอมจำนนต่อการนอนหลับเพื่อแสวงหาการปลอบโยนในการพักผ่อนที่ช่วยให้พวกเขาพร้อมรับมือกับความท้าทายของวันใหม่ที่กำลังใกล้เข้ามา
พวกเขาแทบไม่รู้เลยว่าเวลาที่รออยู่ข้างหน้าจะต้องการไม่เพียงแค่การตัดสินใจที่เป็นรูปธรรมเท่านั้น
แต่ยังต้องการความแข็งแกร่งที่ไม่สั่นคลอนเพื่อนำทางความซับซ้อนของครอบครัว มิตรภาพ
และการแสวงหาความปรารถนาบนชายฝั่งต่างแดนอีกด้วย

9. "การเปลี่ยนแปลงในห้องประชุมและนอกห้องประชุม"

บรรยากาศที่เคร่งขรึมแผ่ปกคลุมห้องประชุมอันหรูหราของสำนักงานใหญ่ของกลุ่มบริษัท Krishna ทันทีที่นาฬิกาตีบอกเวลา 10.00 น. ความหนักใจจากการสูญเสียผู้นำอันทรงเกียรติอย่างมหาเทวะเมื่อเร็วๆ นี้ ยังคงลอยอยู่ในอากาศ ทอดเงาลงมาคลุมห้องที่ปกติคึกคักวุ่นวาย สมาชิกคณะกรรมการทุกคนต่างมีสีหน้าเศร้าโศกเสียใจ เพราะพวกเขาได้มารวมตัวกันหลังจากโศกเศร้าเป็นเวลานานสามวัน โดยแต่ละคนต่างแบกรับภาระอันหนักอึ้งจากการจากไปอย่างกะทันหันของหัวหน้าสูงสุดของตน

เมื่อการประชุมเริ่มขึ้น ชาห์ ซีร์ ผู้ดูแลรายละเอียดที่พิถีพิถัน ได้ตรวจสอบทุกแง่มุมอย่างพิถีพิถัน เพื่อให้แน่ใจว่าจะไม่มีวิกฤตการณ์ที่อาจเกิดขึ้นมาส่งผลกระทบต่อการดำเนินการ ห้องประชุมเต็มไปด้วยความรู้สึกถึงความรับผิดชอบอย่างลึกซึ้ง ในขณะที่สมาชิกคณะกรรมการซึ่งสวมชุดทางการเข้านั่งลงด้วยความเข้าใจร่วมกันว่าอนาคตของ Krishna Group of Companies อยู่ในมือของพวกเขา

ผู้ที่ปรากฏกายอย่างโดดเด่นคือพระกฤษณะ ซึ่งเป็นบุคคลสำคัญแม้ว่าจะไม่ได้ดำรงตำแหน่งอย่างเป็นทางการในคณะกรรมการก็ตาม การปรากฏตัวของเขา รวมถึงผู้ร่วมงานที่เชื่อถือได้ เน้นย้ำให้เห็นถึงความร้ายแรงของสถานการณ์ วาระการประชุมฉุกเฉินครั้งนี้ชัดเจน นั่นก็คือ การจัดการกับภาวะว่างเปล่าที่เกิดจากการเสียชีวิตของ Gautam Seth และมอบหมายให้ Krishna รับผิดชอบในการดูแลให้การดำเนินงานของบริษัทดำเนินต่อไปอย่างราบรื่น

กิจกรรมเริ่มต้นด้วยช่วงเวลาแห่งความเงียบเพื่อแสดงความอาลัยต่อวิญญาณผู้ล่วงลับของ Gautam Seth และรับทราบถึงบทบาทสำคัญของเขาในการนำพาบริษัทสู่ความก้าวหน้าที่ไม่มีใครทัดเทียมนับตั้งแต่เริ่มก่อตั้ง คณะกรรมการแสดงความขอบคุณเซธด้วยท่าทางที่กลมกลืนสำหรับการวางรากฐานความเป็นเลิศที่กำหนดเส้นทางของบริษัท

ชาห์ ซีร์ มีท่าทีที่แสดงถึงความโศกเศร้าและความมุ่งมั่น และนำการประชุมผ่านการเดินทางที่เต็มไปด้วยอารมณ์แต่ก็มีจุดมุ่งหมาย

เขาเจาะลึกถึงรายละเอียดที่ซับซ้อนของกิจการของบริษัท โดยไม่ละเลยรายละเอียดใดๆ เพื่อให้แน่ใจว่าการเปลี่ยนแปลงจะเกิดขึ้นอย่างราบรื่นหลังจากที่มีตำแหน่งผู้นำว่างลง ถึงแม้ว่า Krishna จะไม่ได้เป็นสมาชิกคณะกรรมการอย่างเป็นทางการ แต่เขาก็ยังมีบทบาทสำคัญในการหารือ โดยได้นำเสนอข้อมูลเชิงลึกอันมีค่าและแสดงให้เห็นถึงความทุ่มเทในการรักษามรดกที่ Mahadeo ทิ้งไว้

บรรยากาศค่อย ๆ เปลี่ยนไปจากความโศกเศร้าเป็นความยืดหยุ่น ขณะที่สมาชิกคณะกรรมการร่วมกันให้คำมั่นว่าจะรำลึกถึงความทรงจำของผู้นำผู้ล่วงลับโดยนำพาบริษัทสู่ความสำเร็จอย่างต่อเนื่อง แม้ว่าจะยอมรับถึงความท้าทายที่อยู่ข้างหน้า แต่ความสามัคคีและความมุ่งมั่นภายในห้องประชุมก็สัญญาว่าจะก้าวไปข้างหน้า

ในการประชุมคณะกรรมการที่สำคัญ นายชาห์ได้เสนอแนวทางพัฒนาที่สำคัญสำหรับบริษัทด้วยการเสนอชื่อนายกฤษณะให้เป็นสมาชิกคณะกรรมการถาวร และมอบหมายให้เขาดำรงตำแหน่งประธานและกรรมการผู้จัดการอันทรงเกียรติ ข้อเสนอนี้ ซึ่งได้รับการสนับสนุนจากนาย Mahadeo ได้รับการอนุมัติอย่างเป็นเอกฉันท์จากสมาชิกคณะกรรมการ ถือเป็นการแสดงการลงคะแนนไว้วางใจร่วมกันต่อความสามารถของนายกฤษณะ

นายกฤษณะแสดงความขอบคุณ โดยยืนต่อหน้าที่ประชุมอันมีเกียรติเพื่อแสดงความซาบซึ้งใจอย่างจริงใจที่ได้รับการรับเข้าเป็นสมาชิกคณะกรรมการ เขาตระหนักถึงความไว้วางใจที่เขาได้รับในการรับบทบาทที่สำคัญดังกล่าวภายในบริษัท นายกฤษณะได้เน้นย้ำถึงการศึกษาต่อในระดับอุดมศึกษาที่สหรัฐอเมริกาอย่างต่อเนื่อง และได้ขออนุญาตคณะกรรมการอย่างถ่อมตัวเพื่อลาหยุดเป็นเวลา 6 ถึง 8 เดือนข้างหน้า ในช่วงเวลาดังกล่าว เขาเสนอให้คุณชาห์ทำหน้าที่เป็นกรรมการผู้จัดการชั่วคราวของบริษัท

ในช่วงเวลาแห่งความซาบซึ้ง นายกฤษณะได้แบ่งปันข่าวดีเกี่ยวกับสุขภาพของแม่ของเขาและสมาชิกคณะกรรมการที่น่านับถืออีกคนหนึ่ง นางชานไท ขณะเดียวกันก็แสดงความขอบคุณต่อความก้าวหน้าด้านสุขภาพของพวกเขาและการสนับสนุนร่วมกันที่ได้รับจากคณะกรรมการ จากนั้น นายกฤษณะได้แสดงความหวังว่าเมื่อคุณนายชานไทฟื้นตัวและกลับมามีส่วนร่วมอีกครั้ง เธอจะได้รับเกียรติให้ดำรงตำแหน่งประธานบริษัท เขาเน้นย้ำถึงบทบาทที่สำคัญของเธอควบคู่ไปกับพ่อของเขาในการยกระดับบริษัทให้ขึ้นสู่สถานะอันทรงเกียรติในปัจจุบัน

สมาชิกคณะกรรมการต่างรู้สึกซาบซึ้งใจอย่างยิ่งกับความรู้สึกของนายกฤษณะและข้อเสนอแนะอันเป็นประโยชน์ที่ถูกนำเสนอ และยอมรับและดำเนินการตามคำขอของเขาอย่างเป็นเอกฉันท์ ช่วงเวลาสำคัญในห้องประชุมนี้สะท้อนไม่เพียงแต่การตัดสินใจเชิงกลยุทธ์สำหรับผู้นำของบริษัทเท่านั้น แต่ยังสะท้อนถึงการยอมรับอย่างลึกซึ้งถึงชีวิตส่วนตัวและอาชีพที่เชื่อมโยงกันของสมาชิกอีกด้วย

เมื่อการประชุมสิ้นสุดลง
ความโศกเศร้าที่ยังคงหลงเหลืออยู่ได้ถูกแทนที่พร้อมกับความมุ่งมั่นและความตั้งใจใหม่ การเดินทางข้างหน้านั้นไม่แน่นอน แต่ Krishna Group of Companies ยังคงยืนหยัดอย่างยืดหยุ่น พร้อมที่จะเผชิญอนาคตด้วยความแข็งแกร่งร่วมกันที่หลอมรวมกันจากความสูญเสียและความมุ่งมั่น

ความสำคัญของการประชุมที่เกิดขึ้นนั้นสะท้อนไปทั่วห้องประชุม และท่ามกลางการหารือและการตัดสินใจ ผู้สังเกตการณ์ที่เงียบงันคนหนึ่งชื่อเอลิซาเบธ ก็โดดเด่นออกมา
ความเอาใจใส่อย่างเอาใจใส่ของเธอไม่ได้มีเพียงแต่จดจ่อกับรายงานการประชุมเท่านั้น แต่ยังรวมถึงความรู้สึกอันลึกซึ้ง ความทุ่มเท และความรักใคร่ที่สมาชิกคณะกรรมการแต่ละคนมีต่อครอบครัวเซธด้วย โดยเฉพาะอย่างยิ่งเธอรู้สึกถึงการยอมรับและเคารพร่วมกันต่อวิญญาณผู้ล่วงลับของ Gautam Seth ซึ่งเป็นเครื่องเตือนใจอันน่าสะเทือนใจถึงความผูกพันทางอารมณ์ที่เหนือกว่าอาณาจักรแห่งวิชาชีพ

เอลิซาเบธรู้สึกถึงความหนักแน่นของการสังเกตของเธอ จึงตัดสินใจแน่วแน่ที่จะแบ่งปันข้อมูลเชิงลึกและประสบการณ์ของเธอให้พระกฤษณะ สามีของเธอ ทราบโดยเร็วที่สุด
เธอตระหนักถึงความสำคัญของการถ่ายทอดความแตกต่างอย่างละเอียดอ่อนของการประชุม ซึ่งจะช่วยให้เขาเข้าใจถึงความรู้สึกและพลวัตที่เกิดขึ้นในหมู่สมาชิกคณะกรรมการได้ลึกซึ้งยิ่งขึ้น

เมื่อการประชุมใกล้จะสิ้นสุดลง
กฤษณะซึ่งตระหนักถึงการมีอยู่ของเอลิซาเบธและคุณค่าที่เธอนำมาสู่ชีวิตของเขา จึงรับหน้าที่ดูแลให้เธอสามารถปรับตัวเข้ากับสภาพแวดล้อมของบริษัทได้ นอกจากนายชาห์และนายมาฮาเดโอแล้ว กฤษณะยังให้คำแนะนำเธอเกี่ยวกับแผนกสำคัญต่างๆ ของบริษัทอีกด้วย
เอลิซาเบธได้รับการแนะนำในฐานะแขกพิเศษและได้รับการยกย่องในฐานะเจ้าหญิงจากรัฐที่มีอิทธิพลในยุโรป โดยได้รับความเคารพอย่างเหมาะสมกับสถานะของเธอ การมีปฏิสัมพันธ์ที่ราบรื่นกับผู้มีเกียรติแสดงให้เห็นไม่เพียงแต่ความเป็นมืออาชีพของบริษัทเท่านั้น แต่ยังรวมถึงความอบอุ่นที่ขยายไปยังผู้ที่เกี่ยวข้องกับครอบครัวเซธอีกด้วย

ในประสบการณ์อันเป็นเอกลักษณ์นี้ เอลิซาเบธพบว่าตัวเองไม่เพียงแต่ได้เห็นพลวัตขององค์กรเท่านั้น แต่ยังได้เห็นมิตรภาพและการสนับสนุนที่แท้จริงที่มีอยู่ท่ามกลางสมาชิกคณะกรรมการอีกด้วย การรับทราบถึงการปรากฏตัวของเธอในฐานะแขกพิเศษถือเป็นเครื่องพิสูจน์ถึงความชื่นชมของเธอต่อค วามสัมพันธ์กันระหว่างชีวิตส่วนตัวและอาชีพภายในบริษัท

ต่อมาพระกฤษณะและพระเอลิซาเบธก็ออกจากที่ทำงานไปเพื่อไปทำธุระที่สำคัญยิ่งกว่า นั่นก็คือการดูแลมารดาของพระกฤษณะที่กำลังป่วย การเปลี่ยนผ่านจากขอบเขตของอาชีพไปสู่ขอบเขตส่วนตัวนี้เน้นย้ำถึงความสมดุลอันซับซ้อนที่บุคคลเ ช่นพระกฤษณะรักษาไว้ระหว่างความรับผิดชอบในฐานะผู้นำและบทบาทของตนภายในครอบครัว

ในขณะที่พวกเขากำลังเดินทางไปโรงพยาบาล บรรยากาศก็เต็มไปด้วยทั้งความคาดหวังและความกังวล เอลิซาเบธได้เห็นความทุ่มเทร่วมกันของสมาชิกคณะกรรมการ จึงทำให้เธอเข้าใจอย่างลึกซึ้งถึงความผูกพันทางอารมณ์ที่ยึดโยงครอบครัวเซธกับทั้งความพยายามในธุร กิจและการต่อสู้ส่วนตัว เหตุการณ์ที่เกิดขึ้นไม่เพียงแต่ช่วยกำหนดทิศทางของบริษัทเท่านั้น แต่ยังทำให้ความสัมพันธ์ทางอารมณ์ระหว่างสมาชิกมีความลึกซึ้งยิ่งขึ้นอีกด้วย ทำให้ Elizabeth มีประสบการณ์อันหลากหลายที่สามารถนำไปแบ่งปันกับ Krishna ในช่วงเวลาแห่งการปลอบโยนใจที่รอคอยอยู่

เมื่อมาถึงโรงพยาบาลแล้ว กฤษณะและเอลิซาเบธรู้สึกเร่งด่วนที่จะต้องพบกับหัวหน้าแพทย์ศัลยแพทย์ จุดประสงค์ของพวกเขาคือการเจาะลึกถึงความซับซ้อนของการรักษาชานไทที่กำลังดำเนินอยู่ และเพื่อหารือเกี่ยวกับความต้องการหรือความร่วมมือใดๆ ที่ทางโรงพยาบาลอาจต้องการจากครอบครัวเซธ หัวหน้าศัลยแพทย์รับทราบถึงความร้ายแรงของสถานการณ์ และอนุญาตให้กฤษณะเข้าไปในห้องของเขาทันที

ในการประชุมส่วนตัวครั้งนี้ หัวหน้าศัลยแพทย์ได้ถ่ายทอดข่าวดีเกี่ยวกับความก้าวหน้าของ Shantai พวกเขาพูดถึงความร่วมมืออันน่าทึ่งของเธอตลอดการรักษา โดยรับรองกับกฤษณะว่าเธอค่อยๆ ดีขึ้นอย่างต่อเนื่อง มีการนำเสนอแนวโน้มที่ชานไทอาจจะต้องย้ายไปยังห้อง VIP ภายในโรงพยาบาล ควบคู่ไปกับการประเมินว่าเธออาจต้องอยู่ภายใต้การดูแลของแพทย์เป็นเวลาอีกหนึ่งเดือนเพื่อให้สุขภา พของเธอกลับมาสมบูรณ์อีกครั้ง

ด้วยการเปิดเผยอันซาบซึ้งใจ หัวหน้าศัลยแพทย์ได้ให้คำยืนยันกับพระกฤษณะว่าทางโรงพยาบาลไม่จำเป็นต้องได้รับความช่วยเหลือ จากครอบครัวเซธในทันที สิ่งนี้เกิดจากความเมตตากรุณาของนายโกตัม เซธ ผู้ล่วงลับ

ซึ่งก่อนหน้านี้เขาได้สร้างคุณูปการสำคัญให้กับโรงพยาบาล สถานประกอบการแสดงความขอบคุณอย่างสุดซึ้งและยอมรับว่าเป็นหนี้บุญคุณต่อครอบครัวเซธมาอย่างยาวนานสำหรับการสนับสนุนอันเอื้อเฟื้อของพวกเขา

เมื่อถือโอกาสอัปเดตหัวหน้าศัลยแพทย์เกี่ยวกับการออกเดินทางเพื่อศึกษาต่อในต่างประเทศในเร็วๆ นี้ Krishna ได้แสดงให้เห็นถึงความมุ่งมั่นในการสื่อสารอย่างต่อเนื่อง แม้ว่าเขาจะไม่อยู่ แต่เขาก็ยืนยันกับทีมแพทย์ว่า เขาจะเข้าร่วมดูแล Shantai อย่างเต็มที่และจะรักษาตัวจากระยะไกลต่อไป แพทย์ตระหนักถึงความห่วงใยอย่างแท้จริงของพระกฤษณะ จึงรับข้อตกลงนี้ด้วยความซาบซึ้งและปรารถนาดีอย่างจริงใจต่อการศึกษาของเขา

เมื่อเสร็จสิ้นการประชุมกับทีมแพทย์แล้ว กฤษณะและเอลิซาเบธก็ถูกส่งตัวไปยังห้องผู้ป่วยหนัก (ICU) ซึ่งชานไทกำลังเข้ารับการรักษาอยู่ การมาเยือนของพวกเขาไม่ใช่แค่เพียงพิธีการเท่านั้น แต่ยังเป็นประสบการณ์ที่เต็มไปด้วยอารมณ์ความรู้สึกอย่างลึกซึ้ง การได้เห็นการต่อสู้เพื่อการฟื้นตัวของ Shantai ก่อให้เกิดความรู้สึกกังวลและความหวังในตัวทั้ง Krishna และ Elizabeth ผนังอันปลอดเชื้อของโรงพยาบาลดูเหมือนจะค่อยๆ หายไปในขณะที่พวกมันยืนอยู่ข้างเตียง โดยที่ได้เห็นความอดทนและความแข็งแกร่งที่ Shantai แสดงให้เห็นด้วยตาตนเอง

ในช่วงเวลาที่น่าสะเทือนใจเหล่านี้ การเชื่อมโยงกันระหว่างความรับผิดชอบในอาชีพและความสัมพันธ์ส่วนตัวกลายเป็นสิ่งที่เห็นได้ชัดเจน โรงพยาบาลซึ่งครั้งหนึ่งเคยเป็นเพียงสถาบัน แต่ปัจจุบันกลายเป็นพื้นที่ที่ความผูกพันแห่งความกตัญญูกตเวทีและความผูกพันในครอบครัวมาบรรจบกัน ในขณะที่กฤษณะและเอลิซาเบธยืนอยู่เคียงข้างชานไท ทางเดินก็เต็มไปด้วยเสียงสะท้อนถึงความเข้มแข็ง ความยืดหยุ่น และการสนับสนุนอย่างไม่ลดละของครอบครัวที่เผชิญกับความยากลำบาก พระกฤษณะไม่แปลกใจเมื่อเห็นว่าโมหินีเข้าร่วมพิธีชานไตอย่างเอาใจใส่ตามที่สัญญาไว้กับพระกฤษณะ

ด้วยหัวใจที่เต็มไปด้วยความหวังและความมุ่งมั่นที่จะอยู่เคียงข้างคนที่ตนรัก กฤษณะและเอลิซาเบธจึงออกจากโรงพยาบาล โดยรู้ดีว่าการเดินทางสู่การฟื้นตัวของชานไทจะเป็นเส้นทางที่ทั้งคู่ก้าวเดินร่วมกัน โดยได้รับความแข็งแกร่งจากมรดกแห่งความเอื้อเฟื้อและความเห็นอกเห็นใจที่ปลูกฝังโดยศรีเกาตัม เซธ ผู้ล่วงลับ มาธาวีจะอยู่ที่นั่นเพื่อดูแลเธอเป็นอย่างดีในขณะที่พวกเขาไม่อยู่

ซึ่งช่วยปลอบโยนความรักและความต้องการความเอาใจใส่เป็นการส่วนตัวของพวกเขาที่มีต่อชานไท แม่ของกฤษณะที่กำลังป่วย

ชั่วโมงสุดท้ายของวันเป็นช่วงเวลาที่พระกฤษณะและเอลิซาเบธต้องทำงานกันอย่างหนักในการจัดกระเป๋าและเตรียมตัวออกเดินทางในช่วงดึกของคืนนั้น ท่ามกลางความเร่งรีบวุ่นวาย Shakuntala Mami ซึ่งเป็นบุคคลสำคัญในบ้านก็คอยอยู่รอบๆ พวกเขา ดูเหมือนเธอจะสังเกตทุกการเคลื่อนไหวของพวกเขาด้วยท่าทีเฝ้าระวังที่ไม่จำเป็น ส่วนความอยากรู้ของเธอเจือด้วยความสงสัยเล็กๆ น้อยๆ

ในระหว่างที่เธอพิจารณาอย่างพินิจพิเคราะห์ Shakuntala Mami ก็ยังคงมีท่าทีที่ตรงไปตรงมาอย่างน่าขบขัน โดยพยายามที่จะสังเกตสัญญาณใดๆ ของความสัมพันธ์โรแมนติกที่กำลังเบ่งบานระหว่างบุคคลสาวทั้งสองคน อย่างไรก็ตาม เธอรู้สึกโล่งใจเมื่อพบว่าไม่มีสิ่งใดทำให้เธอสงสัยอีก ปฏิสัมพันธ์ระหว่างพระกฤษณะกับเอลิซาเบธยังคงเป็นแบบเพื่อนล้วนๆ ปราศจากการแสดงความรักโดยเจตนาหรือกิจกรรมลับๆ ที่อาจกระตุ้นให้เธอคาดเดาสิ่งต่างๆ มากขึ้น

การไม่มีความรู้สึกผูกพันโรแมนติกเกิดขึ้นทำให้ Shakuntala Mami รู้สึกพึงพอใจ อย่างไรก็ตาม ลึกๆ แล้ว เธอยังคงมีความระมัดระวังอยู่บ้างในใจ แม้จะไม่มีหลักฐานมาสนับสนุนความสงสัยของเธอ แต่เธอก็ยังพบว่าตัวเองต้องเฝ้าระวังต่อไป เพื่อปกป้องความตั้งใจที่ไม่ได้พูดออกมาของเธอที่จะสร้างความสัมพันธ์ที่ลึกซึ้งยิ่งขึ้นระหว่างกฤษณะกับครอบครัวของเธอในที่สุด

เมื่อวันเวลาผ่านไป บรรยากาศในครอบครัวก็ดูเหมือนจะเต็มไปด้วยเหตุการณ์ที่ไม่เป็นที่พูดถึง Shakuntala Mami อาจได้รับแรงบันดาลใจจากความปรารถนาที่จะเห็นความปรารถนาในครอบครัวของเธอเป็นจริง จึงคอยจับตาดู Krishna และ Elizabeth อย่างใกล้ชิด คุณค่าทางจิตใจในบทละครมีความซับซ้อน ผสมผสานความกังวลในครอบครัว ความคาดหวังของสังคม และปฏิสัมพันธ์ทางอารมณ์ที่ละเอียดอ่อนที่เกิดขึ้นพร้อมกับโอกาสที่จะรวมสองคนเข้าด้วยกันเป็นสามีภรรยา

การแพ็คของซึ่งปกติเป็นกิจวัตรประจำวัน กลับกลายเป็นสัญลักษณ์ของช่วงเปลี่ยนผ่านของพระกฤษณะและเอลิซาเบธ การจากไปของพวกเขาถือเป็นสัญลักษณ์แห่งการแยกจากครอบครัวที่คุ้นเคย นำมาซึ่งความไม่แน่นอนและการเปลี่ยนแปลง

ความรู้สึกอ่อนไหวที่ฝังอยู่ในกระบวนการของการกล่าวคำอำลาทำให้ภารกิจที่ต้องใช้ความจริงจังซึ่งเติมไปด้วยอารมณ์เพิ่มมากขึ้น

แม้ว่าภายนอก Shakuntala Mami จะชื่นชมกับการไม่มีความสัมพันธ์โรแมนติก แต่ภายในใจเธอก็พยายามหาสมดุลที่ละเอียดอ่อนระหว่างเจตนาในครอบครัวกับความจำเป็นในการเคารพวิวัฒนาการตามธรรมชาติของความสัมพันธ์ ความมุ่งมั่นที่เธอตั้งใจที่จะเห็นพระกฤษณะกลายมาเป็นส่วนสำคัญของครอบครัวในอนาคตทำให้เกิดเงาปกคลุมช่วงเวลาปัจจุบัน ทำให้เกิดความรู้สึกทั้งคาดหวังและอดทนผสมปนเปกัน

ในเรื่องราวความสัมพันธ์ในครอบครัวที่ซับซ้อนนี้ การเตรียมการออกเดินทางถือเป็นฉากหลังสำหรับความปรารถนาที่ไม่ได้เอ่ยออกมาและกระแสอารมณ์ที่ซ่อนอยู่ ขณะที่พระกฤษณะและเอลิซาเบธเตรียมตัวสำหรับการเดินทางข้างหน้า พวกเขากลายมาเป็นบุคคลสำคัญโดยไม่ได้ตั้งใจในเรื่องเล่าที่ขยายออกไปเกินขอบเขตของการเดินทางโดยตรง โดยสรุปความคาดหวังในครอบครัวที่ละเอียดอ่อนและความสัมพันธ์ที่ไม่สามารถคาดเดาได้

เมื่อตอนเย็นลงมา อากาศก็เต็มไปด้วยบรรยากาศที่ทั้งหวานปนเศร้า แสดงถึงการจากไปของพระกฤษณะและเอลิซาเบธที่ใกล้จะมาถึง การจิบชายามบ่ายแบบเรียบง่ายกลายเป็นฉากหลังในช่วงเวลาสุดท้ายของพวกเขาก่อนจะเริ่มต้นการเดินทางที่จะพาพวกเขาออกไปจากความอบอุ่นในครอบครัวที่พวกเขาได้ดื่มด่ำอยู่ ขณะที่พวกเขากำลังกินอาหารว่างหนักๆ ประกาศว่าพวกเขาตั้งใจจะงดทานอาหารเย็นก็ดังไปทั่วห้อง เป็นสัญญาณบ่งบอกถึงความร้ายแรงของการจากไปของพวกเขาที่ใกล้จะเกิดขึ้น

เที่ยวบินซึ่งมีกำหนดบินในช่วงดึกหรือเช้าตรู่ของวันถัดไป แขวนอยู่กลางอากาศราวกับเป็นเครื่องเตือนใจถึงการแยกจากกันทางกายภาพที่กำลังเกิดขึ้น ข้อเสนอที่ไม่คาดคิดจากนายชาห์ ซึ่งแสดงความเต็มใจที่จะไปสนามบินกับพวกเขา เน้นย้ำถึงความผูกพันอันลึกซึ้งที่สร้างขึ้นภายในอาณาจักรครอบครัวและอาชีพ อย่างไรก็ตาม ทั้งกฤษณะและเอลิซาเบธ แสดงให้เห็นถึงธรรมชาติที่เอาใจใส่ของพวกเธอ และปฏิเสธอย่างสุภาพ โดยตระหนักถึงความตึงเครียดที่ไม่จำเป็นที่อาจเกิดขึ้นกับนายชาห์และมหาเดโอ มาม่า

การตัดสินใจปฏิเสธข้อเสนอของนายชาห์ไม่ได้เกิดขึ้นจากความเป็นทางการเพียงอย่างเดียว แต่เกิดจากความปรารถนาอันจริงใจที่จะช่วยให้เพื่อนร่วมงานผู้มีเกียรติไม่ต้องประสบกับความไม่สะดวกที่ไม่จำเป็น แทนที่จะเป็นเช่นนั้น พระกฤษณะและเอลิซาเบธได้เสนอทางเลือกอื่นแทน พวกเขาแสดงความขอบคุณสำหรับการสนับสนุนที่ได้รับและแนะนำให้ Mahadeo Mama และลูกสาวของเขา Mohini ไปกับพวกเขาที่สนามบิน

ท่าทางที่แสดงความใส่ใจนี้มีจุดมุ่งหมายเพื่อให้แน่ใจว่าการจากไปนั้นจะเต็มไปด้วยความคุ้นเคยและความสบายใจ ทำให้การอำลาไม่น่ากลัวอีกต่อไป

ชาที่เสิร์ฟด้วยความอบอุ่นและเอาใจใส่
กลายมาเป็นสัญลักษณ์ของช่วงเวลาและความผูกพันที่เกิดขึ้นระหว่างที่พระกฤษณะและเอลิซาเบธประทับอยู่ มันไม่ใช่เครื่องดื่มธรรมดาๆ
มันยังสะท้อนถึงการต้อนรับและมิตรภาพที่ถูกกำหนดช่วงเวลาของพวกเขาไว้ภายในครอบครัวเซธอีกด้วย เมื่อจิบเครื่องดื่มครั้งสุดท้าย ก็มีการแลกเปลี่ยนคำขอบคุณและห้องก็เต็มไปด้วยความรู้สึกยอมรับอย่างเงียบๆ
ถึงการแยกทางที่หลีกเลี่ยงไม่ได้แต่เป็นเพียงชั่วคราว

การเตรียมตัวออกเดินทางดำเนินไปอย่างราบรื่น
โดยได้รับคำแนะนำจากความเข้าใจถึงอารมณ์ที่เกิดขึ้นอย่างไม่อาจเอ่ยออกมาได้
มหาเทวมาม่าและโมหินีเข้าใจถึงความสำคัญของช่วงเวลานี้
จึงพาพระกฤษณะและเอลิซาเบธไปที่สนามบินด้วยความเต็มใจ
การตัดสินใจร่วมกันครั้งนี้สะท้อนให้เห็นถึงความเชื่อมโยงกันของชีวิตของพวกเขา
และยอมรับบทบาทที่ทุกคนมีต่อความสัมพันธ์ในครอบครัวและอาชีพที่กว้างขึ้น

ขณะที่กลุ่มคนเหล่านี้ก้าวเข้าสู่ประตูของสนามบินนานาชาติในเมืองมุมไบ
ความรู้สึกซาบซึ้งก็แผ่ซ่านเข้ามาหาพวกเขา
สภาพแวดล้อมของสนามบินที่พลุกพล่านนั้นแตกต่างอย่างสิ้นเชิงกับบรรยากาศอันเป็นส่วนตัวที่พวกเขาจากมา
การแลกเปลี่ยนคำอำลานั้นเต็มไปด้วยความรู้สึกผสมผสานระหว่างความคาดหวังต่อประสบการณ์ใหม่ๆ และความรู้สึกหนักอึ้งจากการต้องผ่านบทหนึ่งที่เคยร้อยเรียงเป็นครอบครัว มิตรภาพ และความสัมพันธ์ทางวิชาชีพ

สนามบินกลายเป็นพื้นที่เปลี่ยนผ่านเชื่อมโยงสิ่งที่คุ้นเคยและสิ่งที่ไม่รู้จัก
การโอบกอดและอวยพรที่แลกเปลี่ยนกันที่ประตูขาออกถือเป็นการแสดงความหวังในการกลับมาพบกันอีกครั้งในอนาคต
การกระทำแห่งการอำลาแม้จะมีระยะห่างทางกายภาพแต่ก็สนับสนุนด้วยความเข้าใจว่าสายสัมพันธ์ที่สร้างขึ้นระหว่างการพักครั้งนี้จะคงอยู่ตลอดไป ข้ามผ่านการแยกทางภูมิศาสตร์
ขณะที่กฤษณะและเอลิซาเบธเริ่มออกเดินทาง
สนามบินก็เต็มไปด้วยเสียงสะท้อนของประสบการณ์ร่วมกัน ความเคารพซึ่งกันและกัน และความสัมพันธ์อันยาวนานที่คงอยู่แม้ว่าข้างหน้าจะต้องเผชิญอุปสรรคมากมาย

10. "ความปรารถนาอันสูงส่ง: การเดินทางข้ามมหาสมุทรแอตแลนติกแห่งความฝันและความมุ่งมั่น"

การบินข้ามมหาสมุทรแอตแลนติกที่ Krishna และ Liz ดำเนินการนั้นพิสูจน์แล้วว่ามีประโยชน์อย่างมาก โดยช่วยสร้างสภาพแวดล้อมที่เอื้อต่อการสนทนาที่มีความหมายและการแบ่งปันข้อมูลเชิงลึกมากมายตลอดการเดินทางอันยาวนาน ทั้งสองพบว่าตัวเองอยู่ในสภาวะที่สบายที่สุด ซึ่งเป็นเครื่องพิสูจน์ถึงความร่วมมือที่ช่วยบรรเทาความเครียดที่อาจเกิดขึ้นจากการต้องทนอยู่เป็นเวลานานในพื้นที่เดียว การสนทนาที่ต่อเนื่องไม่เพียงแค่ทำให้เที่ยวบินเป็นที่น่าพอใจเท่านั้น แต่ยังสร้างรากฐานสำหรับมิตรภาพที่จะมากำหนดความร่วมมือทางวิชาชีพของพวกเขาอีกด้วย

หลังจากปฏิบัติตามตารางเวลาที่วางแผนไว้อย่างพิถีพิถันแล้ว กฤษณะและลิซก็สามารถลงจอดที่สนามบินนานาชาติ JF Kennedy อันทรงเกียรติในนิวยอร์กได้สำเร็จ จุดประสงค์ของการเดินทางนั้นคือการฝึกงานเป็นหลัก ซึ่งถือเป็นก้าวสำคัญในเส้นทางอาชีพของพวกเขา ในขณะที่พวกเขาต้องผ่านขั้นตอนการขอวีซ่าที่ซับซ้อน ทั้งคู่แสดงให้เห็นถึงความพร้อมและความเป็นมืออาชีพ สร้างบรรยากาศที่ดีสำหรับการทำงานที่กำลังจะมาถึงของพวกเขา

การตัดสินใจสำคัญที่เกิดขึ้นระหว่างการเดินทางของพวกเขาคือการที่ลิซยืนกรานที่จะอยู่ร่วมกันระหว่างช่วงฝึกงาน แม้ว่าในตอนแรกพระกฤษณะจะลังเล แต่สุดท้ายเขาก็ยอม โดยตระหนักถึงประโยชน์ที่อาจจะเกิดขึ้นได้จากการจัดการดังกล่าว การเลือกนี้ไม่เพียงแสดงถึงความมุ่งมั่นในการทำงานร่วมกันเท่านั้น แต่ยังแสดงถึงความเคารพซึ่งกันและกัน ความสัมพันธ์ที่ใกล้ชิดในฐานะสามีภรรยาและความเข้าใจที่เริ่มจะเจริญงอกงามระหว่างทั้งสองฝ่ายอีกด้วย

เมื่อดำเนินการเรื่องวีซ่าเรียบร้อยแล้ว
กฤษณะและลิซก็พร้อมใจกันออกเดินทางสู่ขั้นตอนต่อไปของการเดินทาง
โดยมุ่งหน้าสู่อพาร์ทเมนต์ของลิซ ซึ่งเป็นที่อยู่อาศัยที่พวกเขาเลือกระหว่างการฝึกงาน
การคาดหวังให้มีพื้นที่อยู่อาศัยร่วมกันทำให้ความสัมพันธ์ทางวิชาชีพของพวกเขามีมิติที่น่าสนใจมากขึ้น
และสัญญาว่าจะทำให้ความสัมพันธ์ของพวกเขาแน่นแฟ้นมากขึ้นนอกเหนือจากขอบเขตของที่ทำงาน
เมื่อพวกเขาก้าวเท้าลงบนผืนแผ่นดินอเมริกา ทั้งคู่ก็คว้าโอกาสที่อยู่ข้างหน้า
พร้อมที่จะดื่มด่ำไปกับวัฒนธรรมและสภาพแวดล้อมทางวิชาชีพใหม่ๆ

การตัดสินใจที่จะอยู่ร่วมกันเป็นพยานถึงการพิจารณาเชิงปฏิบัติเกี่ยวกับความสะดวกและวัตถุประสงค์ร่วมกัน ลิซใช้ทักษะในการโน้มน้าวใจของเธอจนสามารถบรรเทาข้อสงวนในช่วงแรกของกฤษณะได้
และก่อให้เกิดสภาพแวดล้อมของความไว้วางใจซึ่งกันและกัน
การเลือกอยู่ร่วมกันโดยเจตนาเช่นนี้ไม่เพียงแต่มีจุดมุ่งหมายเพื่อเพิ่มพูนความพยายามในการทำงานร่วมกันเท่านั้น
แต่ยังรวมถึงการสร้างบรรยากาศที่เอื้อต่อการแลกเปลี่ยนความคิดและการพัฒนาความสัมพันธ์ทางวิชาชีพที่มั่นคงอีกด้วย พระกฤษณะทรงเห็นชอบการจัดเตรียมนี้
เนื่องจากพระองค์สามารถดูแลภรรยาที่รักของพระองค์ได้อย่างดีในระหว่างตั้งครรภ์
และพระองค์จะพร้อมให้ความช่วยเหลือทันทีในกรณีฉุกเฉิน

ก้าวแรกในดินแดนต่างแดนเริ่มต้นด้วยความมุ่งมั่นและมองโลกในแง่ดีร่วมกัน
โอกาสที่ต้องรับมือกับความท้าทายของการฝึกงานได้กลายเป็นส่วนหนึ่งของคำมั่นสัญญาเรื่องการจัดเตรียมที่อยู่อาศัยที่ให้การสนับสนุน ในขณะที่พวกเขากำลังเดินทางจากสนามบินไปยังที่อยู่ใหม่
กฤษณะและลิซก็เตรียมพร้อมที่จะได้รับประสบการณ์อันล้ำค่า ทั้งในด้านอาชีพและส่วนตัว
โดยสร้างต่อยอดจากรากฐานที่วางไว้ระหว่างเที่ยวบินข้ามมหาสมุทรแอตแลนติกของพวกเขา

วันรุ่งขึ้นที่มหาวิทยาลัยถือเป็นช่วงเวลาสำคัญสำหรับ Krishna และ Liz
เนื่องจากทั้งสองมีส่วนร่วมในการจัดสรรองค์กรสำหรับการฝึกงานที่กำลังจะมีขึ้น
ทั้งคู่มีความกระตือรือร้นและเตรียมตัวมาเป็นอย่างดี จึงคาดการณ์เหตุการณ์ต่างๆ
ได้อย่างมั่นใจในฐานะนักศึกษาชั้นสูงของมหาวิทยาลัย
ความคาดหวังของพวกเขาได้รับผลลัพธ์ที่น่าพึงพอใจ
เนื่องจากพวกเขาได้รับโอกาสอันเป็นที่ปรารถนาจากองค์กรที่มีชื่อเสียงและเป็นที่ยอมรับในระดับโลก
การยอมรับนี้ไม่เพียงแต่สะท้อนให้เห็นถึงความสามารถทางวิชาการของพวกเขาเท่านั้น
แต่ยังรวมถึงการยอมรับถึงศักยภาพของพวกเขาโดยสถาบันอันทรงเกียรติเหล่านี้ด้วย

เมื่อได้รับตำแหน่งงานที่เป็นที่ต้องการเหล่านี้แล้ว Krishna และ Liz ก็ได้รับการพักงานชั่วคราวก่อนที่จะเริ่มต้นการฝึกงาน ด้วยเวลาสองวันที่เหลืออยู่ ทั้งคู่จึงทำกิจกรรมต่างๆ มากมาย โดยเน้นไปที่การเตรียมความพร้อมที่จำเป็นสำหรับภารกิจทางวิชาชีพที่รออยู่ ความมุ่งมั่นร่วมกันในการใช้ประโยชน์จากโอกาสนี้ให้ได้มากที่สุดปรากฏให้เห็นผ่านการดำเนินการที่คิดมาอย่างรอบคอบ

เมื่อพิจารณาถึงการเริ่มต้นฝึกงานที่ใกล้จะเกิดขึ้น Krishna และ Liz ได้อุทิศเวลาอย่างมากให้กับงานที่สำคัญ โดยงานที่สำคัญที่สุดคือการช้อปปิ้งอย่างจุใจ สิ่งนี้ไม่เพียงแต่เกี่ยวข้องกับการจัดหาเครื่องแต่งกายมืออาชีพที่เหมาะสมกับบทบาทของพวกเขาเท่านั้น แต่ยังรวมถึงการจัดหาเครื่องมือและอุปกรณ์ที่จำเป็นที่จะช่วยให้การเปลี่ยนผ่านไปสู่สภาพแวดล้อมการทำงานใหม่ราบรื่นอีกด้วย

ความสำคัญของการเตรียมการเหล่านี้ได้รับการเน้นย้ำด้วยความสุขร่วมกันที่ได้รับจากประสบการณ์ เนื่องจากทั้งคู่สนุกสนานกับมิตรภาพที่พัฒนาขึ้นระหว่างการเดินทางและกิจกรรมมหาวิทยาลัยของพวกเขา

ความเพลิดเพลินที่ได้รับจากการช้อปปิ้งไม่ได้จำกัดอยู่แค่เพียงประโยชน์ใช้สอยเท่านั้น กฤษณะและลิซตระหนักถึงความสำคัญของการสร้างรากฐานที่แข็งแกร่งสำหรับการฝึกงาน จึงใช้โอกาสนี้สำรวจและชื่นชมวัฒนธรรมท้องถิ่นด้วย สิ่งนี้เพิ่มมิติให้กับการเตรียมตัวของพวกเขาและทำให้มั่นใจได้ว่าพวกเขาจะไม่เพียงแต่เข้าสู่โลกแห่งวิชาชีพโดยมีทรัพยากรที่จำเป็นเท่านั้น แต่ยังเข้าใจอย่างลึกซึ้งถึงสภาพแวดล้อมที่พวกเขากำลังจะเข้าไปสัมผัสด้วย

สองวันก่อนเริ่มการฝึกงานไม่เพียงแต่มีการเตรียมการอย่างพิถีพิถันเท่านั้น แต่ยังมีความตื่นเต้นและคาดหวังร่วมกันอีกด้วย แนวทางของ Krishna และ Liz ในการเตรียมตัวเหล่านี้สะท้อนให้เห็นถึงความมุ่งมั่นของพวกเขาในการสร้างความเป็นเลิศ โดยมั่นใจว่าทุกด้านของการเข้าสู่โลกแห่งวิชาชีพจะได้รับการพิจารณาอย่างถี่ถ้วน การผสมผสานระหว่างการเตรียมตัวในทางปฏิบัติกับช่วงเวลาแห่งความสนุกสนานเน้นย้ำถึงความสมดุลที่พวกเขาต้องการสร้างระหว่างความต้องการของบทบาทที่กำลังจะเกิดขึ้นและมิตรภาพซึ่งกลายมาเป็นส่วนสำคัญของการเดินทางของพวกเขา

เมื่อเวลาเหลืออีกไม่กี่ชั่วโมงก่อนเริ่มต้นการฝึกงาน Krishna และ Liz ก็ได้ยืนอยู่บนธรณีประตูของประสบการณ์อันเปลี่ยนแปลงชีวิต โดยมีทั้งสิ่งจำเป็นในทางปฏิบัติและความกระตือรือร้นร่วมกันในการรับมือกับความท้าทายที่รออยู่ข้าง

หน้า การผสมผสานระหว่างการเตรียมตัว โอกาสในการทำงาน และสายสัมพันธ์ที่สร้างขึ้นในช่วงเวลาสำคัญนี้ ถือเป็นรากฐานสำหรับบทใหม่ที่สดใสในอาชีพที่กำลังเติบโตของพวกเขา

ช่วงฝึกงานสั้น ๆ เป็นเวลาหกเดือนดำเนินไปได้อย่างราบรื่นทั้งสำหรับ Krishna และ Elizabeth โดยทิ้งร่องรอยที่ลบไม่ออกในเส้นทางอาชีพของพวกเขา ผู้บริหารระดับสูงที่กำกับดูแลโครงการฝึกงาน ไม่เพียงแต่พึงพอใจกับผลการปฏิบัติงานเท่านั้น แต่ยังมีความกระตือรือร้นที่จะรักษาบริการของตนไว้เป็นเจ้าหน้าที่ภายในองค์กรเดียวกันหลังจากการประชุมเสร็จสิ้น คะแนนโหวตแสดงความเชื่อมั่นครั้งนี้ถือเป็นเครื่องพิสูจน์ถึงคุณภาพผลงานของ Krishna และ Elizabeth ในระหว่างดำรงตำแหน่ง ซึ่งช่วยปูทางไปสู่การสานต่ออาชีพการงานของพวกเธอต่อไปอย่างมีแนวโน้มดี

เนื่องจากมหาวิทยาลัยได้ตัดสินใจและประกาศวันที่จัดงานประชุมแล้ว การเปลี่ยนแปลงจากนักศึกษาฝึกงานไปเป็นเจ้าหน้าที่ที่กำลังจะเกิดขึ้น ได้เพิ่มความสำคัญอีกขั้นหนึ่งให้กับเหตุการณ์สำคัญทางวิชาการครั้งนี้ โอกาสในการสร้างบทบาทอย่างเป็นทางการภายในองค์กรถือเป็นช่วงเวลาสำคัญในเส้นทางอาชีพของพวกเขา และเป็นสัญญาณแห่งบทใหม่แห่งความท้าทายและการเติบโต

ท่ามกลางความก้าวหน้าในอาชีพการงาน กฤษณะยังคงมั่นคงในความมุ่งมั่นที่มีต่อครอบครัว โดยเฉพาะอย่างยิ่งแม่ที่เขารัก ชานไท ก่อนการประชุม เขาพยายามติดต่อกับ Mohini Shah Sir ศัลยแพทย์หัวหน้าในอินเดียอยู่เสมอ เพื่อสอบถามถึงความเป็นอยู่ของมารดาของเขาด้วยความกระตือรือร้น ข่าวอันน่าชื่นใจว่าอาการของเธอดีขึ้นทุกวันทำให้พระกฤษณะมีความสุขเป็นอย่างมาก การดูแลที่ทุ่มเทและใกล้ชิดของ Mohini มีส่วนสำคัญในการฟื้นตัวของ Shantai และเธอได้รับการดูแลอย่างดีในห้องชุดพิเศษ และเตรียมพร้อมที่จะเป็นอิสระอีกครั้งในเร็วๆ นี้

หัวหน้าศัลยแพทย์ให้คำยืนยันว่า Shantai รู้ดีถึงการเสียชีวิตอันน่าเศร้าของสามีของเธอ Gautam Seth แม้กระทั่งก่อนจะหมดสติจากอุบัติเหตุ เธอก็รับรู้ข่าวการเสียชีวิตของสามีด้วยความเศร้าโศกและความกล้าหาญที่ปะปนกันอย่างซาบซึ้ง การยอมรับความเป็นจริงนี้บ่งบอกถึงความเข้มแข็งของ Shantai ในการเผชิญกับความทุกข์ยาก และการยอมรับชะตากรรมอันโชคร้ายของ Gautam Seth แสดงให้เห็นถึงความยืดหยุ่นที่สะท้อนกับพระกฤษณะอย่างลึกซึ้ง

ความสมดุลอันละเอียดอ่อนระหว่างความกังวลส่วนตัวและความสำเร็จในอาชีพการงานเน้นย้ำถึงธรรมชาติที่มีหลายแง่มุมในการเดินทางของพระกฤษณะ

การประชุมที่กำลังจะมีขึ้นนี้มีแนวโน้มว่าไม่เพียงแต่จะทำให้เกิดการรับรองทางวิชาการเท่านั้น แต่ยังเป็นการสร้างรูปแบบใหม่ของบทในวิชาชีพอย่างเป็นทางการด้วย

การเชื่อมโยงระหว่างการอัปเดตเรื่องครอบครัวและความก้าวหน้าในอาชีพการงานเน้นย้ำถึงความสามารถของ Krishna ที่สามารถรับมือกับความซับซ้อนของชีวิตด้วยความสง่างามและความยืดหยุ่น

ขณะที่พระกฤษณะเตรียมตัวก้าวเข้าสู่ช่วงหลังการประชุม การผสมผสานกันขององค์ประกอบต่างๆ เหล่านี้ก่อให้เกิดประสบการณ์ที่หลากหลาย

การผสมผสานระหว่างพลวัตส่วนตัวและอาชีพช่วยสร้างเวทีสำหรับอนาคตที่มีศักยภาพในการประสบความสำเร็จอย่างต่อเนื่อง การเติบโตส่วนบุคคล และการเชื่อมโยงที่มีความหมาย การเดินทางอันน่าตื่นเต้นของกฤษณะและเอลิซาเบธ

ซึ่งโดดเด่นด้วยความสำเร็จและความผูกพันในครอบครัว

เป็นเครื่องพิสูจน์ถึงปฏิสัมพันธ์ที่ซับซ้อนของแง่มุมต่าง ๆ ของชีวิต

โมหินีทำหน้าที่เป็นสะพานเชื่อมที่สำคัญระหว่างกฤษณะและครอบครัวของเขาในอินเดีย โดยให้ข้อมูลเพิ่มเติมเกี่ยวกับความเป็นอยู่ของป้าชานไท

เธอแสดงความโศกเศร้าอย่างสุดซึ้งต่อการเสียชีวิตของโคตม บิดาของพระกฤษณะโดยไม่ได้ตั้งใจ และยังแสดงถึงความมุ่งมั่นอย่างไม่ลดละของป้า Shantai ที่จะกลับมาอยู่ร่วมกับพระกฤษณะ บุตรชายของเธออีกครั้ง

และเฝ้ารอคอยการมาถึงของเอลิซาเบธและลูกน้อยที่คาดว่าจะมาถึงอย่างใจจดใจจ่อ ในการสื่อสารโดยละเอียดกับกฤษณะ โมหินีไม่เพียงแต่แบ่งปันการอัปเดตที่สำคัญเท่านั้น แต่ยังเปิดเผยถึงความยืดหยุ่นทางอารมณ์ที่ป้า Shantai แสดงออกมาเมื่อเผชิญกับความทุกข์ยากอีกด้วย

แม้จะโศกเศร้าเสียใจอย่างยิ่งจากการสูญเสียของโคตัม แต่ป้า Shantai ก็ยังคงมั่นคงในความปรารถนาที่จะกลับมาพบกับกฤษณะ เอลิซาเบธ และลูกที่กำลังจะเกิดมาอีกครั้ง โมหินีแบ่งปันความรู้สึกของป้าชานไทและถ่ายทอดความหวังอันแรงกล้าของเธอสำหรับอนาคตที่สดใส

โดยที่ความสุขที่ใกล้จะมาถึงของสมาชิกใหม่ของครอบครัวจะบดบังความโศกเศร้าที่ยังคงหลงเหลืออยู่

เรื่องเล่าของโมหินีเริ่มมีความสะเทือนใจเมื่อเธอเจาะลึกถึงเรื่องราวเชิงพรรณนาและใกล้ชิดที่ใช้เวลาร่วมกับเอลิซาเบธและกฤษณะในช่วงเวลาที่พวกเธออยู่อเมริกา ผ่านความทรงจำร่วมกันเหล่านี้ เธอได้วาดภาพความอบอุ่นและมิตรภาพที่เกิดขึ้นในช่วงเวลาที่พวกเขาอยู่ร่วมกันอย่างชัดเจน

การเล่าเรื่องของ Mohini ไม่เพียงแต่เป็นแหล่งที่มาของความผูกพันทางอารมณ์เท่านั้น

แต่ยังเป็นการบอกเป็นนัยถึงช่วงเวลาแห่งความสุขในอนาคต โดยเฉพาะอย่างยิ่งเมื่อครอบครัวเล็กๆ กลับมายังอินเดียอีกครั้ง

การที่พระกฤษณะ เอลิซาเบธ และลูกน้อยที่คาดว่าจะมาอินเดียทำให้ป้าชานไทมีความหวังและรู้สึกได้รับการเยียวยาอย่างมาก ถ้อยคำของโมหินีไม่เพียงแต่ถ่ายทอดถึงความปรารถนาในการกลับมารวมตัวกันในครอบครัวเท่านั้น แต่ยังรวมถึงความคาดหวังถึงความสุขร่วมกันซึ่งจะช่วยเยียวยาความโศกเศร้าที่เกิดขึ้นกับครอบครัวได้อีกด้วย

ความคาดหวังในการสร้างความทรงจำใหม่ร่วมกันกลายเป็นแสงแห่งความหวังท่ามกลางเงาของการสูญเสีย

ในการแลกเปลี่ยนนี้ ความรู้สึกแห่งความรัก ความสูญเสีย และความหวังผสมผสานกันสร้างสรรค์เป็นเรื่องราวที่ข้ามผ่านระยะทางทางภูมิศาสตร์ ผ่านการสื่อสารที่จริงใจของ Mohini กฤษณะไม่เพียงแต่ได้รับข้อมูลอัปเดตเกี่ยวกับอาการดีขึ้นของแม่ของเขาเท่านั้น แต่ยังได้รับข้อมูลเชิงลึกเกี่ยวกับความยืดหยุ่นทางอารมณ์และความมุ่งมั่นที่กำหนดจิตวิญญาณของป้า Shantai อีกด้วย การแลกเปลี่ยนครั้งนี้ถือเป็นเครื่องพิสูจน์ถึงพลังของความผูกพันในครอบครัว ซึ่งสัญญาถึงอนาคตที่ความสุขและความสามัคคีจะเข้ามาแทนที่ความโศกเศร้าจากการจากไปก่อนเวลาอันควรของเกาตัม

พระกฤษณะทรงมีพระกรุณาโปรดเกล้าฯ ให้มารดาของพระองค์ คือ ชานไต หรือลุงของพระองค์ คือ มหาเทพ มาม่า สามารถเข้าร่วมพิธีรับปริญญาของพระองค์จากอินเดียได้ อย่างไรก็ตาม ความปรารถนานี้ได้รับการตอบสนองเมื่อต้องเผชิญกับความเป็นจริงว่าสุขภาพของ Shantai ไม่ดี ทำให้เธอไม่สามารถเดินทางได้ ความรับผิดชอบในการดูแลธุรกิจครอบครัวให้เจริญรุ่งเรือง และการรับรองความเป็นอยู่ที่ดีของ Shantai ก่อให้เกิดความท้าทายที่น่ากลัว ทำให้ไม่สามารถให้สมาชิกครอบครัวคนใดเข้าร่วมงานประชุมได้

ความรู้สึกไร้หนทางนี้สร้างผลกระทบอย่างหนักหน่วงต่อกฤษณะ ซึ่งปรารถนาการมีครอบครัวที่อบอุ่นคอยอยู่เคียงข้างในช่วงเวลาสำคัญของเส้นทางการศึกษาของเขา

สุขภาพที่ไม่ดีของชานไทกลายเป็นปัจจัยสำคัญในกระบวนการตัดสินใจ โดยบดบังโอกาสอันน่ายินดีของการประชุมของพระกฤษณะ อารมณ์ขัดแย้งระหว่างความภาคภูมิใจในผลสัมฤทธิ์ทางการเรียนและความปรารถนาที่จะได้รับการสนับสนุนจากครอบครัวทำให้เกิดกระแสแฝงที่ทั้งหวานและขม การไม่สามารถแบ่งปันช่วงเวลานี้กับคนที่เขารัก โดยเฉพาะแม่ของเขา ได้ทำให้เหตุการณ์ที่น่าเฉลิมฉลองนี้ยิ่งมีความเศร้าโศกเข้าไปอีก

ในอีกด้านหนึ่งของสมการ ครอบครัวของเอลิซาเบธก็เผชิญกับข้อจำกัดที่คล้ายกัน การที่ไม่มีสมาชิกที่รอดชีวิต รวมถึงการสูญเสียพ่อและแม่ก่อนวัยอันควร ทำให้เอลิซาเบธเป็นผู้รอดชีวิตเพียงคนเดียวในครอบครัว ความว่างเปล่าที่เกิดจากโศกนาฏกรรมในครอบครัวครั้งนี้ทำให้โอกาสที่สมาชิกครอบครัวจะเข้าร่วมการประชุมไม่เกิดขึ้นอีกต่อไป
ความเป็นจริงที่น่าสะเทือนใจนี้ทำให้การเดินทางของเอลิซาเบธมีบรรยากาศเคร่งขรึมยิ่งขึ้น โดยเน้นย้ำถึงความเข้มแข็งและความอดทนที่เธอแสดงให้เห็นเมื่อเผชิญกับการสูญเสียส่วนตัว

เรื่องเล่าคู่ขนานระหว่างพระกฤษณะและพระเอลิซาเบธเน้นย้ำถึงประสบการณ์ชีวิตที่หลากหลาย ในขณะที่กฤษณะต้องต่อสู้กับความไม่สามารถมีครอบครัวอยู่เคียงข้างได้เพราะปัญหาสุขภาพและความรับผิดชอบทางธุรกิจ
เอลิซาเบธก็เผชิญกับความจริงอันเจ็บปวดว่าเธอคือผู้รอดชีวิตเพียงคนเดียวของครอบครัวเธอ การเชื่อมโยงกันของเรื่องราวแต่ละเรื่องเหล่านี้ช่วยวาดภาพรวมของความยืดหยุ่นในการเผชิญกับความท้าทายของชีวิต

เมื่อวันที่พิธีรับปริญญาใกล้เข้ามา
บรรยากาศทางอารมณ์ก็เต็มไปด้วยความผสมผสานอย่างละเอียดอ่อนระหว่างความภาคภูมิใจ ความปรารถนา และการยอมรับ แม้ว่าพระกฤษณะและเอลิซาเบธจะไม่มีสมาชิกในครอบครัว แต่พวกเขาก็ยังคงยืนหยัดบนเส้นทางแห่งความสำเร็จครั้งยิ่งใหญ่
ซึ่งไม่เพียงแต่เป็นความสำเร็จในด้านการศึกษาเท่านั้น
แต่ยังเป็นความแข็งแกร่งที่ได้มาจากการเอาชนะอุปสรรคในชีวิตส่วนตัวอีกด้วย
ความปรารถนาที่ยังไม่ได้รับการเติมเต็มสำหรับการมีครอบครัวอยู่เคียงข้างเป็นเครื่องเตือนใจอันน่าสะเทือนใจถึงการเสียสละและข้อจำกัดที่แฝงอยู่ในเส้นทางชีวิต
แต่ความมุ่งมั่นร่วมกันในการอดทนยังคงเป็นเรื่องราวที่ทรงพลัง

เมื่อวันที่พิธีรับปริญญาที่ทุกคนรอคอยใกล้เข้ามา
ชุมชนนักศึกษาก็ตื่นเต้นไปกับการเปิดเผยเรื่องการแต่งงานลับๆ
ระหว่างลิซและกฤษณะซึ่งเรียกกันด้วยความรักใคร่ว่าคริส
เสียงกระซิบเกี่ยวกับการรวมตัวของพวกเขาและความคาดหวังอันแสนยินดีกับลูกคนแรกของพวกเขากลายเป็นประเด็นสำคัญในการสนทนาระหว่างเพื่อนๆ ของพวกเขา
คู่รักหนุ่มสาวเลือกที่จะเปิดเผยและเปิดเผย โดยแบ่งปันข่าวที่น่าตื่นเต้นกับทั้งเพื่อนและคนรู้จัก
หลักฐานที่มองเห็นได้ของความเป็นแม่ในอนาคตของลิซ คือท้องของเธอ
ซึ่งแสดงให้เห็นอย่างภาคภูมิใจถึงความสุขที่ร่วมกันของพวกเขา

ลิซและกฤษณะไม่ได้ปิดบังความสัมพันธ์ของพวกเขา
แต่พวกเธอกลับให้ความสนใจและพูดคุยถึงเรื่องการแต่งงานแบบลับๆ
และการเป็นพ่อแม่ในอนาคตของพวกเขา
ความรักและความมุ่งมั่นที่ไม่อาจปฏิเสธได้ที่พวกเขาทั้งสองมีร่วมกันกลายมาเป็นแรงบันดาลใจให้กับค
นรอบข้างพวกเขา ท่ามกลางความสำเร็จทางวิชาการและการนัดหมายที่ใกล้จะมาถึง
ทั้งคู่ก็พบว่าตัวเองกำลังดื่มด่ำกับความสำเร็จอันไม่ธรรมดาของตนทั้งในด้านส่วนตัวและด้านวิชาการ

การตัดสินใจที่จะเปิดเผยความสัมพันธ์ของพวกเขาอย่างตรงไปตรงมานั้นได้รับการตอบรับและการสนั
บสนุนอย่างกว้างขวางจากทั้งเพื่อน เพื่อนร่วมงาน และอาจารย์
การยอมรับและการเฉลิมฉลองการรวมตัวของพวกเขาสะท้อนไปทั่วทั้งชุมชนวิชาการ
ก่อให้เกิดบรรยากาศของความอบอุ่นและการยอมรับ
ความสุขที่แบ่งปันกันระหว่างเพื่อนและที่ปรึกษายิ่งทำให้ความรู้สึกของชุมชนที่พัฒนาขึ้นระหว่างการเ
ดินทางทางวิชาการของพวกเขาแน่นแฟ้นยิ่งขึ้น

ท้องน้อยที่มองเห็นได้บนตัวลิซเป็นสัญลักษณ์ที่น่าสะเทือนใจของการเริ่มต้นใหม่และความฝันร่วมกัน
ทั้งคู่รู้สึกภาคภูมิใจในความรัก การแต่งงาน และสมาชิกใหม่ของครอบครัว
และสนุกสนานกับการเฉลิมฉลองทั้งความสำเร็จทางวิชาการและเหตุการณ์สำคัญในชีวิตส่วนตัว
การรวมกันของลักษณะต่างๆ
เหล่านี้ทำให้ประสบการณ์การประชุมของพวกเขามีความลึกและเข้มข้นขึ้น
ทำให้เป็นโอกาสสำคัญยิ่งอย่างแท้จริง

ขณะที่ลิซและกฤษณะเฝ้ารอวันสุดท้ายของพิธีอย่างกระตือรือร้น
ความรู้สึกคาดหวังก็เพิ่มมากขึ้นด้วยความสุขร่วมกันและความกระตือรือร้นร่วมกันของคนรอบข้าง
การประชุมที่จะเกิดขึ้นเร็วๆ นี้ไม่เพียงแต่เป็นการยอมรับความสำเร็จทางวิชาการเท่านั้น
แต่ยังเป็นการเฉลิมฉลองความรัก ความมุ่งมั่น และการเริ่มต้นบทใหม่ในฐานะพ่อแม่ด้วย
การเดินทางของทั้งคู่ที่เต็มไปด้วยความเปิดกว้าง การยอมรับ และการสนับสนุนซึ่งกันและกัน
สิ้นสุดลงด้วยช่วงเวลาของความภาคภูมิใจและความสุขร่วมกัน
ซึ่งเป็นเครื่องพิสูจน์ถึงการเชื่อมโยงกันระหว่างความสำเร็จส่วนตัวและด้านการศึกษา

การรอคอยอันยาวนานสิ้นสุดลงเมื่อวันสุดท้ายที่รอคอยมาถึง
ซึ่งเป็นการเริ่มต้นพิธีประชุมใหญ่ตามกำหนดในเวลา 11.00 น.
หลังจากขั้นตอนอย่างเป็นทางการเสร็จสิ้นแล้ว ผู้ได้รับเชิญก็ได้รับอาหารกลางวันมื้อใหญ่เป็นเกียรติ
ซึ่งรวมไปถึงนักเรียนที่มีผลการเรียนดีเด่นและอันดับสูง ซึ่ง Krishna และ Elizabeth
ถือเป็นผู้ที่สมควรได้รับอย่างยิ่ง งานที่ได้รับการวางแผนอย่างพิถีพิถันนี้เต็มไปด้วยความยิ่งใหญ่

อลังการ มีช่วงเวลาแห่งการเฉลิมฉลอง รางวัลที่สมควรได้รับ และบรรยากาศโดยรวมที่ทำให้ประทับใจไม่รู้ลืม

ระหว่างการเฉลิมฉลองอันยิ่งใหญ่ กฤษณะและเอลิซาเบธต่างพบว่าตนเองจมอยู่กับความสุขจากความสำเร็จทางการศึกษาและความสำเร็จร่วมกันของความสัมพันธ์ของทั้งคู่ พิธีรับปริญญาได้กลายเป็นช่วงเวลาสำคัญ ไม่ใช่เพียงเพราะความสำเร็จทางวิชาการเท่านั้น แต่ยังรวมถึงความสัมพันธ์ที่แน่นแฟ้นมากขึ้นระหว่างทั้งสองคน ซึ่งการเดินทางของทั้งคู่ผูกพันกับทั้งเหตุการณ์สำคัญทางอาชีพและส่วนตัวอีกด้วย ความรู้สึกปลื้มใจร่วมกันระหว่างพิธีนี้เน้นย้ำถึงความสำคัญของวันนี้ซึ่งเป็นจุดสุดยอดของความทุ่มเท การทำงานหนัก และการสนับสนุนซึ่งกันและกันอย่างไม่ลดละตลอดหลายปีที่ผ่านมา

ท่ามกลางบรรยากาศแห่งการเฉลิมฉลอง ทั้งคู่เปี่ยมไปด้วยความภาคภูมิใจในความสำเร็จของตน และความอบอุ่นของการยอมรับจากเพื่อนร่วมงานและที่ปรึกษา สายตาและรอยยิ้มที่เปล่งออกมาของกฤษณะและเอลิซาเบธสะท้อนให้เห็นถึงสายสัมพันธ์อันแน่นแฟ้นที่พวกเขาสร้างขึ้นตลอดเส้นทางการศึกษา เมื่อพิธีเสร็จสิ้น ทั้งคู่ก็ออกเดินทางกลับไปยังอพาร์ทเมนต์ที่กำหนดไว้ในช่วงบ่ายแก่ๆ โดยไม่รู้เลยว่าโชคชะตาจะพลิกผันในชีวิตของพวกเขาอีกครั้ง

พวกเขาหรือใครก็ตามแทบไม่รู้เลยว่าโชคชะตาที่คอยเล่นตลกอยู่ข้างหน้านั้นจะมีชะตากรรมรออยู่ข้างหน้า วันที่นี้เต็มไปด้วยความยินดีและความรู้สึกสำเร็จ ซึ่งบ่งบอกถึงธรรมชาติของชีวิตที่ไม่สามารถคาดเดาได้ การเดินทางออกจากอพาร์ตเมนต์ในช่วงบ่ายที่ดูเหมือนธรรมดา กลับซ่อนเหตุการณ์ไม่คาดฝันที่จะมาเปลี่ยนแปลงชีวิตของพวกเขาไปในรูปแบบที่ไม่คาดคิดในไม่ช้า

ขณะที่พระกฤษณะและเอลิซาเบธเดินออกไปจากบริเวณประชุม เสียงสะท้อนแห่งความสำเร็จและความสุขร่วมกันของพวกเขายังคงดังอยู่ คู่รักที่ไม่รู้เรื่องอะไรและไม่รู้ล่วงหน้าถึงเหตุการณ์สุดพลิกผันที่กำลังจะเกิดขึ้น ยังคงเก็บความทรงจำในวันที่ไม่เพียงแต่เป็นการเฉลิมฉลองความสำเร็จทางการศึกษาเท่านั้น แต่ยังรวมถึงความสัมพันธ์อันลึกซึ้งที่พวกเขาสร้างให้กันอีกด้วย เหตุการณ์สุดท้ายของวันนี้เป็นการปูทางไปสู่บทใหม่ ซึ่งจะเปิดฉากด้วยความประหลาดใจ ความท้าทาย และเหตุการณ์พลิกผันที่ไม่คาดคิด อีกทั้งยังเพิ่มมิติที่น่าสนใจให้กับเรื่องเล่าของชีวิตพวกเขาอีกด้วย

11. “ความสงบสุขที่พังทลาย: วันแห่งความสุขกลายเป็นโศกนาฏกรรม”

ในวันนั้น ลิซตัดสินใจให้คนขับรถของเธอหยุดงานอย่างสมควรหนึ่งวัน โดยเลือกให้กฤษณะเป็นคนดูแลล้อรถแทน ตารางงานของทั้งคู่ว่างจากงานประจำใดๆ เนื่องจากพวกเขาไม่ทราบระยะเวลาที่แน่ชัดของพิธีที่จะจัดขึ้นที่มหาวิทยาลัย เมื่อพวกเขากลับมาถึงบ้านพัก อากาศก็เต็มไปด้วยบรรยากาศที่สดชื่นและรื่นเริง แม้ว่าแสงแดดในตอนบ่ายจะส่องแสงอบอุ่นไปรอบๆ บริเวณก็ตาม

แผนเริ่มแรกเมื่อกลับถึงบ้านคือการพักผ่อนอย่างเต็มที่ก่อนที่จะจิบชายามบ่ายตอนเย็น หลังจากนั้น ลิซและกฤษณะตั้งใจว่าจะออกไปช้อปปิ้ง โดยเฉพาะเพื่อรวบรวมสิ่งของที่จำเป็นสำหรับการคลอดหลังคลอดของลิซ กฤษณะขับรถเข้าไปในที่จอดรถใต้ดินของอาคารอพาร์ตเมนต์ของพวกเขาอย่างระมัดระวังที่สุด อย่างไรก็ตาม เมื่อมาถึง เจ้าหน้าที่รักษาความปลอดภัยซึ่งปกติจะนั่งอยู่ที่นั่งประจำ ไม่ได้รอดพ้นการสังเกตของพระกฤษณะ หากเจ้าหน้าที่รักษาความปลอดภัยได้พักสักครู่ เขาก็เลิกสนใจและมุ่งไปที่การช่วยเหลือภรรยาที่รักของเขาแทน

ความเงียบสงบของบริเวณลานจอดรถทำให้เกิดความรู้สึกผ่อนคลายและสร้างบรรยากาศที่เหมาะแก่การพักผ่อนอย่างที่ปรารถนา ในตอนนี้ทั้งคู่กำลังดื่มด่ำอยู่ในความอบอุ่นแห่งความสุขร่วมกัน และใช้ชีวิตอย่างสบายๆ ในแต่ละวัน การคิดถึงเซสชันน้ำชายามบ่ายที่กำลังจะมาถึงและช่วงเวลาเย็นในการช้อปปิ้งให้กับสมาชิกใหม่ทำให้บรรยากาศมีความตื่นเต้นเพิ่มขึ้นอีกขั้น

ขณะที่พระกฤษณะขับรถไปยังจุดที่กำหนดอย่างนุ่มนวล ห้องใต้ดินของอาคารอพาร์ตเมนต์ก็ดูเงียบสงบผิดปกติ การที่ไม่มีเจ้าหน้าที่รักษาความปลอดภัยที่คอยเฝ้าระวังอยู่ ซึ่งโดยปกติแล้วจะต้องมีอยู่ ทำให้เกิดความอยากรู้ขึ้นบ้างเล็กน้อย อย่างไรก็ตาม กฤษณะยังคงมุ่งมั่นที่จะให้แน่ใจว่าลิซสบายและปลอดภัย ทั้งคู่เดินไปยังบ้านพักซึ่งมีความหวังที่จะได้พักผ่อนและคาดหวังว่าจะมีช่วงเย็นที่สนุกสนานรออยู่

แสงแดดที่ส่องผ่านหน้าต่างสาดส่องลงมายังพื้นที่นั่งเล่นอันอบอุ่น ขณะที่พวกเขานั่งพักผ่อนสักครู่ บรรยากาศอันเงียบสงบทำให้พวกเขาได้เพลิดเพลินกับช่วงเวลาแห่งความเงียบสงบก่อนกิจกรรมในตอนเย็น

พวกเขาไม่รู้เลยว่าการหยุดชั่วคราวโดยไม่คาดคิดในกิจวัตรประจำวันของพวกเขาจะเพิ่มองค์ประกอบของความเป็นธรรมชาติให้กับวันของพวกเขา สร้างความทรงจำที่จะคงอยู่ในใจของพวกเขา

ในช่วงเวลาอันเงียบสงบและผ่อนคลายนั้น

ความเงียบสงบของฉากนั้นถูกทำลายลงด้วยการบุกรุกอย่างกะทันหันและน่ากลัวของเหตุการณ์ที่ไม่คาดฝัน จู่ๆ ก็มีร่างอันธพาลยุ่งเหยิงและดูอ้วนท้วนอย่างน่าขนลุกมาปรากฏตัวอยู่ตรงหน้าเอลิซาเบธ การปรากฏตัวของเขาอย่างกะทันหันทำให้ทั้งลิซและกฤษณะต้องประหลาดใจ

วันที่แสนสุขของพวกเขาเริ่มเปลี่ยนไปในทางที่ไม่ดี ผู้บุกรุกโบกมีดคม ๆ ในมือซ้ายอย่างคุกคาม ทำให้เกิดความรู้สึกอันตรายอย่างเห็นได้ชัดและทันทีทันใดต่อสถานการณ์

ด้วยการเคลื่อนไหวอันรวดเร็วและทรงพลัง ร่างอันน่ากลัวบิดมือของลิซ ทำให้เธอหยุดกะทันหัน ความตกตะลึงจากการเผชิญหน้าที่ไม่คาดคิดทำให้กฤษณะนิ่งไปชั่วขณะ

ดวงตาของเขาเบิกกว้างด้วยความไม่เชื่อในเหตุการณ์ที่เกิดขึ้นเบื้องหน้าของเขา อย่างไรก็ตาม เขาตั้งสติได้อย่างรวดเร็ว

โดยตระหนักถึงความเร่งด่วนของสถานการณ์และรู้สึกถึงความรับผิดชอบอย่างยิ่งต่อความปลอดภัยของภรรยา

เพื่อคลี่คลายความตึงเครียดที่เพิ่มขึ้น

กฤษณะยกมือทั้งสองขึ้นเป็นท่ายอมแพ้และพูดกับผู้รุกรานอย่างใจเย็น "ปล่อยผู้หญิงคนนั้นไปเถอะเพื่อนของฉัน "เอาอะไรก็ได้ที่คุณต้องการ แต่โปรดปล่อยเธอไปทันที" เขาร้องขอด้วยน้ำเสียงที่สุภาพและท่าทางที่พยายามจะอุทธรณ์ต่อเหตุผล

แม้พระกฤษณะจะวิงวอนอย่างไร ผู้ก่อเหตุก็ยังคงไม่สะทกสะท้าน รูปร่างที่ทรุดโทรมและกิริยามารยาทที่แข็งกร้าวของเขาสะท้อนให้เห็นถึงความไม่สนใจต่อเหตุผล

ผู้บุกรุกเอ่ยความต้องการของเขาด้วยน้ำเสียงที่เย็นชาและเย็นชาว่า "ฉันต้องการรถของคุณ" วางกุญแจไว้ที่สวิตช์กุญแจแล้วถอยออกไป ไม่เช่นนั้นฉันจะกรีดคอหญิงสาวคนนี้ "อยู่ให้ห่างจากฉัน" ความรุนแรงของภัยคุกคามแผ่ลอยอยู่ในอากาศ

สร้างบรรยากาศที่เต็มไปด้วยความตึงเครียดและความกลัว

เมื่อต้องเผชิญกับอันตรายที่คุกคามชีวิตของลิซ

กฤษณะยอมทำตามคำสั่งของผู้ร้ายอย่างไม่เต็มใจและด้วยความกดดันอย่างแท้จริง

เขาทิ้งกุญแจไว้ในสวิตช์กุญแจรถอย่างลังเลใจ และถอยห่างจากรถ โดยยังคงจับตาดูคนร้ายอย่างใกล้ชิด

ฉากที่เกิดขึ้นได้วาดภาพของความเปราะบางและความสิ้นหวังอย่างชัดเจน
ขณะที่ลิซยืนอย่างหมดหนทาง ความปลอดภัยของเธอตกอยู่ในความเสี่ยง
และกฤษณะต้องต่อสู้กับความเป็นจริงของสถานการณ์ที่ไม่อาจช่วยเหลือตัวเองได้
การบุกรุกที่ไม่คาดคิดทำให้วันที่สงบสุขของพวกเขาเปลี่ยนไปเป็นการทดสอบที่กดดัน
สร้างรอยประทับที่ลบไม่ออกในชีวิตของพวกเขา
และเน้นย้ำถึงความเปราะบางของความสงบสุขเมื่อเผชิญกับสถานการณ์ที่ไม่คาดฝัน

ในเหตุการณ์พลิกผันอย่างกะทันหันและโหดร้าย
ผู้บุกรุกที่มีจิตใจเป็นอาชญากรได้ผลักเอลิซาเบธออกไปจากเขาอย่างเลือดเย็นด้วยแรงที่ทำให้เธอเซไปม
าที่ลานจอดรถ น่าตกใจ เขายังคงจับอาวุธคมไว้ โดยยังคงจับไว้บนผิวที่บอบบางของคอหญิงสาวสวย
ภัยคุกคามยังคงดำเนินต่อไป และสร้างเงาอันน่ากลัวทับซ้อนกับโศกนาฏกรรมที่กำลังเกิดขึ้น

ขณะที่เอลิซาเบธพยายามทรงตัว
เธอพบว่าตัวเองกำลังวิ่งไปที่โต๊ะที่ปกติแล้วพนักงานรักษาความปลอดภัยจะนั่งอยู่โดยไม่ได้ตั้งใจ
การปะทะกันนั้นเป็นสิ่งที่หลีกเลี่ยงไม่ได้ และด้วยเสียงดังโครม เธอก็พุ่งเข้าใส่ด้วยแรงอันหนักหน่วง
แรงกระแทกรุนแรงขึ้นเนื่องจากอาวุธมีคมที่ยังคงกดทับที่คอของเธอ
ก่อให้เกิดสถานการณ์อันตรายและวุ่นวาย
บาดแผลอันหนักหน่วงที่เกิดจากอาวุธทำให้มีเลือดไหลออกมาอย่างมากมายทันที
ซึ่งเพิ่มมิติที่น่าตกใจให้กับวิกฤตที่กำลังเกิดขึ้น

ท่ามกลางความสับสนวุ่นวาย ลิซซึ่งตอนนี้ทั้งสับสนและได้รับบาดเจ็บ
สูญเสียความระมัดระวังของเธอในการปะทะกับโต๊ะอย่างวุ่นวาย
ความรุนแรงของอาการบาดเจ็บของเธอเพิ่มมากขึ้นเมื่อมุมโต๊ะแหลมแทงเข้าไปในบริเวณท้องของเธอ
ส่งผลให้สถานการณ์ที่เลวร้ายอยู่แล้วเลวร้ายลงไปอีก
การบาดเจ็บของอาวุธและแรงกระแทกที่มุมโต๊ะทำให้เกิดภาพสะท้อนของความเปราะบางและความทุก
ข์ทรมาน

เมื่อเห็นโศกนาฏกรรมที่เกิดขึ้น สัญชาตญาณของกฤษณะคือจะรีบไปหาภรรยาทันที
พร้อมตะโกนอย่างช่วยไม่ได้ขณะพยายามเข้าใจถึงความร้ายแรงของสถานการณ์
ความรู้สึกสิ้นหวังและไร้พลังแผ่ซ่านไปในอากาศขณะที่เขาเอื้อมมือไปช่วยลิซหลังจากเผชิญหน้าอันโ
หดร้าย คนร้ายใช้โอกาสอันเหมาะสมขับรถขโมยไปอย่างไม่ใยดี
ทำให้เกิดความโกลาหลและบาดแผลทางใจตามมา

บริเวณที่จอดรถซึ่งครั้งหนึ่งเคยเงียบสงบ
ตอนนี้กลายเป็นพยานของเหตุการณ์หลังการกระทำที่รุนแรงและไร้เหตุผล
เสียงสะท้อนของความเจ็บปวดของลิซและเสียงร้องไห้ไร้หนทางของกฤษณะยังคงดังอยู่
ทำให้เกิดเงาที่มืดหม่นทับลงบนวันที่ควรจะเป็นวันแห่งความสงบสุขและความสุข
การจากไปอย่างกะทันหันของผู้ก่อเหตุพร้อมรถที่ขโมยมาถือเป็นจุดจบของเหตุการณ์อันน่าสยดสยองนี้
แต่รอยแผลเป็นบนชีวิตของทั้งคู่จะคงอยู่ต่อไป
เป็นเครื่องเตือนใจอย่างชัดเจนถึงความเปราะบางที่อาจเกิดขึ้นได้แม้ในช่วงเวลาที่ธรรมดาที่สุด

เสียงเร่งความเร็วของรถอย่างกะทันหันและเสียงร้องทุกข์ของพระกฤษณะดังก้องไปทั่วบริเวณที่จอดรถอันเงียบสงบ ดึงดูดความสนใจของผู้คนในบริเวณนั้นทันที เพื่อตอบสนองต่อเหตุการณ์เร่งด่วน เจ้าหน้าที่รักษาความปลอดภัยที่ประจำการอยู่ใกล้ห้องน้ำรีบวิ่งไปทางจุดเกิดเหตุโดยสังเกตสถานการณ์ที่เกิดขึ้น

พระกฤษณะมีสีหน้าตื่นตระหนกและรีบวิงวอนผู้คุมว่า "เรียกรถพยาบาล ติดต่อตำรวจ ข้าพเจ้าขอร้องท่าน นี่เป็นเหตุฉุกเฉินร้ายแรง!" เจ้าหน้าที่รักษาความปลอดภัยเร่งดำเนินการหยิบโทรศัพท์มือถือขึ้นมาอย่างรีบร้อนและกดหมายเลขด้วยความรู้สึกเร่งด่วน ไม่กี่นาทีต่อมา
เสียงไซเรนที่ดังลั่นก็ดังขึ้นเป็นสัญญาณบอกเหตุการมาถึงของรถตู้ตำรวจและรถพยาบาล
ซึ่งเสียงเตือนที่ดังลั่นนั้นบ่งบอกถึงความร้ายแรงของสถานการณ์

ท่ามกลางเสียงอึกทึกครึกโครมนั้น
พระกฤษณะทรงเพ่งสมาธิไปที่การหยุดยั้งคลื่นสีแดงเข้มที่แผ่ออกมาจากบาดแผลอันบอบบางบนคอของเอลิซาเบธ ภรรยาที่รักของพระองค์
ความคิดวิตกกังวลวิ่งผ่านจิตใจของเขาในขณะที่เขาต้องเผชิญกับความจำเป็นเร่งด่วนในการได้รับการแทรกแซงทางการแพทย์ ฉากดังกล่าวเปิดเผยออกมาด้วยความรู้สึกเร่งด่วนเหนือจริง
ราวกับว่าเวลาได้ผ่านไปเร็วขึ้นพร้อมกับรถแข่ง

เจ้าหน้าที่ตำรวจซึ่งเป็นกำลังสำคัญท่ามกลางความโกลาหล
ตระหนักได้ถึงความร้ายแรงของสถานการณ์ จึงตะโกนสั่งการให้ทีมรถพยาบาลทราบ
"รีบส่งหญิงที่ได้รับบาดเจ็บไปที่โรงพยาบาลในเมืองที่อยู่ใกล้ๆ"
เขาสั่งด้วยน้ำเสียงที่แสดงถึงความรับผิดชอบอย่างเห็นได้ชัด ด้วยความคล่องตัว
กฤษณะวางผ้าเช็ดหน้ารอบคอที่ได้รับบาดเจ็บของลิซไว้แน่นโดยที่มือของเธอสั่นอยู่
ซึ่งเป็นวิธีชั่วคราวแต่จำเป็นในการควบคุมเลือด

ในจังหวะที่ละครกำลังดำเนินไป
พระกฤษณะทรงประคองภรรยาของเขาให้ขึ้นไปบนเปลที่รออยู่บริเวณด้านหลังรถพยาบาล
ดวงตาของเขาสะท้อนถึงความสิ้นหวังและความมุ่งมั่น
ขณะที่ยานพาหนะพุ่งไปข้างหน้าในถนนที่การจราจรคับคั่งและสับสน ไซเรนก็ดังขึ้นซ้ำๆ
เพื่อบอกเล่าความร้ายแรงของสถานการณ์ให้ผู้ที่เห็นเหตุการณ์ทราบ
การเดินทางไปโรงพยาบาลกลายเป็นการเดินทางที่เต็มไปด้วยความยากลำบาก
โดยมีกฤษณะอยู่เคียงข้างลิซอย่างมั่นคง ใบหน้าของเขาเต็มไปด้วยภาพแห่งความกังวล
ในขณะที่เสียงไซเรนฉุกเฉินของรถพยาบาลดังก้องไปทั่วเมือง
เป็นคำร้องขออย่างสิ้นหวังเพื่อให้ผ่านพ้นความรอดโดยเร็ว

เมื่อมาถึงหน้าประตูโรงพยาบาล
ทีมฉุกเฉินที่จัดไว้ล่วงหน้าพร้อมรับเอลิซาเบธโดยได้รับคำเตือนจากเจ้าหน้าที่ตำรวจที่ดูแลคดีอย่างเข้มงวด การตอบสนองอย่างประสานงานต่อการเรียกขอความช่วยเหลือนั้นชัดเจน
ขณะที่ลิซถูกพาเข้าห้องผ่าตัดอย่างรวดเร็ว
ทิ้งให้กฤษณะอยู่ในห้องรับรองของโรงพยาบาลซึ่งมีบรรยากาศปลอดเชื้ออย่างกังวล

ขณะที่พระกฤษณะกำลังรอฟังข่าวอาการของภรรยาที่รักอย่างใจจดใจจ่อ
ก็มีตำรวจนายหนึ่งเข้ามาหาพระองค์อย่างเคร่งเครียดและเด็ดเดี่ยว
เมื่อกฤษณะถูกนำตัวไปยังที่นั่งที่กำหนด
เขากลับพบว่าตัวเองถูกผลักดันเข้าสู่ขั้นตอนการสอบสวนของตำรวจ
การสอบสวนตามขั้นตอนได้เริ่มต้นขึ้น
โดยเจ้าหน้าที่ได้รวบรวมข้อมูลอย่างละเอียดจากความทรงจำที่สั่นคลอนแต่แน่วแน่ของกฤษณะ
ถ้อยคำแต่ละคำที่พระกฤษณะตรัสนั้นทอประกายแห่งความทุกข์ทรมาน
ความรู้สึกเร่งด่วนของพระองค์ปรากฏชัดในทุกพยางค์ขณะที่พระองค์เล่าถึงเหตุการณ์อันน่าสลดใจที่เกี่ยวข้องกับเอลิซาเบธ

ขณะนั่งอยู่ในห้องพักผู้ป่วยที่เงียบสงบ เรื่องเล่าของพระกฤษณะเผยให้เห็นอารมณ์ดิบๆ
ของสามีที่ต้องเผชิญกับความเป็นจริงอันโหดร้ายของภรรยาที่อยู่ในสภาวะอันตราย
เขาเล่าถึงความหวาดกลัวที่เกิดขึ้นในช่องจอดรถ
โดยที่คำพูดของเขาทำให้จิตใจของคนที่กำลังตกอยู่ในความทุกข์ยากต้องแบกรับ
เจ้าหน้าที่ตำรวจซึ่งเป็นบุคคลที่มีจิตใจเข้มแข็ง ได้บันทึกเรื่องราวดังกล่าวไว้ด้วยความขยันขันแข็ง
โดยสีหน้าของเขานั้นสะท้อนให้เห็นถึงความกังวลใจที่ร่วมกันมีต่อเหยื่อ

ในเวลาเดียวกัน ล้อแห่งความยุติธรรมก็เริ่มหมุน ตำรวจซึ่งได้รับคำให้การโดยละเอียดของพระกฤษณะได้เริ่มการสืบสวนอย่างรวดเร็วและละเอียดถี่ถ้วน พวกเขามุ่งความสนใจไปที่รถที่ถูกขโมย ซึ่งเป็นชิ้นสำคัญในการไขปริศนาตัวตนของผู้ก่ออาชญากรรมชั่วร้าย
เหตุการณ์พลิกผันอย่างไม่คาดฝันทำให้พบรถที่หายไปถูกทิ้งไว้ในบริเวณห่างไกลใกล้ทางหลวงแผ่นดิน โดยเป็นพยานปากสำคัญถึงความพยายามอย่างสิ้นหวังของคนร้ายที่ต้องการหลบหนีการจับกุม

การสอบสวนเพิ่มเติมนำไปสู่การที่เจ้าหน้าที่บังคับใช้กฎหมายได้เปิดเผยว่า
ผู้กระทำความผิดเจ้าเล่ห์ได้พยายามหลบภัยท่ามกลางความวุ่นวายของรถบรรทุกที่แน่นขนัดบนทางหลวง การสืบสวนมีมิติที่กว้างขึ้น
เนื่องจากตำรวจซึ่งมีความมุ่งมั่นร่วมกับพระกฤษณะในการนำผู้กระทำความผิดมาสู่กระบวนการยุติธรรม เข้าร่วมในการแข่งกับเวลาและเงาที่เลื่อนลอย
เรื่องราวดำเนินไปไม่เพียงแต่ในการแสวงหาความยุติธรรมเท่านั้น
แต่ยังเป็นการแสวงหาความยุติปัญหาและการตอบแทนความสงบสุขที่แตกสลายของการดำรงอยู่ที่แสนสุขของพระกฤษณะและเอลิซาเบธอีกด้วย

ระเบียงหน้าโรงพยาบาลซึ่งเป็นเวทีสำหรับโศกนาฏกรรมที่กำลังเกิดขึ้น
เต็มไปด้วยเสียงเคลื่อนไหวอันประสานกันของทีมแพทย์ฉุกเฉิน
การแจ้งเตือนของเจ้าหน้าที่ตำรวจทำให้เกิดการตอบสนองทันที
โดยมั่นใจว่าจะมีเจ้าหน้าที่สาธารณสุขจำนวนหนึ่งรอรับการมาถึงของเอลิซาเบธ
ซึ่งทราบดีถึงความร้ายแรงของสถานการณ์แล้ว
กฤษณะซึ่งเต็มไปด้วยอารมณ์ที่ปั่นป่วนอยู่ในตัวได้เห็นการเปลี่ยนแปลงอย่างรวดเร็วในขณะที่ลิซถูกพาเข้าห้องผ่าตัด โดยมีทีมแพทย์รายล้อมอยู่ และเจ้าหน้าที่ทางการแพทย์กำลังเร่งช่วยเหลือ

บรรยากาศในห้องรับรองของโรงพยาบาลที่ดูสะอาดและปลอดเชื้อทำให้กฤษณะต้องเข้ามาอยู่ในบทบาทผู้ชมที่รออยู่ นาทีแต่ละนาทีนั้นรู้สึกเหมือนนานชั่วนิรันดร์ ทุกๆ วินาทีที่ผ่านไปหัวใจของเขาเต้นแรงอย่างทรมานสอดคล้องกับความวิตกกังวลที่เพิ่มสูงขึ้นของเขา เจ้าหน้าที่ตำรวจซึ่งเป็นผู้มีอำนาจและการสอบสวน เข้าไปหาพระกฤษณะด้วยท่าทีเคร่งขรึม
การแถลงและการสอบสวนอย่างเป็นทางการเริ่มต้นขึ้น
ซึ่งทำให้กฤษณะต้องรำลึกถึงเหตุการณ์อันน่าสยดสยองที่นำพวกเขาสู่จุดจบแห่งความสิ้นหวังอีกครั้ง
เขาเล่าเหตุการณ์ที่เกิดขึ้นอย่างละเอียดถี่ถ้วน
โดยคำพูดของเขาแสดงถึงความเร่งด่วนและสิ้นหวังต่อความเป็นอยู่ที่ดีของเอลิซาเบธ

ในขณะที่เจ้าหน้าที่ตำรวจกำลังดำเนินการสอบสวนตามขั้นตอน ทีมแพทย์ก็ออกมาจากห้องผ่าตัดโดยมีสีหน้าผสมผสานระหว่างความกังวลใจและความแน่วแน่ในเชิงวิชาชีพ พระกฤษณะทรงสัมผัสได้ถึงความหวังเล็กน้อย จึงเสด็จเข้าไปหาพวกเขา โดยทรงมองหาคำตอบ แพทย์อาวุโสผู้แจ้งข่าวร้ายได้สนทนากับพระกฤษณะอย่างอ่อนโยนแต่ตรงไปตรงมา แพทย์อาวุโสทราบถึงความผูกพันของความรักและความห่วงใย จึงวางมือบนไหล่ของกฤษณะเพื่อให้กำลังใจ พร้อมทั้งพูดคำพูดที่ตั้งใจจะทั้งปลอบใจและเตรียมพร้อมเขาสำหรับการเดินทางอันยากลำบากข้างหน้า

ด้วยแรงโน้มถ่วงที่แขวนลอยอยู่ในอากาศ หมออาวุโสจึงอธิบายอาการวิกฤตของเอลิซาเบธ การเปิดเผยการเสียเลือดเป็นจำนวนมากของเธอและผลกระทบที่เกิดขึ้นกับร่างกายที่บอบบางของเธอทำให้พระกฤษณะรู้สึกราวกับสายฟ้าฟาด การกล่าวถึงอาการหัวใจวายเฉียบพลัน ซึ่งเป็นผลจากอาการช็อกและบาดเจ็บในครรภ์ ทำให้โศกนาฏกรรมครั้งนี้ยิ่งเลวร้ายลงไปอีก ถ้อยคำของแพทย์ไม่ใช่แค่รายงานทางคลินิกเท่านั้น แต่ยังเป็นการเปิดเผยอย่างล้ำลึกถึงความเปราะบางของชีวิตที่สะท้อนถึงการสูญเสียที่อาจเกิดขึ้นกับเอลิซาเบธและลูกในครรภ์ของพวกเขา

ในช่วงเวลาแห่งความเปราะบางที่แบ่งปันกันนี้ แพทย์อาวุโสได้วิงวอนพระกฤษณะให้ไว้วางใจในพลังที่สูงกว่า สัมผัสอันเจ็บปวดของมือแพทย์บนไหล่ของกฤษณะ ไม่เพียงถ่ายทอดถึงความเชี่ยวชาญทางการแพทย์เท่านั้น แต่ยังรวมถึงความเข้าใจอย่างแท้จริงถึงพายุอารมณ์ที่กำลังโหมกระหน่ำอยู่ภายในตัวเขาด้วย การวิงวอนขอการอธิษฐานด้วยความเมตตาของแพทย์เป็นสะพานเชื่อมระหว่างขอบเขตของการแพทย์และจิตวิญญาณ โดยตระหนักว่าบางครั้งเมื่อเผชิญกับความท้าทายที่แสนสาหัสที่สุดในชีวิต ความเข้มแข็งของมนุษย์ต้องผสานเข้ากับการแทรกแซงของพระเจ้า ทางเดินของโรงพยาบาลกลายเป็นสถานที่ศักดิ์สิทธิ์สำหรับการวิงวอนขออย่างสิ้นหวัง ขณะที่พระกฤษณะซึ่งได้รับคำแนะนำจากคำพูดของแพทย์ ได้เริ่มการอธิษฐานอย่างเข้มข้น โดยแต่ละคำล้วนสะท้อนถึงความหวังเพื่อความรอดของภรรยาที่รักและชีวิตในครรภ์ของเธอ

ทางเดินของโรงพยาบาลเปลี่ยนเป็นทางเดินศักดิ์สิทธิ์ที่สะท้อนเสียงซิมโฟนีอันเงียบสงบแห่งความโศกเศร้าของพระกฤษณะ ความเป็นไปได้ที่เขาจะสูญเสียเอลิซาเบธ ภรรยาที่รัก ได้เข้ามาครอบงำจิตวิญญาณของเขา ส่งผลให้เขาหลั่งน้ำตาอย่างห้ามไม่อยู่จากส่วนลึกของหัวใจที่เจ็บปวด ความทุกข์ทรมานที่ลึกซึ้งเกินกว่าจะระงับไว้ได้แสดงออกมาในลำธารเงียบๆ ที่ไหลลงมาบนใบหน้าของเขา

และเขาพบว่าตัวเองกำลังพยายามหยุดยั้งกระแสน้ำอย่างเปล่าประโยชน์ด้วยเสื้อเชิ้ตที่หยาบกร้าน โดยที่ผ้าเช็ดหน้าของเขาถูกสละไปในยามเร่งด่วนของช่วงเวลานั้น

ท่ามกลางเงาแห่งความโศกเศร้า
พยาบาลวิชาชีพคนหนึ่งได้เข้าไปหาพระกฤษณะด้วยจุดประสงค์อันเคร่งขรึม
โดยนำเอกสารราชการที่กำหนดให้ต้องมีลายเซ็นของพระองค์มาด้วย
การเคลื่อนไหวทางกลไกของการปฏิบัติตามซ่อนพายุอารมณ์ที่หมุนวนอยู่ในตัวเขา
ซึ่งเป็นภาพลวงตาที่ปกปิดความเศร้าโศกอันลึกซึ้งที่แกะสลักอยู่บนใบหน้าของเขา
ในขณะที่เขาค้นหาเอกสารต่างๆ
ลายมือชื่อที่ลงหมึกบนลายเซ็นของเขาก็บ่งบอกถึงความสั่นไหวของหัวใจที่จมอยู่ในทะเลแห่งความสิ้นหวัง

พระกฤษณะแสดงให้เห็นถึงความรับผิดชอบอย่างไม่ลดละ
โดยพระองค์ได้ทรงส่งพระสุรเสียงของพระองค์ไปยังเพื่อนสนิทจำนวนหนึ่งผ่านการโทรหลายครั้ง
แม้จะมีเสียงที่คงที่แต่ก็ทรงประสิทธิภาพ
ความร้ายแรงของสถานการณ์ถูกถ่ายทอดด้วยคำพูดแต่ละคำที่เลือกสรรมาอย่างรอบคอบ
โดยมีความสมดุลที่ละเอียดอ่อนระหว่างความโปร่งใสและความปรารถนาที่จะปกป้องพวกเขาจากความทุกข์ทรมานทั้งหมดของเขา ในเวลาเดียวกัน
เขาก็ติดต่อแม่บ้านที่ได้รับมอบหมายให้ดูแลสถานที่ศักดิ์สิทธิ์ในอพาร์ตเมนต์ของพวกเขา
เพื่อให้แน่ใจว่าเสียงสะท้อนของความไม่แน่นอนจะไม่ดังก้องไปทั่วพื้นที่ซึ่งเป็นพยานของความสุขและความเศร้าโศกที่แบ่งปันกันในชีวิตของพวกเขาด้วยกัน

ทว่าเวลาเหมือนจะบิดและยืดออก โดยแต่ละวินาทีเดินไปคล้ายกับความเป็นนิรันดร์
ขณะที่พระกฤษณะพบว่าตนเองติดอยู่ในอุ้งมือของความวิตกกังวลที่ไม่อาจลดละได้
โรงพยาบาลที่มีทางเดินซับซ้อนและเสียงสนทนาอันเงียบสงบกลายเป็นฉากหลังของความวุ่นวายภายในของเขา
การที่ทีมแพทย์กลับเข้าห้องผ่าตัดโดยใช้เวลานานทำให้บรรยากาศตึงเครียดจับต้องได้เพิ่มมากขึ้น
กาลเวลาที่ผ่านไป ทั้งที่วัดได้และวัดไม่ได้
ล้วนเป็นเครื่องเตือนใจอันโหดร้ายถึงความเปราะบางของชีวิต
ทำให้พระกฤษณะตระหนักมากขึ้นถึงเส้นด้ายอันบอบบางที่แขวนอยู่บนชะตากรรมของภรรยาที่รักของพระองค์

ในโรงละครอันเงียบงันแห่งจิตใจของเขา ความทรงจำถึงเสียงหัวเราะ ความฝัน และคำสัญญากระซิบที่ร่วมกันผสมผสานกับความกลัวที่แพร่หลายถึงอนาคตที่ไม่แน่นอน แต่ละช่วงเวลาแห่งการรอคอยเต็มไปด้วยคำอธิษฐานที่ไม่ได้พูดออกมา ความปรารถนาต่อผลลัพธ์ในเชิงบวกที่ก้าวข้ามอุปสรรคของภาษาพูด ขณะที่พระกฤษณะกำลังดิ้นรนกับสิ่งที่ไม่รู้จัก อารมณ์ของพระองค์ก็แกว่งไปมาระหว่างความอดทนของความสงบภายนอกและกระแสปั่นป่วนที่ซ่อนอยู่ของความวุ่นวายภายใน

โรงพยาบาลซึ่งโดยทั่วไปมักเป็นสถานที่รักษาตัว กลับกลายเป็นสถานที่แห่งอารมณ์ที่ขึ้นๆ ลงๆ ของมนุษย์ ผนังที่ปราศจากเชื้อเป็นพยานถึงความทุกข์ทรมานของชายคนหนึ่งที่ต้องเผชิญกับความเป็นไปได้ในการสูญเสียจุดยึดเหนี่ยวของชีวิตของเขา ในเบ้าหลอมแห่งอารมณ์นี้ การเดินทางของพระกฤษณะผ่านเส้นทางที่ซับซ้อนนั้นสะท้อนให้เห็นถึงเขาวงกตแห่งหัวใจของเขาเอง โดยเขาต้องเดินทางผ่านความคดเคี้ยวของความหวังและความสิ้นหวังในขณะที่เขารอคอยข่าวที่จะกำหนดเส้นทางการดำรงอยู่ของเขา

เมื่อนาฬิกาที่เดินไปเรื่อยๆ เน้นย้ำถึงช่วงเวลาแห่งความไม่แน่นอนที่ยาวนาน แพทย์อาวุโสซึ่งเหนื่อยล้ากับภาระความรับผิดชอบได้เข้าไปหาพระกฤษณะ กฤษณะจมอยู่กับความคิดอันสับสน จนเขาไม่รู้ตัวว่าตนเองอยู่ตรงหน้าแพทย์ จนกระทั่งสัมผัสอันอ่อนโยนของแพทย์ผู้เชี่ยวชาญบนไหล่ของเขา ทำให้เขากลับมาสู่ความเป็นจริงอันโหดร้ายของทางเดินในโรงพยาบาล แพทย์ซึ่งรับรู้ถึงความสับสนวุ่นวายในใจของชายหนุ่ม จึงรู้จักความเหนื่อยล้าที่เกินกว่าร่างกายจะรับไหวและสัมผัสได้ถึงจิตวิญญาณ

ด้วยความอ่อนโยนสมกับประสบการณ์ของเขา แพทย์อาวุโสได้แสดงความเข้าใจถึงสภาพจิตใจของพระกฤษณะ การสัมผัสเป็นการสื่อสารอันเงียบสงบระหว่างบุคคลสองคนที่ต่อสู้กับสิ่งที่ไม่รู้จัก มุ่งหวังที่จะถ่ายทอดความเห็นอกเห็นใจเมื่อเผชิญกับความไม่แน่นอนของชีวิต ขณะที่พระกฤษณะตื่นจากสมาธิอันลึกล้ำ พระองค์ก็อ้อนวอนอย่างเงียบๆ ด้วยความปรารถนาที่จะได้รับข่าวที่ช่วยบรรเทาความกังวลในหัวใจของพระองค์

ขณะนี้ พระกฤษณะยืนอยู่โดยร่างกายตึงเครียดด้วยความคาดหวัง และขอร้องหมออย่างเงียบๆ ให้บอกข่าวเรื่องสุขภาพของเอลิซาเบธ หมอผู้มีประสบการณ์ในการถ่ายทอดข่าวดีและข่าวร้ายอย่างละเอียดถี่ถ้วน

ได้กระแอมในลำคอเพื่อแสดงท่าทีเตรียมพร้อม เขาเล่าข่าวนี้ด้วยน้ำเสียงที่นุ่มนวลและครุ่นคิด ซึ่งจะเปลี่ยนแปลงชีวิตของพระกฤษณะตลอดไป "คุณกฤษณะ ผมมีข่าวดีมาบอกคุณ" ขอแสดงความยินดีด้วย คุณได้เป็นคุณพ่อของลูกชายสุดหล่อแล้ว"

ถ้อยคำเหล่านี้เปรียบเสมือนยาบรรเทาจิตวิญญาณที่บาดเจ็บ และยังกระตุ้นให้พระกฤษณะเกิดอารมณ์ต่างๆ มากมาย น้ำตาซึ่งเป็นเครื่องพิสูจน์ถึงความสุขและความกตัญญูอย่างลึกซึ้งของเขา ไหลรินลงมาบนแก้มของเขา อย่างไรก็ตาม ความยินดีนั้นเต็มไปด้วยความกังวลอยู่เบื้องลึก เนื่องจากความจริงจังในกิริยามารยาทของหมอไม่อาจรอดพ้นการรับรู้อันเฉียบแหลมของพระกฤษณะได้ เขาแสดงความขอบคุณต่อการเปิดเผยเรื่องที่น่ายินดีด้วยน้ำเสียงที่เต็มไปด้วยความกังวล แต่ก็ไม่สามารถระงับความกังวลใจที่ยังคงหลงเหลืออยู่ได้

ความเร่งด่วนของพระกฤษณะที่จะตรวจสอบความเป็นอยู่ของเอลิซาเบธ หญิงสาวที่เพิ่งให้กำเนิดชีวิตมาสู่โลก แสดงให้เห็นในคำวิงวอนอย่างวิตกกังวลของพระองค์ "แม่เป็นยังไงบ้าง" เขากล่าวถาม หัวใจเต้นตามจังหวะคำพูด แพทย์ส่ายหัวเบาๆ ด้วยท่าทางที่แสดงถึงความจริงอันน่าหดหู่ที่มักเกิดขึ้นพร้อมๆ กับช่วงเวลาสูงสุดและต่ำสุดในชีวิต "ขออภัยค่ะท่าน" ทารกคลอดก่อนกำหนด และเราจำเป็นต้องเก็บเขาไว้ในตู้ฟักเป็นเวลาสองสามสัปดาห์ ในส่วนของแม่ อาการของเธออยู่ในขั้นวิกฤต และทีมแพทย์ของเรากำลังทำงานอย่างไม่รู้จักเหน็ดเหนื่อยเพื่อช่วยชีวิตเธอ คุณอาจไม่สามารถเห็นพวกเขาทั้งสองคนได้ทันที ฉันเสียใจมากสำหรับเรื่องนั้น"

ในขณะนั้น ความสุขและความเศร้าโศกปรากฏอยู่ร่วมกันในหัวใจของพระกฤษณะ เป็นเหมือนผ้าทอที่ซับซ้อนซึ่งทอขึ้นจากเส้นด้ายแห่งความซับซ้อนของชีวิต การประกาศถึงชีวิตใหม่ที่อยู่เคียงข้างกับความเปราะบางของชีวิตอีกชีวิตหนึ่ง ทำให้พระกฤษณะพบว่าตนเองลอยอยู่ในพื้นที่ระหว่างความปิติยินดีและความกังวล ทางเดินของโรงพยาบาลซึ่งเป็นพยานของบทต่างๆ ของการดำรงอยู่ของมนุษย์ ได้กลายมาเป็นเวทีสำหรับการเต้นรำอันละเอียดอ่อนระหว่างความหวังและความสิ้นหวัง

ขณะที่การสนทนาระหว่างแพทย์อาวุโสและพระกฤษณะดำเนินไป ความขัดแย้งที่เกิดขึ้นอย่างกะทันหันก็ปรากฏออกมาในรูปแบบของพยาบาลวิชาชีพที่กำลังเร่งรีบ ท่าทีเร่งด่วนของเธอบ่งชี้ถึงเรื่องที่ต้องได้รับการดูแลจากแพทย์ทันที พยาบาลชี้ไปทางแพทย์ด้วยท่าทางที่เงียบแต่ลึกซึ้ง เพื่อสื่อถึงความร้ายแรงของสถานการณ์โดยไม่ส่งเสียงใดๆ

เพื่อตอบสนองต่อความเร่งด่วนที่ไม่ได้พูดออกมา แพทย์จึงขอตัวออกจากพระกฤษณะและพาพยาบาลเดินไปไม่ไกลจากสายตาที่สงสัยของสามีที่กำลังรออยู่

ในช่วงพักสั้นๆ นี้ ซึ่งซ่อนจากความคาดหวังอันแรงกล้าของพระกฤษณะ พยาบาลได้เปิดเผยข้อมูลที่สำคัญแก่แพทย์อาวุโส การแลกเปลี่ยนที่ปกคลุมไปด้วยความลับนั้นเต็มไปด้วยข่าวร้ายที่น่าเศร้า หมอพยักหน้าไล่แล้วบอกลาพยาบาล ซึ่งการอยู่เพียงชั่วครู่ของเธอถือเป็นกุญแจสำคัญที่จะเปิดเผยเรื่องราวในอนาคต ขณะที่หมอเดินย้อนกลับไปหาพระกฤษณะ ความหนักหน่วงในการก้าวเดินของเขาเป็นลางบอกเหตุถึงการเปิดเผยที่ใกล้จะเกิดขึ้น

แพทย์เดินไปหาพระกฤษณะด้วยจังหวะที่ค่อย ๆ แสดงออกถึงความร้ายแรงของสถานการณ์บนใบหน้าของพระองค์ ด้วยน้ำเสียงที่เต็มไปด้วยความโศกเศร้า เขาจึงเอ่ยกับพระกฤษณะอย่างอ่อนโยนว่า "พระกฤษณะ ผมเสียใจอย่างยิ่ง" แม้เราจะพยายามอย่างไม่ลดละ แต่พลังศักดิ์สิทธิ์ก็ไม่เป็นผลดีต่อความพยายามของเรา และคุณนายเอลิซาเบธภรรยาของคุณก็ไม่มีอีกต่อไป ฉันขอโทษอย่างยิ่ง" ถ้อยคำที่เป็นการยอมรับอย่างลึกซึ้งถึงความเปราะบางของชีวิต ลอยอยู่ในอากาศราวกับทอเส้นด้ายแห่งความเศร้าโศกที่ลบไม่ออก ซึ่งผูกมัดระหว่างแพทย์และคนไข้ในช่วงเวลาแห่งความเศร้าโศกที่แบ่งปันกัน

ข่าวนี้ซึ่งเป็นการเปิดเผยที่น่าสะเทือนขวัญทำให้พระกฤษณะต้องอยู่ในห้วงแห่งความโศกเศร้าเงียบๆ คำพูดของหมอกดดันเขาอย่างหนัก ทำให้เขาอ่อนแอทั้งร่างกายและจิตใจ เมื่อความจริงของการสูญเสียเริ่มปรากฏแก่สายตา พระกฤษณะทรงโศกเศร้าและทรงร้องไห้ด้วยความทุกข์ทรมานเงียบๆ ม้านั่งที่เคยเป็นที่นั่งแห่งการเฝ้ารอด้วยความหวัง ตอนนี้กลับกลายเป็นที่นั่งที่โอบอุ้มเศษซากของชายคนหนึ่งที่เฝ้ารอข่าวที่ทำให้เขาได้พบกับภรรยาที่รักและลูกแรกเกิดอีกครั้ง

ทางเดินของโรงพยาบาลซึ่งเป็นพยานเงียบๆ ต่อเรื่องราวดราม่าของมนุษย์ที่กำลังคลี่คลาย เป็นพยานถึงความแตกต่างอย่างชัดเจนระหว่างคำประกาศอย่างร่าเริงของชีวิตใหม่กับคำประกาศอันโหดร้ายของการจากไปก่อนเวลาอันควร ความสุขและความเศร้า ชีวิตและความตาย รวมกันเป็นหนึ่งในช่วงเวลาอันน่าสะเทือนใจที่ทำให้พระกฤษณะต้องเผชิญกับผลกระทบอันลึกซึ้งของชะตากรรมที่ไม่อาจคาดเดาได้

หลังจากรับรู้ถึงเรื่องที่น่าสลดใจนี้ หมอจึงถอยหนีไป ปล่อยให้กฤษณะต้องเดินต่อไปในเขาวงกตของความเศร้าโศกอย่างโดดเดี่ยว โรงพยาบาลที่เคยเป็นประภาคารแห่งการเยียวยารักษา ตอนนี้กลับเต็มไปด้วยเสียงคร่ำครวญของชายคนหนึ่งที่สูญเสียไม่เพียงแค่ภรรยา แต่ยังสูญเสียอนาคตที่สดใสไปอีกด้วย ในขณะที่พระกฤษณะนั่งอยู่ตรงนั้น น้ำตาของพระองค์ที่หลั่งไหลออกมาอย่างเงียบ ๆ สะท้อนให้เห็นถึงความโศกเศร้าที่ไม่อาจปลอบโยนได้ซึ่งปกคลุมหัวใจที่แตกสลายของพระองค์ ม้านั่งซึ่งเป็นพยานของทั้งความคาดหวังและความหายนะได้กลายมาเป็นพยานที่น่าสะเทือนใจถึงความเปราะบางของการดำรงอยู่ของมนุษย์

12. "มรดกที่ซ่อนเร้น: การเปิดเผยความจริงในความเศร้าโศกและราชวงศ์"

ข่าวการสิ้นพระชนม์อันน่าเศร้าโศกยังคงปกคลุมไปด้วยความลับ ซึ่งมีเพียงพระกฤษณะเท่านั้นที่ทราบ ผู้ทรงแบกภาระอันหนักหนาสาหัสเกินกว่าจิตวิญญาณใดจะทนรับได้เพียงลำพัง เมื่อความจริงอันน่าเศร้าถูกเปิดเผย ความเงียบที่น่าสะเทือนใจก็แผ่ปกคลุมบริเวณโรงพยาบาล เมื่อเวลาผ่านไป เพื่อนสนิทและผู้ดูแลเอลิซาเบธที่ทุ่มเทก็เริ่มรวมตัวกันด้วยความเศร้าโศกที่มองไม่เห็น และสัมผัสได้ถึงบรรยากาศของการสูญเสียอันลึกซึ้ง ท่ามกลางความเงียบสงัดของฝูงชน พระกฤษณะประทับนั่งในร่างโดดเดี่ยวใกล้ทางเข้าห้องผ่าตัด โดยจ้องมองโลกที่ว่างเปล่าซึ่งบัดนี้ไร้ซึ่งความมีชีวิตชีวาที่เคยมีอยู่มาก่อน

ดวงตาของเขาที่ครั้งหนึ่งเคยสดใส บัดนี้บวมและแดงก่ำจากเสียงร้องไห้โศกเศร้าที่ไม่หยุดหย่อน เป็นพยานถึงความหนักหน่วงของข่าวร้ายที่เขาได้รับ ความร้ายแรงของสถานการณ์ยังคงลอยอยู่ในอากาศ เห็นได้ชัดจากความหนักอึ้งของหัวใจของผู้ที่เข้าไปหาพระกฤษณะด้วยความกังวลอย่างเห็นอกเห็นใจ นางเฮเลน ผู้ช่วยส่วนตัวของเอลิซาเบธผู้ล่วงลับ ค่อยๆ ก้าวผ่านทะเลแห่งความเศร้าโศกเพื่อไปอยู่เคียงข้างพระกฤษณะ ในช่วงเวลาที่รกร้างนั้น ความโศกเศร้าเสียใจและท่าทีแสดงความเห็นอกเห็นใจได้เกิดขึ้นเป็นพยานถึงความสัมพันธ์ที่ลึกซึ้งที่เอลิซาเบธสร้างขึ้นกับผู้คนรอบข้างเธอ

การเฝ้ารออย่างเงียบๆ ของพระกฤษณะในที่สุดก็กลายเป็นอารมณ์ที่หลั่งไหลออกมาอย่างชำระล้าง เมื่อนางเฮเลนเข้ามาใกล้เขา ความเงียบอันลึกซึ้งทำให้เสียงของเขาซึ่งเต็มไปด้วยความเศร้าโศกและสำลักน้ำตา ดังก้องไปทั่วบริเวณทางเดินของโรงพยาบาลที่เงียบสงบ "เฮ้!" เขาร้องขึ้น โดยคำดังกล่าวเต็มไปด้วยความไม่เชื่อและความทุกข์ทรมาน "เรามาพบลิซที่รักของเรา แต่... แต่เธอได้ทิ้งเราไว้ที่นี่เพียงลำพังและขึ้นสู่สวรรค์ของเธอแล้ว ที่รัก..." แต่ละพยางค์สะท้อนถึงความสูญเสียที่ไม่อาจย้อนคืนได้ เป็นเสียงคร่ำครวญที่ก้องสะท้อนอยู่ในหัวใจของทุกคนที่อยู่ที่นั่น

เมื่อข่าวการจากไปของเอลิซาเบธค่อยๆ จางลงเหมือนหมอกหนา สถานที่ของโรงพยาบาลก็เปลี่ยนไปเป็นสถานที่ศักดิ์สิทธิ์สำหรับการแสดงความอาลัยร่วมกัน ความโศกเศร้าร่วมกันของเพื่อนสนิทและพนักงานที่ทุ่มเทกลายเป็นบรรณาการอันน่าสะเทือนใจต่อชีวิตที่สัมผัสพวกเขาทุกคน ในช่วงเวลาแห่งความโศกเศร้าอันลึกซึ้งนี้ พิธีการและการเสแสร้งก็ค่อยๆ จางหายไป เหลือไว้เพียงการแสดงออกอย่างดิบๆ และไม่ผ่านการกรองของผลกระทบอันลึกซึ้งที่เอลิซาเบธมีต่อผู้โชคดีที่ได้เป็นส่วนหนึ่งของโลกของเธอ

ข่าวการเสียชีวิตก่อนวัยอันควรของเอลิซาเบธถูกเปิดเผยด้วยจังหวะอันเคร่งขรึม ท่ามกลางคนใกล้ชิดที่มารวมตัวกันด้วยใจที่ห่วงใยเพื่อนสนิทของตนและบุคลิกที่โดดเด่นของเธอ ในขณะที่ข่าวสารต่างๆ แพร่กระจายไปในหมู่ผู้ชุมนุม ความรู้สึกไม่เชื่อและความเศร้าโศกก็แผ่ซ่านไปทั่วห้อง ก่อเป็นรูปผ้าทอแห่งความเศร้าโศกร่วมกันที่ข้ามผ่านขอบเขตของความสัมพันธ์แบบส่วนบุคคล ในบทสนทนาที่เงียบสงบที่เกิดขึ้น ความสูญเสียมีน้ำหนักมากขึ้นจนทำให้บรรยากาศที่เคยมีความหวังลดน้อยลง

ความตกตะลึงในตอนแรกกระตุ้นให้ผู้ที่อยู่ในที่เกิดเหตุเกิดปฏิกิริยาลูกโซ่ ส่งผลให้มีการโทรศัพท์แจ้งความจริงจังไปยังเพื่อนและผู้ร่วมอาชีพคนอื่นๆ ซึ่งให้ความนับถือเอลิซาเบธเป็นอย่างยิ่ง ข่าวร้ายดังกล่าวแพร่กระจายไปอย่างไม่หยุดยั้งผ่านเครือข่ายความสัมพันธ์ที่เชื่อมโยงกัน โดยการโทรแต่ละครั้งต้องแบกรับความโศกเศร้าอันหนักอึ้ง เสียงคร่ำครวญร่วมกันดังก้องไปทั่วในทางเดินแห่งความทรงจำร่วมกัน ในขณะที่แต่ละคนต่อสู้ดิ้นรนกับความจริงที่ว่าเพื่อนรักของตนได้ออกไปจากอาณาจักรแห่งสิ่งมีชีวิตแล้ว

ท่ามกลางการเผยแพร่ที่น่าเศร้าโศกนี้ ความพลิกผันที่ไม่คาดคิดทำให้เรื่องราวที่เกิดขึ้นมีความซับซ้อนมากขึ้น โรงพยาบาลซึ่งเดิมทีเป็นสถานที่ศักดิ์สิทธิ์สำหรับความเศร้าโศกและการสนับสนุน กลายมาเป็นแม่เหล็กดึงดูดผู้คนให้หลั่งไหลเข้ามาเพิ่มมากขึ้น – นักข่าว แถลงการณ์ต่อสื่อมวลชนเกี่ยวกับเหตุการณ์ปล้นสะดมอันน่าสยดสยองและการแทรกแซงของตำรวจที่ตามมาได้เผยให้เห็นถึงสถานการณ์อันน่าสลดใจนี้ โรงพยาบาลที่เคยเป็นที่พักพิงของการปลอบโยนใจ ตอนนี้กลับพบว่ามีกล้องจับภาพได้จำนวนมากและมีคำถามที่ต้องซักถาม

ซึ่งการบุกรุกดังกล่าวยิ่งทำให้ความปั่นป่วนทางอารมณ์ที่เกี่ยวข้องกับการเสียชีวิตของเอลิซาเบธทวีความรุนแรงมากขึ้น

การสูญเสียส่วนตัวและการแสดงต่อสาธารณะชนที่รวมตัวกันทำให้เกิดภาพความโศกเศร้าที่น่าสะเทือนใจ โรงพยาบาลกลายเป็นจุดรวมของความโศกเศร้าและความสนใจของสื่อมวลชน สะท้อนให้เห็นถึงความซับซ้อนในชีวิตของเอลิซาเบธและผลกระทบอันลึกซึ้งที่เธอมีต่อทั้งวงจรใกล้ชิดของเธอและชุมชนที่กว้างขึ้น เมื่อข่าวนี้แพร่กระจายออกไป บรรยากาศก็เต็มไปด้วยความโศกเศร้าเสียใจ และแสดงความยอมรับร่วมกันถึงความว่างเปล่าที่เกิดจากการจากไปของผู้ที่ไม่เพียงแต่เป็นเพื่อนเท่านั้น แต่ยังเป็นประภาคารแห่งความดีในชีวิตของใครหลายคนอีกด้วย

ท่ามกลางความโกลาหลวุ่นวายจากการเสียชีวิตอย่างน่าเศร้าของเอลิซาเบธ รายละเอียดสำคัญประการหนึ่ง ซึ่งฝังอยู่ใต้ความโศกเศร้าและความสับสนวุ่นวาย ไม่ได้ถูกฝูงชนที่กำลังโศกเศร้าใส่ใจ นั่นก็คือความจริงที่ว่าเธอแบกรับชีวิตที่ล้ำค่าไว้ในตัวมาตลอดแปดเดือนที่ผ่านมา มันเป็นความจริงอันน่าสะเทือนใจที่ทุกคนที่อยู่ที่นั่น ไม่ทันรู้ตัวต่างก็ตกใจกับการจากไปก่อนเวลาอันควรของเธอ ท่ามกลางทะเลแห่งความสิ้นหวังนี้ บุคคลหนึ่ง นางเฮเลน ยังคงตระหนักถึงการเดินทางของความเป็นแม่ของเอลิซาเบธ แม้ว่าเธอเองจะต้องต่อสู้ดิ้นรนกับสมมติฐานที่ว่าทารกไม่ได้รอดชีวิตเคียงข้างแม่ของมันก็ตาม

ท่ามกลางความโศกเศร้า นางเฮเลนยังมีความห่วงใยทารกในครรภ์อยู่บ้าง แม้ว่าเธอจะมีความหวังเพียงเล็กน้อยสำหรับการมีชีวิตรอดของทารก แต่ความต้องการที่จะยืนยันชะตากรรมของวิญญาณที่กำลังจะเกิดมาอย่างต่อเนื่องทำให้เธอได้เข้าพบแพทย์ที่เคยเป็นส่วนหนึ่งของทีมแพทย์ที่ดูแลเอลิซาเบธในช่วงเวลาสุดท้ายของชีวิตเธอ การแสวงหาความรู้เพียงลำพังนี้เองที่นางเฮเลนได้ค้นพบความจริงอันน่าทึ่งที่ไม่อาจคาดเดาได้ นั่นคือ การคลอดบุตรด้วยวิธีกรรไกรซึ่งเร็วกว่ากำหนดแต่ก็ประสบความสำเร็จ และทายาทของมรดกของเอลิซาเบธผู้ล่วงลับก็ได้ถือกำเนิดขึ้นอย่างเข้มแข็งและมีชีวิตชีวา

การเปิดเผยเหตุการณ์อันน่าอัศจรรย์นี้ ซึ่งเป็นเครื่องพิสูจน์ถึงความสามารถของชีวิตในการมีความหวังท่ามกลางโศกนาฏกรรม ได้กระตุ้นอารมณ์อันลึกซึ้งในตัวนางเฮเลน ด้วยความโล่งใจและดีใจ เธอจึงคว้าโอกาสนี้แบ่งปันความรู้ใหม่ที่ได้รับนี้กับผู้จัดการมรดกของเอลิซาเบธ ที่ดินซึ่งครั้งหนึ่งเคยปกคลุมไปด้วยเงาแห่งความเศร้าโศกของการสูญเสีย ตอนนี้ได้กลายมาเป็นผืนผ้าใบสำหรับการลงมือเริ่มต้นใหม่ที่ละเอียดอ่อน

นางเฮเลนซึ่งรับหน้าที่นำข่าวประเสริฐนี้มาแจ้ง และรับหน้าที่นี้ด้วยใจที่เปี่ยมไปด้วยความหวังจากเหตุการณ์พลิกผันอย่างไม่คาดฝันของชีวิตท่ามกลางความตาย

ในขณะที่ผู้จัดการกำลังรับฟังข่าวการส่งของด้วยกรรไกรและความเป็นอยู่ที่ดีของทายาท บรรยากาศที่รายล้อมมรดกของเอลิซาเบธก็เปลี่ยนไป การเปิดเผยดังกล่าวเปรียบเสมือนลำแสงที่เจาะทะลุท้องฟ้าที่มีพายุ และฉายแสงแห่งความหวังลงมาบนความมืดมัวที่ปกคลุมไปทั่วบริเวณ ห้องโถงที่ครั้งหนึ่งเคยโศกเศร้าตอนนี้กลับกลายเป็นเสียงกระซิบแห่งชีวิตใหม่และความอดทนที่ปรากฏออกมาแม้จะเผชิญกับโศกนาฏกรรมอันแสนสาหัส ในการเต้นรำอันละเอียดอ่อนระหว่างความเศร้าโศกและความสุข มรดกของเอลิซาเบธพบว่าตัวเองถูกทออย่างซับซ้อนเป็นเนื้อผ้าของเรื่องราวที่ข้ามผ่านขอบเขตของชีวิตและความตาย

เมื่อเวลาค่ำลง บุคคลสำคัญในแวดวงวิชาการจำนวนมากมาย ประกอบด้วย ศาสตราจารย์ อาจารย์ที่ปรึกษา และคณบดีผู้มีเกียรติ ได้เดินทางมาที่โรงพยาบาลด้วยความสง่างาม เพื่อแสดงความเคารพต่อนักศึกษาผู้เฉลียวฉลาดซึ่งแสงสว่างของเขาดับลงอย่างกะทันหัน บรรยากาศเต็มไปด้วยความโศกเศร้าขณะที่พวกเขาพบกับพระกฤษณะ ผู้เป็นสหายสนิทของวิญญาณผู้ล่วงลับ ซึ่งวิญญาณของเขาสั่นสะเทือนอย่างมากจากการสูญเสียที่เกิดขึ้นอย่างกะทันหัน ด้วยถ้อยคำที่ประดิษฐ์ขึ้นเพื่อปลอบโยน อาจารย์และที่ปรึกษาพยายามกอดพระกฤษณะอย่างอบอุ่นเพื่อแสดงความยอมรับในความว่างเปล่าที่ไม่สามารถทดแทนได้ซึ่งนักเรียนผู้เป็นสุขและมีพรสวรรค์ของพวกเขาทิ้งไว้

ในขณะที่เจ้าหน้าที่โรงพยาบาลร่วมกับผู้บังคับการตำรวจเตรียมร่างกายที่ได้รับการผ่าตัดหนักหน่วงให้พร้อมสำหรับการเดินทางครั้งสุดท้าย ความรู้สึกของหน้าที่และความเคารพก็แผ่ซ่านไปในอากาศ ร่างของผู้ตายซึ่งบรรจุอย่างพิถีพิถันได้รับการจัดเตรียมเพื่อส่งมอบให้กับญาติที่ใกล้ชิดที่สุดของผู้เสียชีวิต ซึ่งเป็นพิธีกรรมที่เคร่งขรึมและทำด้วยความเคารพสูงสุด อย่างไรก็ตาม เรื่องราวที่เกิดขึ้นเกิดเหตุการณ์ที่ไม่คาดคิด เนื่องจากมีข้อความจากกระทรวงการต่างประเทศของรัฐบาลมาถึง ทำให้เหตุการณ์เปลี่ยนไป

จดหมายที่ไม่คาดคิดได้ส่งต่อคำสั่งที่เปลี่ยนเส้นทางการเดินทางครั้งสุดท้ายของเอลิซาเบธและมาดาม แทนที่จะส่งมอบให้กับญาติที่ใกล้ชิดที่สุด ร่างของผู้เสียชีวิตจะถูกขนส่งไปยังสหราชอาณาจักรและนำไปอยู่ในความดูแลของกระทรวงการต่างประเทศ การเปิดเผยดังกล่าวสร้างความประหลาดใจให้กับทั้งคณะทำงานโรงพยาบาล

ผู้ทรงคุณวุฒิทางวิชาการ และแม้แต่ตัวแทนสื่อมวลชนที่เข้าร่วมงานด้วย ความลึกลับที่ปกคลุมตัวตนของเอลิซาเบธเริ่มคลี่คลาย เผยให้เห็นความจริงที่ถูกปกปิดไว้จากผู้ที่รู้จักเธออย่างใกล้ชิด

ด้วยชะตากรรมที่พลิกผันอย่างกะทันหัน ผู้ที่มารวมตัวกันได้เรียนรู้ว่าเพื่อนรักและผู้ร่วมงานของพวกเขาเป็นมากกว่านักเรียนที่ฉลาดหลักแหลม เธอเป็นเจ้าหญิงของรัฐด้วยซ้ำ การเปิดเผยนี้ทำให้ความโศกเศร้าของหมู่คณะยิ่งซับซ้อนมากขึ้น เนื่องจากนัยของสายเลือดอันสูงศักดิ์ของเธอทำให้กระบวนการอันเคร่งขรึมนี้ดูแตกต่างออกไป โรงพยาบาลที่ครั้งหนึ่งเคยเป็นสถานที่สำหรับการอำลาส่วนตัว ตอนนี้ได้กลายเป็นสถานที่ที่ผูกพันกับบรรยากาศทางการทูตและพิธีการอันสมกับเป็นราชวงศ์ ความเคร่งขรึมของโอกาสนี้ยิ่งลึกซึ้งยิ่งขึ้นเมื่อตระหนักได้ว่าพวกเขาไม่ได้แค่สูญเสียเพื่อนที่รักไป แต่ยังสูญเสียสมาชิกราชวงศ์ไปอีกด้วย โดยได้ทิ้งร่องรอยที่ลบไม่ออกทั้งในแวดวงวิชาการและการทูต

ในขณะที่ล้อเครื่องบินเช่าเหมาลำกำลังจูบลานจอดเครื่องบินที่สนามบินนานาชาติ เครื่องบินลำดังกล่าวก็บรรจุภาระหน้าที่อันยิ่งใหญ่ในการดูแลทรัพย์สินอันมหาศาลที่วิญญาณผู้ล่วงลับทิ้งไว้ภายในลำตัวเครื่องบิน การมาถึงได้รับการจัดเตรียมอย่างแม่นยำสมกับโอกาสอันสำคัญยิ่งเช่นนี้ และรัฐมนตรีกระทรวงการต่างประเทศของสหรัฐอเมริกาได้ให้การต้อนรับผู้มีเกียรติด้วยความเคารพ ภารกิจร่วมกันของพวกเขามีความล้ำลึก นั่นก็คือการเดินหน้าในกระบวนการอันซับซ้อนที่เกิดขึ้นหลังจากการเสียชีวิตอย่างกะทันหันของหญิงสาวคนหนึ่งซึ่งมีตัวตนที่ก้าวข้ามขอบเขตของวงการวิชาการไปสู่การเป็นเชื้อพระวงศ์

คณะผู้ติดตามซึ่งประกอบด้วยผู้ลงนามและเจ้าหน้าที่คนสำคัญต่างมุ่งหน้าไปยังโรงพยาบาลซึ่งเจ้าหญิงผู้ล่วงลับของพวกเขาใช้เวลาช่วงสุดท้ายอยู่ที่นั่น เจ้าหน้าที่ซึ่งรับรู้ถึงความร้ายแรงของสถานการณ์ได้ให้การต้อนรับอย่างอบอุ่น พร้อมตระหนักถึงความสำคัญของบุคคลที่ได้รับความไว้วางใจให้ดูแลมรดกของวิญญาณผู้สูงศักดิ์ที่ล่วงลับไป ผู้จัดการซึ่งเป็นผู้ดูแลอสังหาริมทรัพย์อันสง่างามรับหน้าที่ที่สำคัญในการต้อนรับหัวหน้าผู้ดูแลทรัพย์สินเข้าสู่ห้องศักดิ์สิทธิ์ชั้นในของที่ประทับของเจ้าหญิงผู้ล่วงลับ

ในช่วงเวลาของการรักษาความลับ ผู้จัดการได้เปิดเผยข้อมูลที่ละเอียดอ่อนแก่หัวหน้าผู้ดูแลทรัพย์สิน โดยเปิดเผยบทที่ซ่อนเร้นในชีวิตของหญิงสาวผู้ล่วงลับ เจ้าหญิงผู้ล่วงลับได้ทรงแต่งงานอย่างลับๆ กับเพื่อนร่วมชั้นของพระองค์ ซึ่งเป็นการแต่งงานแบบลับๆ ที่ทำให้มีทายาทสืบสกุลของที่ดินอันกว้างขวางแห่งนี้ ความร้ายแรงของการเปิดเผยนี้ยังคงค้างอยู่ในอากาศ

เป็นรายละเอียดที่ซับซ้อนซึ่งเพิ่มชั้นของความซับซ้อนให้กับเรื่องราวในชีวิตของเจ้าหญิงผู้ล่วงลับที่มีความซับซ้อนอยู่แล้ว

ด้วยความรู้ใหม่ที่ได้รับนี้ หัวหน้าผู้ดูแลทรัพย์สินจึงได้เข้าไปค้นหาพระกฤษณะ ผู้เป็นเพื่อนสนิทและผู้ร่วมทุกข์ร่วมสุขของวิญญาณผู้ล่วงลับ
หัวหน้าคณะผู้ดูแลวัดแสดงความเคารพอย่างลึกซึ้งและแนะนำเรื่องนี้ด้วยความนุ่มนวล
โดยเสนอให้พระกฤษณะไปสหราชอาณาจักรกับเขาด้วย
จุดมุ่งหมายคือเพื่อดำเนินการตามขั้นตอนอันซับซ้อนที่เกี่ยวข้องกับราชวงศ์
เพื่อให้แน่ใจว่าพิธีกรรมขั้นสุดท้ายดำเนินไปด้วยศักดิ์ศรีที่เหมาะสมกับสายเลือดอันสูงส่งของเจ้าหญิงผู้ล่วงลับ

อย่างไรก็ตาม
กฤษณะได้ปฏิเสธคำขอของหัวหน้าคณะผู้ดูแลอย่างเด็ดขาดและถ่อมตัวด้วยความมุ่งมั่นอย่างไม่หวั่นไหว ด้วยการแสดงความรักและความเคารพอย่างลึกซึ้ง
เขาจึงยินยอมให้คณะผู้แทนนำศพภรรยาอันเป็นที่รักของเขาจากไป
อากาศเต็มไปด้วยความหนักอึ้งของอารมณ์ต่างๆ
ในขณะที่บทสุดท้ายของชีวิตเจ้าหญิงผู้ล่วงลับกำลังดำเนินไป
โดยผสมผสานความรู้สึกเข้ากับพิธีการที่ราชวงศ์กำหนด
การจากไปครั้งนี้ไม่เพียงแต่เป็นสัญลักษณ์การเดินทางทางกายภาพของเจ้าหญิงผู้ล่วงลับเท่านั้น
แต่ยังเป็นจุดเริ่มต้นของการเต้นรำอันละเอียดอ่อนระหว่างความเศร้าโศกและการยอมรับอย่างมีศักดิ์ศรีในมรดกของเธออีกด้วย

ในขณะที่กำลังเตรียมการสำหรับการเดินทางอันเคร่งขรึมของร่างของเจ้าหญิงเอลิซาเบธไปยังสหราชอาณาจักร
โรงพยาบาลก็ให้แน่ใจว่าร่างของเธอจะถูกบรรจุลงในโลงศพที่ตกแต่งอย่างพิถีพิถันและสมควรได้รับ
โลงศพที่ตกแต่งอย่างเคารพนับถือนี้ เป็นสัญลักษณ์ที่แสดงความเคารพต่อราชวงศ์ผู้ล่วงลับ
โดยได้ถูกเคลื่อนย้ายไปยังอพาร์ทเมนต์ที่พักอาศัยซึ่งเจ้าหญิงผู้ล่วงลับได้ใช้ชีวิตช่วงสุดท้ายในชีวิตของเธอ
รถจี๊ปเปิดประทุนซึ่งมีกลุ่มบุคคลสง่างามที่สวมชุดสง่างามซึ่งเป็นตัวแทนของรัฐบาลคอยนำพาสินค้าอันมีค่าไปตามท้องถนน

เมื่อเดินทางมาถึงอพาร์ตเมนต์ บรรยากาศของความโศกเศร้าก็แผ่ซ่านไปทั่วทั้งบริเวณ โดยมีสื่อมวลชน เจ้าหน้าที่รัฐ และเพื่อนๆ และผู้เกี่ยวข้องจำนวนมากมาร่วมแสดงความอาลัย
บ้านพักแห่งนี้กลายเป็นสถานที่พักผ่อนสำหรับการไว้อาลัยร่วมกัน

โดยเป็นเจ้าภาพจัดการประชุมแสดงความเสียใจที่ถือเป็นการอำลาอันน่าเศร้าต่อหญิงสาวผู้หนึ่งที่ชีวิตของเธอได้ส่งผลกระทบต่อใครหลายๆ คน อากาศเต็มไปด้วยความโศกเศร้าเสียใจในขณะที่เสียงแสดงความอาลัยจากใจจริงดังก้องไปทั่วห้องที่ครั้งหนึ่งเคยมีเจ้าหญิงผู้ล่วงลับเคยให้เกียรติ

ก่อนการเดินทางครั้งสุดท้ายไปยังสนามบิน หัวหน้าคณะผู้ดูแลทรัพย์สินซึ่งรับภาระรับผิดชอบต่อทรัพย์สินและมรดกที่ทิ้งไว้ได้เรียกประชุมฉุกเฉินกับเจ้าหน้าที่ท้องถิ่น ในช่วงเวลาแห่งการรักษาความลับ เขาได้แบ่งปันคำสั่งที่เป็นการปกป้องความลับที่ละเอียดอ่อนในชีวิตของเจ้าหญิงผู้ล่วงลับ เจ้าหน้าที่ได้รับคำสั่งให้เก็บความลับเกี่ยวกับความสัมพันธ์ของเธอและทายาทที่ยังมีชีวิตอยู่จนกว่าเอกสารที่จำเป็นทั้งหมดจะได้รับการศึกษาและตรวจสอบโดยทางการแล้ว

นอกจากนี้ หัวหน้าคณะผู้ดูแลทรัพย์สิน ตระหนักถึงภัยคุกคามที่อาจเกิดขึ้นกับทายาทที่รอดชีวิต จึงเรียกร้องให้เจ้าหน้าที่ดูแลทรัพย์สินของตนอย่างเข้มงวด ความปลอดภัยและความเป็นอยู่ที่ดีของทายาทกลายเป็นความกังวลหลัก เป็นหน้าที่ที่ผู้ได้รับมอบหมายให้รับผิดชอบในการรักษามรดกของเจ้าหญิงผู้ล่วงลับต้องแบกรับ ด้วยท่าทีสงสาร หัวหน้าคณะผู้ดูแลทรัพย์สินได้อนุญาตให้พระกฤษณะ สามีของเจ้าหญิงผู้ล่วงลับพักอยู่ในอพาร์ทเมนท์ของเธอได้ เขาสมควรได้รับเกียรติในฐานะเจ้าของบ้านหลังนี้ ซึ่งถือเป็นการแสดงความยอมรับเชิงสัญลักษณ์ถึงความผูกพันที่เขามีร่วมกับเจ้าหญิงผู้ล่วงลับ

เพื่อให้แน่ใจว่า Krishna มีการสนับสนุนที่จำเป็นในช่วงเวลาที่ท้าทายนี้ หัวหน้าคณะผู้ดูแลได้อนุญาตให้จ้างพนักงานเพิ่มเติมหากจำเป็นและ Krishna เห็นว่าจำเป็น มาตรการเหล่านี้ถูกตราขึ้นเพื่อปกป้องครอบครัวที่รอดชีวิตจากความเครียดที่ไม่เหมาะสม และเพื่อมอบพื้นที่และศักดิ์ศรีที่พวกเขาสมควรได้รับ เมื่อมีการจัดเตรียมดังกล่าวแล้ว หัวหน้าคณะผู้ดูแลทรัพย์สินก็ออกเดินทางโดยทิ้งไว้เพียงบ้านพักที่เต็มไปด้วยความโศกเศร้าและคำสัญญาอันละเอียดอ่อนที่จะปกป้องเรื่องราวที่ซับซ้อนในชีวิตของเจ้าหญิงผู้ล่วงลับไว้

ในระหว่างการดำเนินการอันซับซ้อน กฤษณะยังคงแยกตัวอยู่ในส่วนห่างไกลของอพาร์ตเมนต์ โดยเผชิญกับความโศกเศร้าอย่างท่วมท้นที่ครอบงำพระองค์ เขาไม่แน่ใจว่าจะต้องปฏิบัติตามพิธีการของราชวงศ์ที่ซับซ้อนอย่างไรในขณะที่ต้องแบกรับอารมณ์ความรู้สึกของตนเองเอาไว้ เขาจึงยืนห่างๆ จากฝูงชนที่รวมตัวกันอยู่ ความกังวลใจเกี่ยวกับสุขภาพของลูกชายยังคงหลอกหลอนอยู่ ทารกน้อยนอนอยู่ในสภาพเปราะบางอยู่ในตู้ฟักไข่ของโรงพยาบาลภายใต้การดูแลอย่างใกล้ชิดของทีมแพทย์ผู้เชี่ยวชาญ

พระกฤษณะทรงแบกความเศร้าโศกที่หนักอึ้งไว้ด้วยความหนักอึ้ง และทรงตระหนักว่าหน้าที่หลักของพระองค์ขณะนี้คือการปกป้องความทรงจำอันมีค่าของความรักที่ล่วงลับไปของพระองค์ ซึ่งบรรจุอยู่ในรูปของพระโอรสแรกเกิดของพวกเขา เขาตั้งใจจะอุทิศตนเพื่อความสมบูรณ์ของของขวัญอันล้ำค่านี้เท่านั้น ซึ่งเป็นเครื่องเตือนใจถึงความรักที่พวกเขาเคยมีร่วมกัน ท่ามกลางความเงียบสงบของคืนนั้น พระกฤษณะรวบรวมความเข้มแข็งเพื่อเข้าถึงโมหินีเพื่อบอกข่าวที่น่าสลดใจเกี่ยวกับการเสียชีวิตก่อนวัยอันควรของเอลิซาเบธ

โมหินีตกตะลึงกับการเปิดเผยเรื่องที่เกิดขึ้นกะทันหัน จึงปกปิดอารมณ์ของตนเองไว้ โดยตระหนักได้ว่ากฤษณะต้องการการสนับสนุนทางศีลธรรมอย่างยิ่งในขณะนั้น แม้จะเจ็บปวดจากการสูญเสียลิซ เธอก็ทำหน้าที่เป็นเสาหลักแห่งความแข็งแกร่งให้กับพระกฤษณะ โดยคอยปลอบโยนและให้กำลังใจอย่างล้นเหลือ โมหินีแสดงความปรารถนาที่จะอยู่เคียงข้างเขา โดยเธอต้องทนทุกข์กับสภาพสุขภาพและข้อจำกัดต่างๆ ที่เกิดขึ้น และเธอได้เปิดเผยอย่างน่าเสียดายว่าเธอไม่สามารถอยู่เคียงข้างเขาได้

พระกฤษณะทรงเข้าใจถึงความทุกข์ยากของโมหินี และทรงรับทราบถึงความรู้สึกส่วนลึกของเธอ และทรงขอความกรุณาจากเธอโดยมิต้องเกรงใจ เขาขอร้องให้เธอเก็บข่าวการแต่งงานและการเกิดของลูกชายไว้เป็นความลับ และปกป้องเรื่องละเอียดอ่อนนี้จากสายตาและหูของคนทั่วโลก ในช่วงเวลาแห่งความเศร้าโศกที่แบ่งปันกันนี้ ความเข้าใจอันเงียบงันและข้อตกลงแห่งความลับได้ก่อตัวขึ้นระหว่างกฤษณะและโมหินี ผูกมัดพวกเขาด้วยสายใยแห่งความเมตตาและความภักดีท่ามกลางทะเลแห่งอารมณ์ที่สับสนวุ่นวาย

หลังจากกล่าวอำลาร่างไร้ชีวิตของเอลิซาเบธผู้เป็นที่รักและใกล้ชิดที่สุดของพระองค์อย่างเศร้าโศก พระกฤษณะก็พบว่าตัวเองถูกกลืนหายไปในความรู้สึกว่างเปล่าที่ท่วมท้น ความร้ายแรงของสถานการณ์กระทบใจเขา ทำให้เขาตระหนักได้ว่า ขณะนี้เขาไม่มีจุดมุ่งหมายที่ชัดเจนใดๆ ยกเว้นความห่วงใยอย่างต่อเนื่องต่อความเป็นอยู่ของลูกชายคนเดียวของเขาในโลกกว้างใหญ่ใบนี้ แม้ว่าสุขภาพของแม่ที่ไม่สบายจะส่งผลต่อจิตใจของเขา แต่เขาก็ยังรู้สึกสบายใจกับความมุ่งมั่น ความทุ่มเท และความรักที่ไม่เคยลดละซึ่งมีให้เห็นโดยโมหินี น้องสาวของลูกพี่ลูกน้องของเขา ในการดูแลชานไท

แม้จะปรารถนาที่จะเก็บรักษาความทรงจำที่ลิซทิ้งไว้ในรูปของลูกชายที่เพิ่งเกิดของพวกเขาเอาไว้ แต่กฤษณะก็ต้องเผชิญกับความจริงอันเลวร้ายที่ว่าทางโรงพยาบาลไม่อนุญาตให้มีการเยี่ยมเยียนดังกล่าว

ว

ความไม่สามารถเชื่อมโยงทางกายภาพกับความรักของภรรยาผู้ล่วงลับของเขาทำให้เขาต้องต่อสู้ดิ้นรนกับความว่างเปล่าอันยิ่งใหญ่ซึ่งดูเหมือนว่าความลึกล้ำนั้นไม่อาจเอาชนะได้ ความไม่แน่นอนว่าความว่างเปล่าอันลึกซึ้งนี้จะคงอยู่ต่อไปอีกนานเพียงใด คอยปกคลุมเขาและทอดเงาลงบนเส้นทางข้างหน้า

ขณะที่พระกฤษณะกำลังเผชิญกับความเศร้าโศก พระองค์พบว่าตนเองต้องขัดแย้งระหว่างความกังวลใจอย่างเร่งด่วนเกี่ยวกับอนาคตของลูกชายกับการสวดภาวนาเงียบๆ เพื่อแม่ที่กำลังป่วยของพระองค์ ท่ามกลางความปั่นป่วนทางอารมณ์ เขากลับได้รับกำลังใจจากความเชื่อมั่นที่ว่าการสนับสนุนอย่างไม่ลดละของโมหินีจะยังคงเป็นเสาหลักแห่งความมั่นคงให้กับชานไตต่อไป การเดินทางข้างหน้าดูน่ากลัว แต่กฤษณะก็ยังคงก้าวต่อไป โดยได้รับแรงผลักดันจากความทรงจำถึงเอลิซาเบธที่รักของเขา และความรับผิดชอบอันยิ่งใหญ่ที่ตอนนี้วางอยู่บนบ่าของเขา

ในช่วงเวลาสำคัญดังกล่าว มาดามเฮเลน ชาวอังกฤษผู้เป็นเพื่อนของภรรยาผู้ล่วงลับของพระกฤษณะเข้ามาหาเธอเพื่อแสดงความเสียใจอย่างสุดซึ้งต่อพระกฤษณะและวิญญาณผู้ล่วงลับ เฮเลนผู้หญิงที่มีความเมตตาและความภักดีอันไม่สั่นคลอน เป็นส่วนหนึ่งที่สำคัญของครอบครัวเอลิซาเบธมาตั้งแต่เธอเกิด แม้ว่าจะอายุมากกว่าเอลิซาเบธแปดปี ความสัมพันธ์ของพวกเขาก็ไม่ใช่แค่ความเป็นเพื่อนเท่านั้น เฮเลนทำหน้าที่เป็นผู้ดูแลและเพื่อนของเอลิซาเบธ โดยสร้างสายสัมพันธ์ที่หยั่งรากลึกในความรักในครอบครัว

ความซับซ้อนในชีวิตของเฮเลนถูกเปิดเผยเมื่อเธอแบ่งปันเรื่องราวของเธอกับพระกฤษณะ เอลิซาเบธรู้สึกเป็นส่วนหนึ่งของครอบครัวมาตั้งแต่เกิด และได้ออกจากบ้านไปเป็นช่วงสั้นๆ ก่อนจะกลับมาอีกครั้งในช่วงเวลาที่ต้องการความช่วยเหลือหลังจากที่สูญเสียสามีไประหว่างตั้งครรภ์ เธอแสวงหาที่พักพิงและจุดมุ่งหมาย และพบความปลอบโยนใจด้วยการรับใช้ราชวงศ์ น่าเศร้าที่การต่อสู้ของเธอยังซับซ้อนมากขึ้นเมื่อต้องคลอดบุตรซึ่งส่งผลให้เธอสูญเสียลูก ทำให้เธอไม่สามารถตั้งครรภ์ได้ในอนาคต

การปรากฏตัวของเฮเลนในช่วงเวลาที่ยากลำบากนี้ทำให้พระกฤษณะรู้สึกสบายใจมากขึ้น ประสบการณ์การสูญเสียอันแสนเจ็บปวดทำให้เธอสามารถเข้าใจความโศกเศร้าที่ปกคลุมเขา และสร้างสายสัมพันธ์ที่ข้ามขอบเขตของสัญชาติและสถานการณ์ ขณะที่พวกเขากำลังสนทนากัน ความโศกเศร้าที่เกิดขึ้นก็ดูเหมือนจะเบาบางลง แต่แทนที่ด้วยความเข้าใจซึ่งกันและกันและความปลอบโยนใจบางประการ

บทสนทนาของพระกฤษณะกับเฮเลนกลายเป็นการแลกเปลี่ยนบำบัด
เป็นพื้นที่ที่อารมณ์ไหลอย่างอิสระ
คำพูดที่สร้างความมั่นใจของเฮเลนและความทรงจำร่วมกันเกี่ยวกับเอลิซาเบธกลายมาเป็นแหล่งกำลังใจให้กับกฤษณะ ช่วยให้เขาผ่านพ้นทะเลอารมณ์อันปั่นป่วนไปได้ ในความเศร้าโศกนี้ พวกเขาพบกับความเชื่อมโยงอันเป็นเอกลักษณ์ที่ข้ามผ่านความแตกต่างทางวัฒนธรรมและส่วนบุคคล มอบความรู้สึกผ่อนคลายที่ทั้งสุขและเศร้าเมื่อเผชิญกับการสูญเสียครั้งใหญ่

ในช่วงเวลาแห่งการให้ความอุ่นใจอย่างลึกซึ้ง เฮเลน เพื่อนชาวอังกฤษของภรรยาผู้ล่วงลับของพระกฤษณะ
ได้ให้คำมั่นสัญญาจากใจจริงที่จะบรรเทาความกังวลของเขาเกี่ยวกับลูกชายแรกเกิดของเขา
ด้วยความจริงใจที่สะท้อนอยู่ในคำพูดของเธอ
เฮเลนให้คำมั่นว่าจะปฏิบัติต่อทารกคนนี้เหมือนเป็นลูกของเธอเอง
ความมุ่งมั่นนี้เป็นผลมาจากความปรารถนาที่ฝังรากลึกในตัวเฮเลน
ความปรารถนาที่จะสัมผัสกับความสุขของการเป็นแม่
ซึ่งเป็นความจริงของชีวิตที่เธอไม่เคยสัมผัสมาก่อน

แม้ว่าชีวิตจะมอบความท้าทายต่างๆ ให้กับเธอ แต่สัญชาตญาณความเป็นแม่และความรักแท้จริงที่เฮเลนมีต่อครอบครัวก็ยังคงชัดเจน
ข้อเสนอของเธอที่จะดูแลลูกชายของพระกฤษณะตลอดชีวิตนั้นสะท้อนถึงความทุ่มเทเสียสละที่เหนือกว่าหน้าที่เพียงอย่างเดียว
เธอแสดงความเต็มใจอย่างยิ่งที่จะยอมรับความรับผิดชอบและความสุขของการเป็นแม่
พร้อมสัญญาว่าจะมอบความรักและการดูแลอย่างไม่มีเงื่อนไขที่เด็กทุกคนสมควรได้รับ

พระกฤษณะทรงซาบซึ้งในความจริงใจในถ้อยคำของเฮเลน
และทรงพบความปลอบโยนใจเมื่อได้รู้ว่าบุตรชายของพระองค์จะได้รับการเลี้ยงดูจากผู้ที่มีความมุ่งมั่นอย่างแรงกล้าเช่นนี้
ความรู้สึกขอบคุณผุดขึ้นมาภายในตัวเขาขณะที่เขายอมรับข้อเสนอของเฮเลนอย่างเต็มใจ และขอบคุณเธอจากส่วนลึกของหัวใจอย่างจริงใจ ความกังวลเรื่องอนาคตของลูกชายเริ่มบรรเทาลง และถูกแทนที่ด้วยความไว้วางใจที่เกิดขึ้นใหม่ในสายสัมพันธ์ที่กำลังก่อตัวขึ้นระหว่างเฮเลนกับทารก

การสนทนาแลกเปลี่ยนระหว่างพระกฤษณะกับเฮเลนถือเป็นจุดเปลี่ยนที่สำคัญ
เนื่องจากโชคชะตาได้เตรียมที่จะสร้างบทใหม่ที่ไม่คาดคิดในชีวิตของพระกฤษณะ
ความสัมพันธ์อันลึกซึ้งที่เกิดขึ้นจากความเข้าใจร่วมกันนี้สัญญาว่าจะนำมาซึ่งความสมดุลอันเป็นเอกลัก

ยณ์ระหว่างความเห็นอกเห็นใจและความมั่นคงให้กับครัวเรือน อีกทั้งยังสร้างสภาพแวดล้อมที่เอื้ออาทรสำหรับเด็กเล็กอีกด้วย

ขณะที่พระกฤษณะกำลังไตร่ตรองถึงจุดพลิกผันที่ไม่คาดคิดในเรื่องราวชีวิตของพระองค์ พระองค์ก็อดไม่ได้ที่จะประหลาดใจกับวิธีการอันซับซ้อนที่โชคชะตาค่อยๆ เผยให้เห็น เขาแทบไม่รู้เลยว่าการรวมตัวของหัวใจระหว่างเฮเลนกับลูกชายของเขาจะกลายเป็นเรื่องราวของความรัก ความอดทน และพลังแห่งการไถ่บาปของการเชื่อมโยงระหว่างมนุษย์ รากฐานสำหรับบทใหม่ได้ถูกวางไว้แล้ว ซึ่งมีศักยภาพที่จะกำหนดขอบเขตชีวิตของพระกฤษณะใหม่ในแบบที่เขาไม่สามารถเข้าใจได้

ขณะที่บทสนทนาอันจำเป็นระหว่างพระกฤษณะกับเฮเลนใกล้จะสิ้นสุดลง จู่ๆ ก็มีสิ่งรบกวนเข้ามาทำลายบรรยากาศอันเคร่งขรึม เสียงเรียกเข้าที่เป็นเอกลักษณ์ที่ดังออกมาจากกระเป๋าเสื้อของพระกฤษณะแจ้งว่ามีสายเรียกเข้า และเมื่อเขามองไปที่หน้าจอ เขาก็ได้รับการต้อนรับด้วยชื่อของลุงฝ่ายแม่ของเขา ซึ่งก็คือ มหาเทว มาม่า ที่ปรากฏบนหน้าจอ เป็นช่วงเวลาแห่งความบังเอิญ และพระกฤษณะก็อดไม่ได้ที่จะตีความว่าเป็นพรที่ทันเวลา บางทีอาจเป็นการพยักหน้าจากโชคชะตาเพื่อตอบรับความตั้งใจและคำสัญญาที่แลกเปลี่ยนกันระหว่างการสนทนาของพวกเขา

ด้วยความรู้สึกคาดหวัง กฤษณะรับสาย และเสียงที่คุ้นเคยของมหาเทว มาม่าก็ดังผ่านโทรศัพท์ ช่วยลดช่องว่างทางภูมิศาสตร์ระหว่างพวกเขา ความสัมพันธ์อันห่างไกลกับรากเหง้าของเขาในอินเดียกลายเป็นสิ่งที่ชัดเจนและทันที การสอบถามของแม่เกี่ยวกับแผนการของพระกฤษณะในการกลับไปยังมาตุภูมิได้นำไปสู่การเชื่อมโยงกันของครอบครัว ธุรกิจ และภาระผูกพันส่วนตัวที่กำหนดการดำรงอยู่ของพระกฤษณะ

ความรับผิดชอบในครอบครัวที่สะท้อนอยู่ในถ้อยคำของ Mahadeo Mama ได้ก่อให้เกิดอารมณ์ที่หลากหลายภายในตัวของพระกฤษณะ การโทรครั้งนี้ไม่ใช่แค่การเช็คอินเท่านั้น แต่ยังเป็นการเตือนใจถึงสายสัมพันธ์อันซับซ้อนที่ผูกมัดเขาไว้กับครอบครัว มรดกทางธุรกิจที่เขาเป็นส่วนหนึ่ง และอ้อมแขนอันเปี่ยมด้วยความรักของแม่ที่คอยอยู่คนละฟากโลก น้ำหนักของการเชื่อมโยงเหล่านี้สะท้อนผ่านบทสนทนา ก่อให้เกิดภาพโมเสคที่ซับซ้อนของหน้าที่และความทะเยอทะยานส่วนตัว

พระกฤษณะทรงทราบถึงเรื่องเร่งด่วนที่เกิดขึ้น และพบว่าพระองค์เองอยู่ในสถานการณ์ที่ละเอียดอ่อน การตัดสินใจเกี่ยวกับการกลับมาของเขาตอนนี้มีความเกี่ยวพันอย่างซับซ้อนกับสภาพสุขภาพของทารกที่คลอดก่อนกำหนดของเขา ด้วยความสำนึกถึงความรับผิดชอบอย่างแท้จริง

เขาขอตัวไม่ตอบคำถามทันที โดยแสดงความต้องการที่จะใช้เวลาเพิ่มเติมเพื่อประเมินและตัดสินใจ ความร้ายแรงของสถานการณ์นั้นสามารถสัมผัสได้ในน้ำเสียงของเขา ขณะที่เขากำลังถ่ายทอดความสมดุลที่ละเอียดอ่อนที่เขาต้องการสร้างขึ้นมา

พระกฤษณะทรงสัญญากับมหาเทวมาม่าว่าจะแจ้งให้พระองค์ทราบเมื่อกระบวนการตัดสินใจเสร็จสิ้น และพระองค์ก็ทรงวางสายอย่างนุ่มนวล ห้องที่ครั้งหนึ่งเคยเต็มไปด้วยการสนทนาอันหนักหน่วงเกี่ยวกับคำสัญญาและความรับผิดชอบ ตอนนี้กลับเต็มไปด้วยการไตร่ตรองอันเงียบงันของชายคนหนึ่งที่ต้องเผชิญกับทางเลือกที่เปลี่ยนแปลงชีวิต ขณะที่กฤษณะวางสายโทรศัพท์ ความจริงจังของสถานการณ์ก็เข้ามาครอบงำเขา และเขาเริ่มมีช่วงเวลาแห่งการครุ่นคิดอย่างลึกซึ้ง

นาทีต่อๆ มาเต็มไปด้วยความเงียบอันลึกซึ้งของการทบทวนตนเอง พระกฤษณะทรงไตร่ตรองไม่เพียงแค่การตัดสินใจในอนาคตอันใกล้นี้เกี่ยวกับการกลับมาของพระองค์เท่านั้น แต่ยังรวมถึงผลกระทบที่กว้างขวางกว่านั้นที่มีต่อครอบครัวของพระองค์ ลูกชายแรกเกิดของพระองค์ และความสัมพันธ์อันซับซ้อนที่กำหนดการดำรงอยู่ของพระองค์ด้วย ห้องนี้กลายเป็นสถานที่ศักดิ์สิทธิ์สำหรับการพิจารณาอย่างรอบคอบ เป็นพื้นที่ที่เสียงสะท้อนของความผูกพันในครอบครัวผสมผสานกับเสียงกระซิบที่ไม่แน่นอนของอนาคตที่ไม่อาจคาดเดาได้

หลังจากการสนทนาทางโทรศัพท์อันเงียบสงบ พระกฤษณะพบว่าตนเองต้องดิ้นรนกับความซับซ้อนระหว่างหน้าที่และสถานการณ์ส่วนตัว เขาไม่ลืมภาระของการตัดสินใจที่อยู่ข้างหน้า และขณะที่เขามองไปในระยะไกล เขาก็รู้ว่าเส้นทางที่เขาเลือกจะไม่เพียงแต่กำหนดชะตากรรมของเขาเท่านั้น แต่ยังรวมถึงชีวิตที่เชื่อมโยงกับตัวเขาเองด้วย บทต่างๆ ในชีวิตของเขายังคงต้องถูกเขียนขึ้น และแต่ละช่วงเวลาล้วนมีน้ำหนักของการเลือกที่จะกำหนดเรื่องราวการดำรงอยู่ของเขาขึ้นใหม่

13. "พันธะที่ปกปิด:
การเปิดเผยความลับและความซับซ้อนของครอบครัว"

หลังจากผ่านช่วงเวลาอันยาวนานถึงสองเดือน ในที่สุดทารกที่คลอดก่อนกำหนดก็กลับสู่สภาวะคงที่ ทำให้ทางโรงพยาบาลต้องเตรียมการส่งมอบทารกให้กับพระกฤษณะ ผู้เป็นพ่อโดยเร็ว แม้ว่าพระกฤษณะจะมาโรงพยาบาลบ่อยครั้งและขอร้องผู้เชี่ยวชาญทางการแพทย์อย่างจริงใจให้ช่วยดูทารกแรกเกิดที่แสนบอบบางของเขา
แต่เขากลับถูกปฏิเสธไม่ให้เข้าโรงพยาบาลอยู่เสมอเพราะกฎระเบียบที่เข้มงวด อย่างไรก็ตาม วันมงคลมาถึงเมื่อกฤษณะได้รับโทรศัพท์ที่ไม่คาดคิด อนุญาตให้เขาพาทารกน้อยกลับบ้านโดยมีเงื่อนไขที่เคร่งครัดในการปฏิบัติตามคำแนะนำของโรงพยาบาล ด้วยความปีติยินดี เขาจึงรีบมาถึงโรงพยาบาลโดยมีเฮเลน มาดามมาด้วย ด้วยความต้องการที่จะอุ้มทารกแรกเกิดไว้ในอ้อมแขน สัมผัสเขาอย่างอ่อนโยน มอบความรักให้เขา และชื่นชมลูกน้อยที่แสนมีค่าเป็นครั้งแรกในชีวิตของเขา

เหตุการณ์อันสำคัญยิ่งนี้เกิดขึ้นเมื่อพระกฤษณะทรงรับความรับผิดชอบที่พระองค์ได้รับ โดยทรงปฏิบัติตามคำสั่งของเจ้าหน้าที่โรงพยาบาลอย่างเคร่งครัด
อารมณ์ที่พุ่งสูงสุดถึงขีดสุดเมื่อพระกฤษณะทรงอุ้มทารกไว้ในอ้อมแขนด้วยความอ่อนโยนที่ไม่สั่นคลอนในที่สุด
ความเปราะบางของทารกแรกเกิดเป็นเครื่องเตือนใจอันน่าสะเทือนใจถึงการเดินทางที่ยากลำบากที่ทั้งทารกและพ่อแม่ต้องอดทน ด้วยการสัมผัสอันอ่อนโยนในแต่ละครั้ง พระกฤษณะได้สร้างสายสัมพันธ์ที่แน่นแฟ้นกับลูกน้อยอย่างแยกไม่ออก และสัมผัสได้ถึงความรักแบบพ่อที่บรรยายออกมาไม่ได้ ซึ่งเหนือกว่าอารมณ์ใด ๆ ที่พระองค์เคยรู้จักมาก่อน
บรรยากาศในห้องโรงพยาบาลเต็มไปด้วยความรู้สึกชัยชนะเหนือความทุกข์ยาก ขณะที่ชีวิตที่เคยเปราะบางตอนนี้ได้รับการโอบกอดที่ปกป้องของพ่อ
ความปีติยินดีที่แผ่ซ่านไปในบรรยากาศนั้นสามารถสัมผัสได้ ขณะที่กฤษณะและเฮเลน มาดามสนุกสนานกับการที่ความฝันที่ถูกเลื่อนออกไปเพราะเหตุการณ์ไม่คาดฝันกลายเป็นจริง หัวใจของพวกเขาพองโตด้วยความขอบคุณต่อความพยายามไม่รู้จักเหน็ดเหนื่อยของบุคลากรของโรงพยาบาลที่กลายมาเป็นผู้ชนะเงียบๆ

ในการเดินทางอันน่าอัศจรรย์ของการเอาชีวิตรอดของทารกแรกเกิดรายนี้
ขณะที่พระกฤษณะอุ้มปาฏิหาริย์เล็กๆ น้อยๆ ไว้ในอ้อมแขน อารมณ์ต่างๆ ก็หลั่งไหลออกมา ตั้งแต่ความวิตกกังวลและความไม่แน่นอนในตอนแรก
ไปจนถึงความสุขล้นเหลือที่แผ่ซ่านไปทั่วทั้งห้อง
บทใหม่ในชีวิตของพระกฤษณะนี้เป็นสัญลักษณ์ของชัยชนะของความหวังและความอดทน
ขณะที่พระองค์เริ่มเดินบนเส้นทางของการเป็นพ่อแม่ด้วยความรู้สึกขอบคุณอย่างลึกซึ้งและความรักต่อชีวิตอันบอบบางที่พระองค์มอบให้พระองค์ดูแล

ด้วยความละเอียดอ่อนและความรักอย่างล้นเหลือ
พระกฤษณะทรงย้ายทารกไปไว้ในตักที่รออยู่ของเฮเลน มาดามอย่างสง่างาม
ซึ่งเฮเลนยินดีรับบทบาทไม่เพียงแค่เป็นแม่บุญธรรมเท่านั้น
แต่ยังเป็นผู้ดูแลอย่างใกล้ชิดในอนาคตอันใกล้นี้ด้วย
ความสำคัญของช่วงเวลานี้ไม่ได้สูญหายไปสำหรับทั้งคู่
เพราะพวกเขาได้ยืนอยู่บนหน้าผาของบทใหม่ในโชคชะตาที่ผูกพันกันของพวกเขา
ความเปราะบางของทารกแรกเกิดที่ซุกอยู่ในอ้อมแขนของเฮเลนเป็นสัญลักษณ์ของสะพานอันบอบบางที่เชื่อมอดีตและอนาคต ซึ่งเป็นสะพานที่สร้างขึ้นบนรากฐานของความรักและความรับผิดชอบ

ขณะที่ทารกน้อยพบกับการปลอบโยนในเปลอันนุ่มนวลของเฮเลน การเปลี่ยนแปลงที่น่าเศร้าก็เกิดขึ้น น้ำตาที่ไหลรินออกมาจากดวงตาของเฮเลนเป็นเครื่องยืนยันถึงความรู้สึกซาบซึ้งใจที่เกิดขึ้นในโอกาสนี้ น้ำตาแต่ละหยดดูเหมือนจะแบกน้ำหนักของความมุ่งมั่นอันละเอียดอ่อนแต่ไม่ย่อท้อ
แม้ว่าหัวใจของเฮเลนจะสั่นสะท้าน แต่เธอก็อุ้มทารกน้อยด้วยความอ่อนโยน ซึ่งสะท้อนถึงความสัมพันธ์อันลึกซึ้งที่เธอมีร่วมกับเอลิซาเบธ เพื่อนและเพื่อนผู้ล่วงลับของเธอ อารมณ์ที่จับต้องได้ในห้องกลายเป็นเครื่องบรรณาการอันซาบซึ้งต่อจิตวิญญาณแห่งความรักที่ยั่งยืนซึ่งข้ามผ่านขอบเขตของกาลเวลาและการสูญเสีย

ความสัมพันธ์เหนือธรรมชาติระหว่างเฮเลนกับทารกกลายเป็นหลักฐานที่แสดงให้เห็นถึงความยืดหยุ่นของจิตวิญญาณมนุษย์ น้ำตาที่ไหลออกมาไม่เพียงแต่เป็นน้ำตาแห่งความเศร้าโศกเท่านั้น แต่ยังเป็นน้ำตาแห่งการชำระล้างอารมณ์ที่เก็บกดเอาไว้ระหว่างการเดินทางอันยากลำบากที่นำไปสู่ช่วงเวลานี้ สัมผัสอันสั่นเทิ้มของทารกน้อยที่น่ารักทำหน้าที่เป็นตัวเร่งปฏิกิริยา โดยปลุกความทรงจำมากมายในตัวเฮเลนที่เชื่อมโยงกับการปรากฏตัวของเพื่อนผู้ล่วงลับที่รักของเธอ ในช่วงเวลาของความเปราะบางนั้น ห้องนั้นกลายมาเป็นพื้นที่ศักดิ์สิทธิ์ที่อดีตและปัจจุบันมาบรรจบกัน สร้างสรรค์ภาพที่น่าประทับใจของความรัก การสูญเสีย และการเริ่มต้นใหม่

ความรักที่แผ่ออกมาจากสัมผัสอันสั่นเทิ้มของเฮเลน
สะท้อนถึงความผูกพันอันยั่งยืนที่ข้ามผ่านขอบเขตของความเป็นความตาย
ดูเหมือนว่าวิญญาณของเอลิซาเบธยังคงประทับอยู่ในห้อง
คอยชี้นำการเปลี่ยนผ่านหน้าที่ดูแลจากจิตวิญญาณที่คอยดูแลคนหนึ่ง ไปสู่อีกจิตวิญญาณหนึ่งอย่างอ่อนโยน ความเปราะบางของชีวิตที่ซ่อนเร้นอยู่ในความไร้เดียงสาของทารกแรกเกิด
ทำหน้าที่เป็นเครื่องเตือนใจอันเจ็บปวดว่าความรักมีพลังที่จะข้ามผ่านขอบเขตของการดำรงอยู่ทางชั่วคราวได้ ด้วยการโอบกอดครั้งนั้น เฮเลน ไม่เพียงแต่กลายเป็นแม่ที่กระตือรือร้นเท่านั้น แต่ยังเป็นผู้พิทักษ์มรดกทางอารมณ์ที่เอลิซาเบธทิ้งเอาไว้อีกด้วย

ในการสนทนาอันอ่อนโยนระหว่างพระกฤษณะ เฮเลน และทารก มีการทำข้อตกลงศักดิ์สิทธิ์ขึ้น นั่นคือ
การมุ่งมั่นที่จะดูแลและปกป้องชีวิตอันมีค่าที่ฝากไว้ให้พระกุมารดูแล
น้ำตาที่เปล่งประกายในดวงตาของเฮเลนได้เปลี่ยนเป็นไข่มุกแห่งความรัก
ประดับภาพทอแห่งอนาคตที่เต็มไปด้วยช่วงเวลาแห่งความสุข การเติบโต
และมิตรภาพที่ไม่เคยเปลี่ยนแปลง ในขณะที่พวกเขาร่วมออกเดินทางด้วยกัน
ห้องนั้นก็เต็มไปด้วยเสียงสะท้อนของความรัก สะท้อนถึงความรู้สึกที่ว่าแม้จะต้องเผชิญกับการสูญเสียชีวิตก็ยังมีศักยภาพที่น่าทึ่งในการฟื้นฟูตัวเองผ่านพันธะแห่งความเห็นอกเห็นใจและความรับผิดชอบร่วมกันที่ยั่งยืน

หลังจากจัดการเรื่องเอกสารที่จำเป็นที่โรงพยาบาลและชำระบัญชีเรียบร้อยแล้ว
เฮเลนและกฤษณะก็ดำเนินการด้วยความเอาใจใส่สูงสุด
โดยอุ้มทารกที่เพิ่งได้รับการดูแลไว้ในเปลที่เตรียมไว้เป็นพิเศษ
ซึ่งเป็นภาชนะแห่งความปลอดภัยและความอบอุ่น ทารกมีใบหน้าที่สวยสดงดงามและยิ้มอย่างอ่อนโยน
ซึ่งมีลักษณะคล้ายกับเอลิซาเบธ ผู้เป็นแม่ของเขาที่เสียชีวิตไปอย่างน่าประหลาด
การเดินทางจากโรงพยาบาลไปยังจุดหมายปลายทางไม่ได้เกิดขึ้นเพียงลำพัง
เนื่องจากมีพยาบาลผู้เชี่ยวชาญ 2 คนร่วมเดินทางด้วย
โดยมีผู้ดูแลที่ขยันขันแข็งซึ่งได้รับการแต่งตั้งจากเจ้าหน้าที่โรงพยาบาลคอยดูแล คำสั่งนั้นชัดเจน:
พยาบาลทั้งสองคนจะดูแลทารกตลอดเวลาจนกว่าจะถึงการตรวจร่างกายตามกำหนดครั้งต่อไป
เพื่อให้แน่ใจว่าทารกจะเข้าสู่อ้อมอกที่อบอุ่นของครอบครัวใหม่ได้อย่างราบรื่น

ขบวนรถที่ประกอบด้วยเฮเลน กฤษณะ ทารก และพี่เลี้ยงเด็กที่ทุ่มเท ได้มาถึงอพาร์ทเมนท์ของพวกเขา
ซึ่งบรรยากาศเต็มไปด้วยความสุขและความยินดี
การกลับถึงบ้านเต็มไปด้วยความรู้สึกตื่นเต้นและยินดีอย่างจับต้องได้
เป็นความรู้สึกที่สอดประสานกับจังหวะการเต้นของหัวใจร่วมกันของผู้ที่เฝ้ารอการมาถึงของพวกเขา

พนักงานดูแลเด็กที่เหลือในบ้านซึ่งเตรียมพร้อมและรอคอยการมาถึงของทารกอย่างกระตือรือร้น ได้แสดงการต้อนรับครอบครัวใหม่ที่อบอุ่นและเปี่ยมไปด้วยความสุข

เมื่อประตูเปิดออกเผยให้เห็นฉาก อารมณ์ต่างๆ ก็หลั่งไหลเข้ามาในหัวใจของทุกคนที่อยู่ที่นั่น ทารกซึ่งอยู่ในเปลชั่วคราวกลายเป็นจุดสนใจ สัญลักษณ์ของการเริ่มต้นใหม่และความรับผิดชอบร่วมกัน รอยยิ้มที่ประดับอยู่บนใบหน้าของทารกสะท้อนถึงความสุขที่แผ่ซ่านไปทั่วทั้งห้อง เป็นเครื่องพิสูจน์ถึงความรักและความเอาใจใส่ที่เป็นตัวกำหนดการเลี้ยงดูของเขา พยาบาลที่ขยันขันแข็งซึ่งได้รับการแต่งตั้งให้เป็นผู้ดูแลความเป็นอยู่ที่ดีของทารกนั้น ยืนเป็นเสาหลักที่คอยสนับสนุน พร้อมที่จะให้แน่ใจว่าทุกความต้องการ ไม่ว่าจะละเอียดอ่อนเพียงใดก็ตาม จะได้รับการตอบสนองด้วยความทุ่มเทอย่างไม่ลดละ

อพาร์ทเมนต์ที่เคยเป็นพื้นที่แห่งความเงียบสงบ ตอนนี้กลับเต็มไปด้วยเสียงหัวเราะของผู้ดูแลและเสียงอุ้มเด็กเบาๆ การเปลี่ยนผ่านจากโรงพยาบาลสู่บ้านเป็นจุดเริ่มต้นของความผูกพันในครอบครัว ซึ่งเป็นความผูกพันที่พัฒนาและลึกซึ้งมากขึ้นเรื่อยๆ ในแต่ละวันที่ผ่านไป แม้เปลชั่วคราวจะเป็นเพียงภาชนะที่จับต้องได้ แต่ก็กลายมาเป็นสะพานเชื่อมระหว่างการดูแลอย่างพิถีพิถันของโรงพยาบาลกับความอบอุ่นและความรักของบ้านที่เต็มไปด้วยความเห็นอกเห็นใจ

ปัจจุบัน เฮเลนและกฤษณะมีทีมผู้ดูแลที่ทุ่มเทมาร่วมเดินทางเพื่อดูแลและปกป้องกัน เปลชั่วคราวไม่เพียงแต่เป็นสัญลักษณ์ที่แสดงถึงความปลอดภัยทางร่างกายของทารกเท่านั้น แต่ยังเป็นสัญลักษณ์แห่งอารมณ์ที่เกิดจากความพยายามร่วมกันของผู้ที่ทุ่มเทเพื่อความเป็นอยู่ที่ดีของเด็กอีกด้วย ในขณะที่เด็กๆ เดินตามเส้นทางแห่งการเป็นพ่อแม่ที่ยังไม่มีใครเคยสำรวจมาก่อน อพาร์ทเมนต์แห่งนี้ก็กลายเป็นสถานที่ศักดิ์สิทธิ์ เป็นพื้นที่ที่ความรักและความทุ่มเทมาบรรจบกันเพื่อสร้างสภาพแวดล้อมที่เอื้อต่อการเติบโตของครอบครัวที่เพิ่งก่อตั้งขึ้น

ในระหว่างนี้ นายโจเซฟ ผู้จัดการอย่างเป็นทางการซึ่งได้รับมอบหมายให้รับผิดชอบโดยสำนักงานผู้ดูแลทรัพย์สิน ได้ดำเนินการจัดหาใบทะเบียนสมรสของเอลิซาเบธและพระกฤษณะ ซึ่งเรียกกันด้วยความรักใคร่ว่าคริส จากหอจดหมายเหตุของโบสถ์ได้สำเร็จ เขายังได้เอกสารมรณบัตรของเอลิซาเบธซึ่งเป็นเอกสารที่ทั้งเศร้าและสำคัญยิ่ง ซึ่งเป็นเครื่องเตือนใจถึงสถานการณ์อันแสนหวานและขมขื่นที่เกี่ยวข้องกับการเกิดของทารก

นอกจากนี้ นายโจเซฟ ยังได้ดำเนินการขอใบสูติบัตรจากโรงพยาบาลอย่างขยันขันแข็ง ซึ่งมีการระบุการรับทราบอย่างเป็นทางการว่าทารกแรกเกิดได้มาถึงโลกแล้ว เขาจัดส่งชุดเอกสารที่ครอบคลุมนี้ไปยังสำนักงานทรัสต์ของมรดกอย่างรวดเร็ว โดยตอบสนองทันทีต่อคำสั่งของหัวหน้าทรัสตีที่ออกก่อนที่เขาจะออกเดินทางจากสหรัฐอเมริกา ประธานกรรมการบริหารเน้นย้ำถึงความเร่งด่วนของเรื่องนี้ และเรียกร้องให้แก้ปัญหาอย่างรวดเร็วและมีประสิทธิภาพ

แม้ว่าทางการโรงพยาบาลจะต้องใช้เวลานานมากในการสละสิทธิ์ในการดูแลทารก แต่ก็ยังมีข้อดีอยู่บ้างคือพวกเขาปฏิบัติตามคำร้องขอเอกสารที่เกี่ยวข้องทั้งหมด ในขณะนี้ เอกสารเหล่านี้ซึ่งอยู่ในความครอบครองของนายโจเซฟ ทำหน้าที่เป็นสะพานเชื่อมที่จับต้องได้ระหว่างอดีตและปัจจุบัน โดยสรุปมิติทางกฎหมายและอารมณ์ของเรื่องราวที่ซับซ้อนนี้ การรวบรวมเอกสารอย่างพิถีพิถันไม่เพียงแต่แสดงถึงการทำธุรกรรมทางการเท่านั้น แต่ยังเป็นการยอมรับอย่างลึกซึ้งถึงความสัมพันธ์และความรับผิดชอบในครอบครัวที่ผูกพันเอลิซาเบธ กฤษณะ และทารกแรกเกิดไว้ด้วยกัน

ทะเบียนสมรสที่ประดับด้วยรอยประทับคำสาบานศักดิ์สิทธิ์ที่แลกเปลี่ยนกันกระซิบถึงเรื่องราวความรักที่ข้ามผ่านขีดจำกัดของกาลเวลา ในทางกลับกัน ใบมรณบัตรซึ่งเป็นพยานถึงการจากไปก่อนเวลาอันควรของเอลิซาเบธกลับเต็มไปด้วยความสูญเสียและความปรารถนา สูติบัตรซึ่งเป็นสัญลักษณ์ของชีวิตใหม่ ถือเป็นจุดเริ่มต้นของการเดินทางที่เต็มไปด้วยความหวังและความรับผิดชอบ นายโจเซฟในฐานะผู้ดูแลเอกสารเหล่านี้ได้รับมอบหมายให้ดูแลมรดกของครอบครัวและรักษาเส้นด้ายอันบอบบางที่เชื่อมโยงอดีตและปัจจุบันไว้ด้วยกัน

การส่งเอกสารเหล่านี้ไปยังสำนักงานความไว้วางใจไม่ใช่เพียงขั้นตอนทางราชการเท่านั้น แต่ยังเป็นภารกิจอันเคร่งขรึมที่สะท้อนถึงความรับผิดชอบอันลึกซึ้ง นายโจเซฟตระหนักถึงความรู้สึกที่แฝงอยู่ในเอกสารเหล่านี้ จึงได้จัดการด้วยความเอาใจใส่และความเคารพสูงสุด เอกสารแต่ละฉบับเปรียบเสมือนภาชนะที่บรรจุเสียงสะท้อนของความรัก ความสูญเสีย และคำสัญญาถึงอนาคตที่ยังไม่เกิดขึ้น

เนื่องจากเอกสารเหล่านี้ครอบคลุมระยะทางทางกายภาพและเชิงเปรียบเทียบระหว่างนายโจเซฟและสำนักงานทรัสต์ เอกสารเหล่านี้จึงกลายมาเป็นช่องทางของการเชื่อมโยงและเชื่อมช่องว่างระหว่างขอบเขตการบริหารและอารมณ์ คำสั่งของหัวหน้ามูลนิธิในการเร่งกระบวนการเน้นย้ำถึงความเข้าใจว่าเวลาคือสิ่งสำคัญ

และเน้นย้ำถึงความจำเป็นในการผูกเรื่องกฎหมายและประเด็นทางอารมณ์เข้าด้วยกันอย่างราบรื่นในการบรรลุภารกิจนี้ นายโจเซฟได้กลายเป็นสถาปนิกผู้เงียบขรึมที่เสริมสร้างรากฐานที่มรดกของครอบครัววางอยู่ โดยที่เส้นด้ายเอกสารที่ละเอียดอ่อนมาบรรจบกันเป็นผืนผ้าแห่งความต่อเนื่องและความมุ่งมั่น

ท่ามกลางการร้องขออย่างต่อเนื่องจาก Mahadeo Mama, Shah Sir และ Mohini ให้ Krishna รีบเดินทางกลับอินเดีย กระบวนการตัดสินใจยังคงเต็มไปด้วยอารมณ์ที่ขัดแย้งกัน ความผูกพันอันแน่นแฟ้นระหว่างพระกฤษณะและทารกไร้ชื่อที่ยิ้มแย้มตลอดเวลาทำหน้าที่เป็นเสมือนหลักยึดซึ่งทำให้โอกาสจากการจากไปในเร็วๆ นี้มีความซับซ้อนมากขึ้น ทารกซึ่งเป็นแหล่งที่มาของความสุขอันไม่มีขอบเขตและความผูกพันที่ไม่อาจเอ่ยได้ ได้อุ้มพระกฤษณะไว้ โดยใช้เวลาส่วนใหญ่อยู่กับการวนเวียนอยู่รอบๆ เปลและชื่นชมยินดีกับการมีอยู่ของลูกน้อยอย่างมีความสุข

การร้องขออย่างไม่ลดละที่จะกลับอินเดียเน้นย้ำถึงความเร่งด่วนที่ผู้ที่ดูแลพระกฤษณะรู้สึก มหาเทวมาม่า ชาห์ซิร แม่ชานไท และโมหินี ซึ่งขับเคลื่อนด้วยความห่วงใยและสายสัมพันธ์ในครอบครัว วิงวอนพระกฤษณะให้เอาชนะแรงดึงดูดทางอารมณ์และรับฟังเสียงเรียกร้องแห่งความรับผิดชอบที่รอเขาอยู่ในอินเดีย ทว่ากฤษณะกลับพบว่าตนเองต้องติดอยู่ในภาวะที่กลืนไม่เข้าคายไม่ออกระหว่างภาระผูกพันในครอบครัวและแรงดึงดูดอันน่าหลงใหลของรอยยิ้มอันแสนหวานที่เปล่งออกมาจากทารกของพระองค์

ขณะที่พระกฤษณะพบการปลอบโยนใจจากความใกล้ชิดของบุตรที่ไม่ได้ระบุชื่อของพระองค์ การโอบกอดอันอบอุ่นจากเฮเลน มาดาม และความช่วยเหลืออย่างขยันขันแข็งของพยาบาลวิชาชีพทำให้ทุกช่วงเวลาอยู่ในบรรยากาศของการดูแลและอ่อนโยน ความทุ่มเทที่แสดงโดยผู้ดูแลสะท้อนให้เห็นถึงความมุ่งมั่นร่วมกันในการปกป้องความเป็นอยู่ที่ดีของทารก เน้นย้ำถึงความสัมพันธ์แบบพึ่งพาอาศัยกันระหว่างความรักและความรับผิดชอบ

การตรวจสุขภาพตามกำหนดของทารกเป็นไปอย่างค่อยเป็นค่อยไป ถือเป็นก้าวสำคัญที่ช่วยให้ทารกอุ่นใจได้ว่าสุขภาพจะดีขึ้นในอนาคต ใบรับรองจากทางโรงพยาบาลที่ยืนยันว่าทารกปลอดภัยอย่างสมบูรณ์แล้วและอยู่ภายใต้การดูแลอย่างปลอดภัยของพ่อแม่ ทำให้ความหนักอึ้งบนไหล่ของพระกฤษณะลดลง

เป็นเครื่องพิสูจน์ถึงความเอาใจใส่ที่พิถีพิถันที่มอบให้กับเด็ก
ซึ่งเป็นการพิสูจน์ถึงประสิทธิผลของเวลาและความรักที่ทั้งพระกฤษณะและเฮเลน มาดามทุ่มเทให้

เมื่อทารกมีความมั่นคงมากขึ้น เจ้าหน้าที่โรงพยาบาลตระหนักดีถึงความรักที่เข้มแข็งของพ่อแม่
จึงตัดสินใจถอนการสนับสนุนเพิ่มเติมที่พยาบาลแต่งตั้งให้มา
การเรียกกลับของผู้เชี่ยวชาญเหล่านี้ถือเป็นการเปลี่ยนแปลงเชิงสัญลักษณ์
ซึ่งบ่งบอกถึงจุดสูงสุดของการเดินทางที่ยากลำบากจากความเปราะบางไปสู่ความสามารถในการฟื้นตัว
ขณะที่พระกฤษณะทรงเปี่ยมด้วยความปิติในความมีอยู่ของลูกน้อยของพระองค์
บรรยากาศก็เต็มไปด้วยความรู้สึกขอบคุณและโล่งใจ สะท้อนให้เห็นความจริงอันล้ำลึกที่ว่า
ความรักเมื่อผนวกกับความเอาใจใส่ที่ไม่สั่นคลอนจะสามารถเปลี่ยนแปลงความเปราะบางให้กลายเป็น
ความแข็งแกร่ง และความเปราะบางให้กลายเป็นความยืดหยุ่นได้

ความคิดถึงจากอินเดีย โดยเฉพาะจากมารดา Shantai ทวีความรุนแรงขึ้น
เนื่องมาจากความคิดถึงเมื่อได้เห็นหลานชายเป็นครั้งแรก
และความรักที่คุ้นเคยที่พระกฤษณะและเอลิซาเบธ ลูกสะใภ้ของเธอมอบให้
แม้ได้รับแจ้งถึงการประสูติด้วยความยินดี
แต่ข่าวเศร้าเรื่องการเสียชีวิตของเอลิซาเบธกลับไม่ได้รับการเปิดเผยจากแม่ชานไท
โดยเป็นการตัดสินใจที่เกิดจากความกังวลเกี่ยวกับสุขภาพที่เปราะบางของเธอ
และการสูญเสียสามีที่รักอย่างเกาตัมไปเมื่อเร็วๆ นี้ ทั้งกฤษณะและโมหินี
ต่างระลึกถึงสภาพอันบอบบางของมารดาชานไต
และเลือกที่จะปกปิดความจริงอันน่าเศร้านี้ไว้เป็นความลับ
ซึ่งเป็นการเลือกที่หยั่งรากลึกในความปรารถนาที่จะปกป้องเธอจากความวุ่นวายทางอารมณ์ที่อาจเกิดขึ้
นอีก

ในระหว่างการพิจารณาอย่างยาวนานกับหัวหน้าทรัสตี
การอภิปรายได้ดำเนินไปโดยครอบคลุมไปถึงสายโทรศัพท์หลายสาย
ซึ่งมีเฮเลนและบุคคลที่เกี่ยวข้องทั้งหมดเข้าร่วม ท่ามกลางการสนทนาเหล่านี้
การตัดสินใจครั้งสำคัญเกิดขึ้นในตัวพระกฤษณะ นั่นก็คือการตัดสินใจที่จะกลับบ้านที่อินเดีย
โดยมีลูกชายและเฮเลน มาดามร่วมเดินทางด้วย ซึ่งจะรับหน้าที่ดูแลทารก
การเคลื่อนไหวที่สำคัญนี้ส่งผลกระทบอย่างลึกซึ้ง
จำเป็นต้องมีการสร้างเรื่องเล่าที่สร้างขึ้นอย่างรอบคอบเพื่อปกปิดความเป็นจริงอันน่าหดหู่
เกิดความพยายามร่วมกันในการคิดนิทานที่พรรณนาถึงเอลิซาเบธในฐานะผู้ที่ไม่สามารถทำอะไรได้เนื่อ

งจากภาวะแทรกซ้อนจากการคลอดก่อนกำหนด โดยมีเฮเลน ซึ่งเป็นหญิงม่ายและที่ปรึกษาคนสนิท ได้รับความไว้วางใจให้ดูแลทารกแรกเกิด

เรื่องเล่าที่สร้างขึ้นสำหรับแม่ Shantai พยายามที่จะถ่ายทอดอย่างละเอียดอ่อนว่า Elizabeth ซึ่งต้องนอนอยู่บนเตียงในโรงพยาบาล ไม่สามารถเดินทางกลับบ้านได้ ในทางกลับกัน เฮเลน เพื่อนผู้ใจดีและผู้ดูแลลิซที่ได้รับมอบหมาย กลับรับหน้าที่ดูแลทารกคนนี้กลับอินเดีย เรื่องราวอันวิจิตรบรรจงที่ทอขึ้นเพื่อปกป้องแม่ชานไทจากความจริงนั้นไม่ได้มีเพียงความซับซ้อนของอารมณ์ความรู้สึกของมนุษย์เท่านั้น
แต่ยังรวมถึงความยาวที่คนที่เรารักต้องก้าวไปเพื่อปกป้องซึ่งกันและกันจากความจริงอันโหดร้ายของชีวิตอีกด้วย

ในขณะที่พระกฤษณะเตรียมตัวกลับบ้านพร้อมกับลูกชายและเฮเลน มาดาม อารมณ์ต่างๆ มากมายปะปนกันอย่างจับต้องได้ล่องลอยอยู่ในอากาศ มีทั้งความคาดหวัง ความกังวล และความตั้งใจร่วมกันที่จะรักษาสมดุลอันละเอียดอ่อนระหว่างความจริงและการปกป้อง
การตัดสินใจที่จะไม่บอกข่าวเศร้าโศกต่อมารดาชานไทนั้นเกิดจากความรักและความห่วงใยที่ลึกซึ้ง ซึ่งเน้นย้ำถึงความเปราะบางของหัวใจมนุษย์และความยาวที่คนเราเต็มใจจะทำเพื่อปกป้องสิ่งที่ตนรัก ในเครือข่ายของเรื่องเล่าที่ถูกสร้างขึ้นและคำพูดที่คัดสรรมาอย่างพิถีพิถัน
การเดินทางกลับอินเดียในเร็วๆ นี้กลายมาเป็นการเดินทางที่น่าสะเทือนใจ เต็มไปด้วยความจริงที่ไม่ได้พูดออกมาและจิตวิญญาณอันยืดหยุ่นของความผูกพันในครอบครัว

คุณโจเซฟสามารถจัดการเรื่องการเดินทางระหว่างประเทศได้อย่างมีประสิทธิภาพ
โดยจัดเตรียมการจองให้กับกฤษณะ ทารกแรกเกิด และเฮเลน มาดาม ผู้ดูแล เพื่อให้การเดินทางไปอินเดียเป็นไปอย่างราบรื่น
เมื่อตระหนักถึงสถานการณ์ละเอียดอ่อนที่รายล้อมการจากไปของเขา
เขาจึงใช้ความพยายามอย่างมากและใส่ใจในรายละเอียดอย่างพิถีพิถันในการเตรียมเอกสารที่จำเป็นทั้งหมด การเดินทางที่ใกล้เข้ามานี้ถือเป็นเครื่องพิสูจน์ถึงความทุ่มเทของนายโจเซฟ ซึ่งสะท้อนให้เห็นถึงความมุ่งมั่นของเขาในการให้การสนับสนุนที่จำเป็นระหว่างบททที่ท้าทายในชีวิตของพระกฤษณะ

นายโจเซฟคาดการณ์ถึงผลกระทบทางอารมณ์ที่อาจเกิดขึ้นจากการเดินทางครั้งนี้ได้อย่างแม่นยำ และเข้าใจถึงสถานการณ์อันเป็นเอกลักษณ์ที่ผลักดันให้พระกฤษณะและเฮเลน
มาดามต้องเดินทางข้ามทวีปต่างๆ ด้วยความเห็นอกเห็นใจ
ความผูกพันที่เกิดขึ้นระหว่างการโต้ตอบกันนั้นก้าวไปไกลกว่าภาระหน้าที่ในวิชาชีพ
ขยายออกไปสู่ขอบเขตที่ความเห็นอกเห็นใจและความเป็นจริงอยู่ร่วมกันอย่างกลมกลืน

เป็นความพยายามร่วมกัน
โดยนายโจเซฟทำหน้าที่เป็นพันธมิตรที่มั่นคงในการทำให้แน่ใจว่าการเดินทางจะดำเนินไปด้วยความเอาใจใส่และการพิจารณาสูงสุด

ด้วยการมองการณ์ไกล นายโจเซฟจินตนาการถึงการเดินทางกลับของกฤษณะและทารกและพิจารณาถึงรายละเอียดที่ซับซ้อนของการเดินทางระหว่างประเทศ
คำสัญญาที่ให้กับพระกฤษณะซึ่งรับรองว่าจะสนับสนุนเขาเมื่อถึงเวลาที่ต้องกลับอเมริกา
สะท้อนถึงความรู้สึกไว้วางใจและวางใจได้
เป็นข้อเสนอที่ไม่เพียงแต่ขยายออกไปในฐานะมืออาชีพเท่านั้น
แต่ยังเต็มไปด้วยความเข้าใจถึงแง่มุมส่วนตัวและอารมณ์ที่เชื่อมโยงกับการเปลี่ยนแปลงครั้งสำคัญดังกล่าวด้วย

เมื่อวันที่ออกเดินทางใกล้เข้ามา
การเตรียมการของนายโจเซฟก็กลายมาเป็นตัวอย่างของการวางแผนอย่างพิถีพิถัน
สะท้อนให้เห็นถึงความรับผิดชอบที่ขยายออกไปเกินขอบเขตของหน้าที่ราชการ
การประสานเอกสารและการจองอย่างราบรื่นแสดงให้เห็นถึงความมุ่งมั่นในการบรรเทาภาระที่มักเกิดขึ้นพร้อมกับการเดินทางระหว่างประเทศ
โดยเฉพาะอย่างยิ่งภายใต้สถานการณ์ที่เต็มไปด้วยความซับซ้อนทางอารมณ์

ความพยายามร่วมมือระหว่างนายโจเซฟและกฤษณะในการจัดการกับความซับซ้อนของระบบราชการ
สะท้อนให้เห็นถึงความไว้วางใจและการพึ่งพาซึ่งกันและกันที่ปลูกฝังระหว่างการโต้ตอบกันของพวกเขา
การให้ความมั่นใจว่าการเตรียมงานพื้นฐานสำหรับการกลับมาของพวกเขาจะได้รับการจัดการอย่างพิถีพิถันเป็นแหล่งความสบายใจสำหรับกฤษณะท่ามกลางความท้าทายทางอารมณ์ที่เขาเผชิญ
ในการแลกเปลี่ยนคำสัญญาและการเตรียมการ
ความรู้สึกเป็นเพื่อนระหว่างทั้งสองได้กลายมาเป็นกระแสลึกที่เจ็บปวดซึ่งเน้นย้ำถึงความเข้มแข็งที่ได้มาจากการเชื่อมโยงที่แท้จริงของมนุษย์

ท่ามกลางการจัดการด้านโลจิสติกส์
การกระทำของนายโจเซฟกลายเป็นเครื่องพิสูจน์ถึงความเห็นอกเห็นใจในความสัมพันธ์ทางวิชาชีพ
ความมุ่งมั่นในการอำนวยความสะดวกในการเดินทางของพระกฤษณะนั้นไม่ใช่แค่เพียงภารกิจที่ต้องทำสำเร็จเท่านั้น แต่ยังเป็นการแสดงความเข้าใจและความเห็นอกเห็นใจอีกด้วย
ซึ่งแสดงให้เห็นว่าแม้แต่ในขอบเขตของความรับผิดชอบอย่างเป็นทางการ
การเชื่อมโยงและการคำนึงถึงผู้อื่นของมนุษย์ก็มีบทบาทสำคัญ

การเตรียมการของนายโจเซฟไม่ได้จำกัดอยู่แค่เพียงการเดินทางเท่านั้น
แต่ยังรวมไปถึงการสนับสนุนทางอารมณ์ด้วย
การเดินทางแม้จะเต็มไปด้วยการเดินทางจากสถานที่หนึ่งไปอีกสถานที่หนึ่ง
แต่ก็กลายมาเป็นการเดินทางเชิงเปรียบเทียบที่ได้รับการสนับสนุนจากความมุ่งมั่นอันไม่ลดละของพันธมิตรผู้เปี่ยมด้วยความเห็นอกเห็นใจ ขณะที่พระกฤษณะเริ่มต้นการเดินทางแสวงบุญทางอารมณ์นี้
การวางรากฐานโดยนายโจเซฟได้วางรากฐานไว้บนความไว้วางใจ ความน่าเชื่อถือ
และความเข้าใจร่วมกันซึ่งข้ามผ่านขอบเขตของภาระผูกพันทางวิชาชีพ

เมื่อนาฬิกาเดินไปเรื่อยๆ เมื่อถึงเวลาที่กำหนด
เครื่องบินที่บรรทุกพระกฤษณะและเพื่อนที่รักของพระองค์ก็ลงสู่พื้นดินบ้านเกิดของพระองค์
การกลับมาครั้งสำคัญนี้เกิดขึ้นภายใต้การจับตามองของ Mahadeo Mama
พร้อมด้วยกลุ่มผู้อำนวยการบริษัทที่ทุ่มเทเป็นพิเศษ ให้การต้อนรับทั้งคู่อย่างอบอุ่นที่สนามบินมุมไบ
การโอบกอดใบหน้าที่คุ้นเคยท่ามกลางแสงตะวันในยามเช้าไม่เพียงแต่หมายถึงการได้กลับบ้านเท่านั้น
แต่ยังเป็นการกลับคืนสู่ความอบอุ่นในครอบครัวที่รอคอยอยู่ด้วย

เมื่อมาถึงที่พักอาศัย พระกฤษณะทรงได้รับการต้อนรับด้วยสิ่งที่กระตุ้นอารมณ์ของพระองค์ คือ
บ้านที่สว่างไสวไปด้วยแสงจากไฟที่จัดวางอย่างประณีต ประดับประดาด้วยดอกไม้สีสันสดใส
บรรยากาศเต็มไปด้วยกลิ่นหอมแห่งความคาดหวัง
เป็นกลิ่นที่นำไปสู่การกลับบ้านอย่างมีความสุขที่รอคอยอยู่
การเตรียมการอย่างพิถีพิถันสะท้อนถึงความรู้สึกเฉลิมฉลอง
เน้นย้ำถึงความสำคัญของการกลับมาพบกันอีกครั้งของครอบครัว

การเปิดเผยบ้านที่ประดับประดาและส่องสว่างทำให้พระกฤษณะประหลาดใจ
ซึ่งเป็นภาพที่แสดงให้เห็นถึงความตื่นเต้นร่วมกันก่อนที่พวกเขาจะมาถึง
การตกแต่งอย่างพิถีพิถันที่สะท้อนถึงเสน่ห์ทางสุนทรียะสะท้อนให้เห็นถึงการวางแผนอย่างพิถีพิถันเพื่อให้การกลับบ้านเกิดเป็นงานที่น่าจดจำ กลิ่นหอมอ่อนๆ ที่ลอยอยู่ในอากาศ
ดูเหมือนจะนำพาความรักในครอบครัวและความคาดหวังอันกระตือรือร้นมาด้วย
สร้างบรรยากาศที่เต็มไปด้วยความอบอุ่น

ขณะที่พระกฤษณะก้าวผ่านธรณีประตู
พระองค์ได้รับการต้อนรับไม่เพียงแต่ด้วยภาพอันสวยงามตระการตาเท่านั้น
แต่ยังได้รับการต้อนรับด้วยใบหน้ากระตือรือร้นของ Shantai, Shakuntala Mami และ Mohini อีกด้วย
ความคาดหวังของพวกเขาสะท้อนให้เห็นถึงจุดสูงสุดของความปรารถนาเป็นเวลาหลายสัปดาห์เพื่อรอคอยช่วงเวลาที่ทายาทที่เพิ่งเกิดจะได้มาประดับบ้านของครอบครัวเป็นครั้งแรก

อ้อมกอดของครอบครัวที่รอพวกเขาอยู่บ่งบอกถึงความผูกพันที่ลึกซึ้งและความสำคัญทางอารมณ์ในช่วงเวลาหนึ่งในชีวิตของพวกเขา

การได้กลับมาพบกับครอบครัวกลายเป็นจุดเปลี่ยนทางอารมณ์ เป็นซิมโฟนีแห่งความรักและความสุขที่สะท้อนไปทั่วทางเดินที่สว่างไสวในบ้านของพวกเขา รอยยิ้มที่สดใสบนใบหน้าของ Shantai, Shakuntala Mami และ Mohini สะท้อนไม่เพียงแต่ความภาคภูมิใจในครอบครัวเท่านั้น แต่ยังรวมถึงความสุขที่ท่วมท้นที่พระกฤษณะเสด็จกลับมาอย่างปลอดภัยและการมาถึงของสมาชิกใหม่ของสายเลือดของพวกเขาอีกด้วย บ้านที่ได้รับการตกแต่งอย่างสวยงามและมีกลิ่นหอมกลายเป็นสถานที่พักผ่อนที่เต็มไปด้วยความสมบูรณ์ทางอารมณ์ เป็นพื้นที่ที่ความรักที่แบ่งปันให้กับทายาทที่เพิ่งเกิดผลิบานกลายเป็นงานเฉลิมฉลองร่วมกัน

การวางแผนอย่างรอบคอบและท่าทีที่เอาใจใส่ของครอบครัวแสดงให้เห็นถึงความรู้สึกอันลึกซึ้งที่เหนือกว่าสิ่งตกแต่งและแสงไฟ มันเป็นการแสดงให้เห็นถึงการลงทุนทางอารมณ์ที่สมาชิกแต่ละคนมีในการทำให้แน่ใจว่าการกลับบ้านครั้งนี้ไม่ใช่แค่เหตุการณ์ที่เกิดขึ้น แต่เป็นการต้อนรับจากใจที่สะท้อนถึงความผูกพันอันลึกซึ้งที่กำหนดความผูกพันในครอบครัวของพวกเขา ขณะที่พระกฤษณะและสหายของพระองค์ก้าวเข้าสู่อ้อมกอดของครอบครัว ความสว่างไสวของสภาพแวดล้อมสะท้อนให้เห็นความรักอันเจิดจ้าที่โอบล้อมพวกเขาไว้ สร้างช่วงเวลาอันประทับใจที่ไม่อาจลืมเลือนได้ฝังแน่นอยู่ในผืนผ้าใบแห่งประวัติศาสตร์ร่วมกันของพวกเขา

แม้จะจมอยู่ในความยินดีเมื่อได้เห็นหลานชายเป็นครั้งแรก แต่ชานไทกลับรู้สึกไม่พอใจอยู่ในใจ ความรู้สึกว่างเปล่าที่แผ่คลุมลงมาทับความปลื้มปีติของเธอ นั่นคือการไม่มีเอลิซาเบธ ลูกสะใภ้สุดที่รักของเธออยู่ ร่างกายของ Shantai สั่นเทาจนตัวสั่นด้วยความรู้สึกตื้นตัน แต่ความอ่อนโยนและความรักที่ Mohini มีให้นั้นทำให้เธอได้รับการสนับสนุนทั้งทางร่างกายและอารมณ์ที่จำเป็นมาก น้ำตาแห่งความสุขที่ปรากฏบนใบหน้าของ Shantai และ Mohini ไม่สามารถรอดพ้นสายตาอันเฉียบแหลมของ Krishna ได้ การแสดงออกของพวกเขาเป็นเครื่องพิสูจน์ถึงอารมณ์ที่ซับซ้อนซึ่งสานกันในครอบครัว

ขณะที่ชานไทปรารถนาข้อมูลเกี่ยวกับลิซ อากาศก็ดูเหมือนจะเต็มไปด้วยความคาดหวังและความเศร้าโศกปนเปกัน

เมื่อรู้ว่าสถานการณ์นี้มีความละเอียดอ่อน โมหินีจึงทำหน้าที่เป็นผู้นำทางที่เต็มไปด้วยความเมตตา คอยบรรเทาความกังวลของชานไทด้วยคำพูดที่ทั้งอ่อนโยนและปลอบโยน โอกาสอันน่ายินดีนั้นเต็มไปด้วยความรู้สึกขมขื่น และด้วยคำพูดที่เห็นอกเห็นใจของโมหินี ทำให้เธอเป็นเสาหลักแห่งความแข็งแกร่งให้กับชานไต โดยคอยปลอบโยนใจท่ามกลางอารมณ์ที่สับสนวุ่นวาย

เฮเลน มาดาม ผู้สังเกตการณ์พลวัตในครอบครัวรู้สึกขอบคุณมากที่ได้เห็นความกระตือรือร้นและความรักอันใกล้ชิดที่สะท้อนผ่านดวงตาของสมาชิกทุกคนในครอบครัว การต้อนรับอันจริงใจของโมหินีที่ส่งไปถึงเธอทำให้เกิดความอบอุ่น สะท้อนให้เห็นถึงความผูกพันในความห่วงใยและความรับผิดชอบที่พวกเขาได้สร้างร่วมกันตลอดการเดินทางร่วมกัน เมื่อครอบครัวมารวมตัวกัน ความสัมพันธ์ที่ไม่เปิดเผยและอารมณ์ที่ซ่อนอยู่สร้างบรรยากาศที่ข้ามผ่านความแตกต่างทางวัฒนธรรม ก่อให้เกิดสะพานแห่งความเข้าใจและการยอมรับ

อย่างไรก็ตาม ท่ามกลางความยินดีของชุมชน ศกุนตลา แม่ของเฮเลน สังเกตเธอด้วยสายตาเฝ้าระวังและสงสัย ความซับซ้อนของความสัมพันธ์ในครอบครัวและความกังวลที่ไม่ได้พูดออกมาเป็นสิ่งที่จับต้องได้ เพิ่มความตึงเครียดให้กับการกลับบ้านที่แสนจะมีความสุข แม้ว่าเฮเลนจะได้รับการต้อนรับอย่างอบอุ่นจากโมหินี แต่เธอก็รู้สึกถึงความเข้มงวดในการตรวจสอบจากศกุนตลา ซึ่งบ่งบอกถึงปฏิสัมพันธ์ที่ซับซ้อนของความสัมพันธ์ภายในครอบครัว

การเข้าบ้านอย่างเป็นทางการดำเนินไปตามประเพณีฮินดู ซึ่งเป็นพิธีกรรมชุดหนึ่งที่เฮเลนไม่คุ้นเคย ในขณะที่สมาชิกในครอบครัวร่วมเฉลิมฉลองประเพณีอันศักดิ์สิทธิ์เหล่านี้ เฮเลนก็พบว่าตัวเองได้ดื่มด่ำไปกับความหลากหลายทางวัฒนธรรม การมีอยู่ของเธอช่วยเสริมสร้างเส้นด้ายอันหลากหลายที่ทอเป็นเนื้อเดียวกันของประเพณีของครอบครัว แม้ว่าพิธีการเหล่านี้จะเป็นสิ่งใหม่สำหรับเธอ แต่ก็กลายมาเป็นสะพานเชื่อมระหว่างเธอกับมรดกและประเพณีที่ครอบครัวยังคงรักษาไว้ ซึ่งแสดงถึงความพยายามร่วมกันที่จะยอมรับและบูรณาการ

ระหว่างพิธีกรรมอย่างเป็นทางการเหล่านี้ อารมณ์ของสมาชิกในครอบครัวแต่ละคนดูเหมือนจะบรรจบกันเป็นซิมโฟนีแห่งการเฉลิมฉลองและกา

รไตร่ตรองที่กลมกลืนกัน
บ้านที่ประดับประดาด้วยพิธีกรรมสะท้อนถึงความรู้สึกทั้งความสุขและความปรารถนา
สะท้อนให้เห็นถึงแก่นแท้ของการกลับบ้านที่ข้ามพ้นขอบเขตทางภูมิศาสตร์
การยึดมั่นในประเพณีร่วมกันและความผูกพันอันจริงใจที่เกิดขึ้นระหว่างการกลับมาพบกันครั้งนี้กลายมาเป็นด้ายที่ร้อยรัดพวกเขาเข้าด้วยกัน
สร้างสรรค์ภาพอารมณ์ที่เต็มไปด้วยความลึกซึ้งในครอบครัวและการแลกเปลี่ยนทางวัฒนธรรม

แม้ว่าการต้อนรับครั้งแรกที่บ้านจะดูกลมกลืน แต่ภายใต้การต้อนรับแบบบ้านๆ นั้น ศกุนตลากลับพบว่าตัวเองต้องเผชิญกับคำถามที่ยังคงค้างคาใจมากมาย โดยที่เธอไม่รู้ โมหินีได้วางแผนกลยุทธ์ที่กำหนดความลับเกี่ยวกับความสัมพันธ์อันซับซ้อนระหว่างกฤษณะและหลานชายแรกเกิด
พวกเขาเห็นว่าม่านแห่งความลับนี้มีความจำเป็นเนื่องจากมองว่าอาจเป็นภัยคุกคามต่อชีวิตของเด็กทารก อย่างไรก็ตาม ศกุนตลาไม่รู้ถึงการจัดการที่ละเอียดอ่อนนี้

สิ่งที่เป็นความลับนี้ทออย่างซับซ้อนคือวิธีการเกลี้ยกล่อม Shantai อย่างระมัดระวังของ Mohini นางได้โน้มน้าวให้ Shantai
ยืนยันถึงธรรมชาติอันเป็นความลับของการเชื่อมโยงระหว่างพระกฤษณะกับทารกแรกเกิด
โดยใช้เรื่องเล่าว่า แท้จริงแล้ว
ทารกคนนั้นเป็นลูกของหญิงม่ายที่มีความใกล้ชิดกับเพื่อนของพระกฤษณะที่เสียชีวิตไปแล้ว นอกจากนี้ ศกุนตลายังถูกกระตุ้นให้ยอมรับการมีอยู่ของเด็กน้อย
เนื่องจากคำสัญญาอันเคร่งขรึมของพระกฤษณะต่อสหายที่กำลังจะตายของเขา
คำปฏิญาณนี้ที่ให้ไว้ในช่วงลมหายใจสุดท้ายของเพื่อนเป็นคำมั่นสัญญาว่าจะคอยสนับสนุนและให้ที่พักพิงแก่หญิงม่ายชื่อเฮเลนตลอดไป

น้ำหนักทางอารมณ์จากการเปิดเผยเหล่านี้กดทับไหล่ของศกุนตลาอย่างหนัก
เพราะเธอไม่รู้ถึงความซับซ้อนที่อยู่รอบๆ คำสัญญาของพระกฤษณะ
และความซับซ้อนของความสัมพันธ์ที่เชื่อมโยงกันในงานครอบครัวนี้
การขอร้องให้ปกปิดเรื่องนี้มีสาเหตุมาจากการรับรู้ว่ามีภัยคุกคามต่อทารกแรกเกิด
ซึ่งทำให้เกิดความกลัวและความกังวลแทรกอยู่ในเรื่องราวที่ได้รับการเรียบเรียงอย่างระมัดระวัง

เมื่อชั้นต่างๆ ของเรื่องราวอันซับซ้อนนี้เปิดเผยออกมา
ก็เห็นได้ชัดว่าภายใต้หน้ากากของการต้อนรับแบบบ้านๆ ที่ดูเหมือนธรรมดานั้น
อารมณ์ความรู้สึกต่างๆ ได้พันเกี่ยวกันอยู่ในใยอันซับซ้อนของคำสัญญา ความภักดี
และความจริงที่ซ่อนอยู่

การกระทำเพื่อปกปิดตัวตนของเด็กจากสายตาที่คอยจับจ้องของสังคมถือเป็นภาระในการปกป้องชีวิตที่เปราะบาง ซึ่งเป็นความรับผิดชอบที่หนักหน่วงในใจของผู้ที่เกี่ยวข้อง

ม่านแห่งความลับนั้นแม้จะเกิดขึ้นจากความจำเป็น
แต่ก็ได้นำมาซึ่งความโศกเศร้าและความเปราะบางที่ซ่อนอยู่ในพลวัตของครอบครัว
ความเข้าใจโดยไม่ได้พูดออกมาระหว่าง Shantai และ Mohini สะท้อนให้เห็นถึงความยาวที่คนๆ หนึ่งจะทำได้เพื่อปกป้องเด็กจากอันตรายที่อาจเกิดขึ้น
และยังเน้นย้ำถึงการเสียสละที่ทำไปในนามของความรักและการปกป้องอีกด้วย

แม้ว่าการต้อนรับภายในประเทศอาจดูราบรื่นเมื่อมองเผินๆ
แต่บรรยากาศทางอารมณ์เบื้องล่างนั้นเต็มไปด้วยความรู้สึกที่ไม่ได้พูดออกมา
ความลับที่ได้รับการปกป้อง
และน้ำหนักของคำสัญญาที่ให้ไว้ในพื้นที่ศักดิ์สิทธิ์ระหว่างชีวิตและความตาย
การเต้นรำอันละเอียดอ่อนของการเปิดเผยและปกปิด
ซึ่งขับเคลื่อนโดยความปรารถนาที่จะปกป้องทารกจากอันตราย
เพิ่มชั้นของความซับซ้อนให้กับปฏิสัมพันธ์ระหว่างครอบครัว
ทำให้การกลับบ้านกลายเป็นภาพทอที่ละเอียดอ่อนของความรัก หน้าที่ และการเสียสละอันเงียบงัน

ศกุนตลาพบว่าตัวเองจมอยู่ในทะเลแห่งความสับสน
ไม่สามารถแยกแยะกระแสความรักอันละเอียดอ่อนที่แผ่ออกมาจากชานไตได้
เธอตระหนักว่าความรักอันเหนือจริงนี้ไม่ได้แผ่ขยายเฉพาะกับพระกฤษณะลูกชายของเธอเท่านั้น
แต่ยังแผ่ขยายไปถึงทารกน้อยซึ่งมีเฮเลน แม่ม่ายของทารกเดินร่วมทางไปด้วย ตามที่เธอได้ยินมา
เธอไม่รู้ถึงรายละเอียดที่ซับซ้อน แต่ต้องเผชิญกับความรู้สึกที่ซับซ้อนซึ่งซ่อนอยู่ภายใต้พื้นผิว
ซึ่งปรากฏออกมาเป็นความเชื่อมโยงที่ไม่ได้พูดออกมาแต่สามารถสัมผัสได้

การที่ได้เห็นความรักที่ Shantai มอบให้กับ Krishna และทารก ทำให้ Shakuntala เกิดความอยากรู้และทำให้เกิดคำถามต่างๆ มากมายในใจที่กำลังครุ่นคิดของเธอ
การตระหนักรู้ว่าความผูกพันในครอบครัวขยายออกไปเกินกว่าความเป็นเครือญาติที่มองเห็นได้ทำให้เธอสนใจ ทำให้เธอปรารถนาที่จะเข้าใจความซับซ้อนที่ทอผ่านปฏิสัมพันธ์ของพวกเขา
เธอพบว่าตัวเองติดอยู่ในอารมณ์ที่ละเอียดอ่อนซึ่งพยายามตีความภาษาแห่งความรักที่ไม่ได้พูดออกมาซึ่งข้ามผ่านขอบเขตแบบเดิมๆ ของความผูกพันในครอบครัว

ศกุนตลาเกิดความประหลาดใจเมื่อสังเกตเห็นว่ามีบอดี้การ์ดสองคนคอยดูแลเด็กทารก
ซึ่งเป็นลักษณะที่เธอไม่เคยรู้มาก่อนจนกระทั่งถึงขณะนั้น การเปิดเผยนี้ทำให้เธอรู้สึกงุนงง
และต้องรับมือกับความปลอดภัยที่ไม่คาดคิดซึ่งรายล้อมเด็กไว้ โดยที่เธอไม่รู้

การจัดกำลังองครักษ์อย่างพิถีพิถันนั้น ได้รับการจัดการ โดยหัวหน้าทรัสตี
เพื่อปกป้องทรัพย์สินจำนวนมากที่ทารกได้รับสืบทอดมาจากสายเลือดฝ่ายแม่

ความสับสนของศกุนตลาก็ยิ่งทวีความเข้มข้นขึ้นเรื่อยๆ
ขณะที่เธอต้องเดินทางผ่านเขาวงกตแห่งความลับในครอบครัว
และการปกป้องที่ไม่คาดคิดซึ่งโอบอุ้มเด็กทารกเอาไว้
มาตรการที่รอบคอบของหัวหน้าทรัสตีในการรับประกันความปลอดภัยของมรดกจำนวนมากของทารก
ได้เพิ่มชั้นของความซับซ้อนที่ไม่คาดคิดให้กับเรื่องราวที่กำลังคลี่คลาย
ขณะที่ศกุนตลาพยายามทำความเข้าใจมิติที่ซ่อนอยู่
ความรู้สึกเปราะบางและความอยากรู้ยังคงอบอวลอยู่ในอากาศ
เชื่อมโยงกับด้ายสายสัมพันธ์ทางครอบครัวที่มองไม่เห็น

ปฏิสัมพันธ์ระหว่างอารมณ์และการเปิดเผยทำให้การกลับบ้านกลายเป็นภาพพรมทอแห่งความลึกลับ
ที่ความรัก   ความลับ   และการปกป้องมาบรรจบกันในรูปแบบที่ซับซ้อน
ศกุนตลาซึ่งบัดนี้เป็นผู้สังเกตการณ์โดยไม่รู้ตัวในละครครอบครัวเรื่องนี้
พยายามดิ้นรนเพื่อเข้าใจความรู้สึกที่สานกันอยู่ในชั้นต่างๆ ที่มองไม่เห็นของความรัก ความปลอดภัย
และความภักดีในครอบครัว   บ้านที่ครั้งหนึ่งเคยถูกมองว่าเป็นสถานที่ศักดิ์สิทธิ์ที่คุ้นเคย
ตอนนี้กลับกลายเป็นเสียงสะท้อนของความรักและการปกป้องที่ไม่อาจเอ่ยออกมา
วาดภาพที่เต็มไปด้วยอารมณ์ซึ่งข้ามผ่านขอบเขตของความเป็นบ้านๆ ธรรมดา

ท่ามกลางดินแดนที่ยังไม่เคยสำรวจของพลวัตในครอบครัวและความแตกต่างอันแยบยลของการปกป้อ
ง   ศกุนตลาได้ยืนเป็นพยานเงียบๆ   ต่อความซับซ้อนที่เกิดขึ้นต่อหน้าเธอ
การเปิดเผยความรักที่มองไม่เห็นและมาตรการลับที่ใช้เพื่อความปลอดภัยของทารกทำให้การกลับบ้าน
ดูแตกต่างออกไป   โดยเชื้อเชิญเธอเข้าสู่โลกที่อารมณ์และความลับเชื่อมโยงกัน
สร้างความรู้สึกอันละเอียดอ่อนที่ดังก้องไปทั่วห้องโถงศักดิ์สิทธิ์ของความผูกพันในครอบครัว

14. "ภัยคุกคามของความสามัคคี: การนำทางครอบครัวและมรดก"

ชีวิตประจำวันของ Krishna Seth ในบ้านเกิดของเขาดำเนินไปตามกิจวัตรประจำวันที่เป็นระเบียบเรียบร้อยอย่างสมบูรณ์แบบ เสน่ห์อันเงียบสงบของบ้านเกิดของเขาเป็นฉากหลังให้กับเรื่องราวที่กำลังเปิดเผยเกี่ยวกับความมุ่งมั่นและความทุ่มเทของเขา ความรับผิดชอบที่ประดับบ่าของเขาไม่ได้เป็นเพียงภาระ แต่เป็นมรดกจาก "กลุ่มบริษัท Krishna" ที่มีชื่อเสียง ซึ่งเป็นองค์กรที่สร้างสรรค์ขึ้นด้วยมืออันมีวิสัยทัศน์ของบิดาผู้ล่วงลับของเขา Gautam Seth

ในเรื่องราวชีวิตอันสลับซับซ้อนของพระกฤษณะ อุตสาหกรรมได้เจริญรุ่งเรืองขึ้นเป็นทวีคูณ ซึ่งเป็นเครื่องพิสูจน์ถึงจิตวิญญาณแห่งผู้ประกอบการที่ไม่ย่อท้อที่ Gautam ได้ปลูกฝังไว้ อย่างไรก็ตาม โศกนาฏกรรมได้สร้างเงาปกคลุมจักรวรรดิที่เจริญรุ่งเรือง เนื่องจากการสิ้นพระชนม์ก่อนวัยอันควรของเกาตัมทำให้เกิดความว่างเปล่าที่ไม่สามารถทดแทนได้ หลังจากเหตุการณ์ที่น่าเศร้าสลดนี้ กฤษณะพบว่าตนเองถูกผลักดันเข้าสู่ตำแหน่งที่กลายเป็นประภาคารแห่งการชี้นำ และที่ปรึกษาโดยพฤตินัยขององค์กรที่กำลังเผชิญกับการสูญเสียผู้มีวิสัยทัศน์ผู้ก่อตั้ง

ภาระความรับผิดชอบเหล่านี้ตกอยู่บนบ่าอันทรงความสามารถของ Krishna แต่เพียงผู้เดียว ซึ่งเป็นเครื่องเตือนใจอันน่าประทับใจถึงผลกระทบอันล้ำลึกที่พ่อของเขามีต่อทั้งบริษัทและการเลี้ยงดูของเขา แม้จะแบกภาระหนัก แต่พระกฤษณะก็ยังคงยืนหยัดอย่างมั่นคง โดยได้รับการฝึกฝนและประสบการณ์มากมาย การเดินทางของเขาตั้งแต่เด็กที่ได้รับการเลี้ยงดูภายใต้การดูแลของพ่อจนก้าวขึ้นเป็นผู้นำของบริษัทขนาดใหญ่ถือเป็นเครื่องพิสูจน์ถึงความพร้อมของเขาในการรับมือกับความท้าทายที่รออยู่ข้างหน้า

เมื่อวันเวลาผ่านไป กฤษณะก็เดินหน้าผ่านเครือข่ายธุรกิจที่สลับซับซ้อนด้วยความสง่างามซึ่งขัดแย้งกับวัยเยาว์ของพระองค์ เสียงสะท้อนแห่งภูมิปัญญาของบิดาของเขาสะท้อนอยู่ในกระบวนการตัดสินใจของเขา ทำให้เกิดความต่อเนื่องอันสบายใจที่ทำให้ทั้งพนักงานและผู้ถือผลประโยชน์รู้สึกผูกพันกับเขา พระกฤษณะไม่มองข้ามความรู้สึกที่ซ่อนอยู่เบื้องหลังของการเดินทางครั้งนี้

พระองค์ทรงแบกรับความรับผิดชอบไม่ใช่เพียงในฐานะหน้าที่เท่านั้น
แต่ยังเป็นการแสดงความเคารพต่อมรดกที่ทรงมอบหมายให้แก่พระองค์อีกด้วย

ผนังของสำนักงานใหญ่ของบริษัทซึ่งครั้งหนึ่งเคยสะท้อนถึงการแสดงออกอันทรงอำนาจของ Gautam Seth ขณะนี้ได้ดูดซับรอยเท้าอันนิ่งสงบของผู้สืบทอดตำแหน่งของเขา ในช่วงเวลาที่เงียบสงบนั้น เราแทบจะสัมผัสได้ถึงพลังงานทางอารมณ์ที่ไหลเวียนไปตามทางเดิน
เป็นการแสดงความเคารพอย่างเงียบๆ
ต่อชายผู้ซึ่งมีความฝันและแรงบันดาลใจที่ทอเข้ากับโครงสร้างขององค์กรที่เจริญรุ่งเรืองได้อย่างลงตัว
ความมุ่งมั่นของพระกฤษณะในการนำคบเพลิงส่องสว่างอย่างสดใส
เป็นสัญลักษณ์แห่งความต่อเนื่องในการเผชิญกับความทุกข์ยาก

การเปลี่ยนผ่านจากความโศกเศร้าไปสู่การปกครองไม่ได้ปราศจากความสูญเสียทางอารมณ์
เบื้องหลังภาพลักษณ์ที่นิ่งสงบนั้น กฤษณะต้องเผชิญกับการสูญเสียบุคคลผู้เป็นผู้นำทางอย่างสุดซึ้ง
ซึ่งก็คือบิดาที่ไม่เพียงแต่เป็นผู้หล่อหลอมบริษัทเท่านั้น แต่ยังเป็นผู้หล่อหลอมตัวตนของตนเองอีกด้วย
ท่ามกลางความปั่นป่วนทางอารมณ์
เขาพบความปลอบโยนใจจากความเชื่อที่ว่าการตัดสินใจทุกอย่างที่เขาทำนั้นเป็นการยกย่องจิตวิญญาณ
ที่คงอยู่ของ Gautam Seth

เมืองที่ได้เห็นการเติบโตของกฤษณะและบริษัทที่ใช้ชื่อของเขาได้กลายเป็นเรื่องราวที่เกี่ยวพันกันทั้งในเรื่องของความยืดหยุ่นส่วนบุคคลและความเฉียบแหลมทางธุรกิจ มรดกของ Gautam
ยังคงดำรงอยู่ไม่เพียงแต่ในสมุดบัญชีและห้องประชุมเท่านั้น แต่ยังอยู่ในแก่นแท้ของลักษณะนิสัยของ Krishna อีกด้วย มันเป็นเรื่องราวแห่งความต่อเนื่อง
โดยมีเส้นด้ายแห่งอารมณ์ที่ทอทออย่างประณีตงดงาม
สร้างสรรค์เป็นเรื่องเล่าที่ไม่เพียงแต่พูดถึงความสำเร็จขององค์กรเท่านั้น
แต่ยังพูดถึงความมุ่งมั่นอันไม่ลดละของลูกชายที่จะสืบสานมรดกของพ่ออีกด้วย

ในการแสวงหาความสำเร็จอย่างไม่ลดละเพื่อสืบทอดมรดกของครอบครัวให้เติบโตถึงจุดสูงสุดนั้น
กฤษณะ เซธพบว่าตัวเองติดอยู่ในอำนาจของกาลเวลาที่ไม่มีวันสิ้นสุด
ความสำเร็จของความพยายามของเขาต้องแลกมาด้วยทรัพยากรที่มีอยู่อย่างจำกัด
นั่นก็คือช่วงเวลาอันมีค่าที่เขาปรารถนาที่จะแบ่งปันกับแม่ผู้เป็นที่รักของเขา ชานไท
ผู้ซึ่งสภาวะที่อ่อนแอของเธอทำให้เวลาที่กำลังเดินไปเรื่อยๆ เต็มไปด้วยความเร่งรีบอย่างเจ็บปวด
ในเวลาเดียวกัน ความปรารถนาที่จะอยู่เคียงข้างลูกชายสุดที่รักของเขา
และรำลึกถึงความทรงจำของเอลิซาเบธ ผู้เป็นที่รักของเขา ก็ปรากฏชัดขึ้นในใจของเขา
เป็นคำวิงวอนเงียบๆ ที่ขัดกับความต้องการในความรับผิดชอบต่อสังคมของเขา

น้ำหนักของบริษัท ซึ่งเป็นสัญลักษณ์ของความฝันของพ่อผู้ล่วงลับของเขา ได้ผูกมัดกฤษณะไว้กับความเป็นจริงอันท้าทาย
ซึ่งดูเหมือนจะไม่อนุญาตให้มีช่วงเวลาส่วนตัวอันหรูหรา ท่ามกลางความสับสนนี้ มหาเดโอ มาม่า ผู้สังเกตการณ์สภาพภาระหนักของหลานชายอย่างเฉียบแหลม
กลายมาเป็นผู้พิทักษ์ความสมดุลในครอบครัวอย่างมีเมตตา เมื่อทรงรู้สึกว่าจำเป็นต้องเข้าแทรกแซง พระองค์จึงได้แสวงหาคำปรึกษาจากพระเจ้าชาห์ซิร์ผู้ชาญฉลาดและพระธิดาของพระองค์ โมหินี ซึ่งความเข้าใจอันรอบรู้ของทั้งสองพระองค์จะมีบทบาทสำคัญในการบรรเทาทุกข์ของพระกฤษณะ

ในมุมสงบของการพูดคุยในครอบครัว Mahadeo Mama ได้เปิดเผยแผนของเขา - แผนยุทธศาสตร์ที่มุ่งหวังที่จะให้กฤษณะได้พักผ่อนอย่างที่เขาแสวงหามานาน
กระแสความรู้สึกที่ซ่อนอยู่ทำให้เกิดสีสันในแผนงานนี้
เผยให้เห็นความเข้าใจอย่างลึกซึ้งถึงความเครียดทางอารมณ์ที่พระกฤษณะต้องแบกรับเมื่อต้องรับมือกับความต้องการของครอบครัวและบริษัท
นับเป็นเครื่องพิสูจน์ถึงความผูกพันในครอบครัวที่เหนือขอบเขตของธุรกิจ
เป็นการรับรู้ว่าสุขภาพทางอารมณ์ของครอบครัวมีความสำคัญพอๆ กับความสำเร็จของการดำเนินธุรกิจ

ขณะที่วงล้อแห่งแผนการของ Mahadeo Mama เริ่มหมุน
มีความรู้สึกคาดหวังที่สัมผัสได้ผสมผสานกับความรู้สึก เจตนานั้นชัดเจน
นั่นคือการมอบของขวัญแห่งเวลาให้แก่พระกฤษณะ
ซึ่งถือเป็นสิ่งล้ำค่ามากกว่าความสำเร็จขององค์กรใดๆ ความพยายามร่วมกันของ Shah Sir และ Mohini
ไม่เพียงสะท้อนให้เห็นความเฉียบแหลมทางธุรกิจเท่านั้น
แต่ยังสะท้อนถึงความห่วงใยแท้จริงต่อความเป็นอยู่ที่ดีของชายผู้แบกรับภาระของสองโลกไว้บนบ่าของเขาอีกด้วย

ในบทต่างๆ ที่เกิดขึ้นในชีวิตของพระกฤษณะ ความโล่งใจที่ได้รับการเรียบเรียงขึ้นนี้ได้กลายมาเป็นบทที่กินใจ
โดยเน้นถึงความสมดุลอันละเอียดอ่อนระหว่างความรักในครอบครัวและหน้าที่การงาน
ความรู้สึกอ่อนไหวที่แฝงอยู่ในการแทรกแซงนี้สะท้อนให้เห็นถึงแก่นแท้ของครอบครัวที่เข้าใจถึงความจำเป็นในการมีความสามัคคีเมื่อเผชิญกับความยากลำบาก
มันเป็นเรื่องเล่าที่ทอด้วยเส้นด้ายแห่งความเมตตาและความเข้าใจ
เป็นความพยายามร่วมกันเพื่อให้แน่ใจว่าพระกฤษณะ แม้จะอยู่ภายใต้ความเข้มงวดของผู้นำ แต่พระองค์ก็ยังคงยึดมั่นกับจุดยึดทางอารมณ์ที่กำหนดการดำรงอยู่ของพระองค์

เมื่อกลไกของแผนการเริ่มเคลื่อนไหว เวทีก็พร้อมสำหรับการพักผ่อนอันอบอุ่นหัวใจ ความสัมพันธ์ทางครอบครัวและความมุ่งมั่นในอาชีพที่กำลังจะบรรจบกันในเร็วๆ นี้แสดงให้เห็นถึงการแก้ไขปัญหาอย่างกลมกลืน ยืนยันความเชื่อที่ว่าแม้ในช่วงเวลาที่ท้าทายที่สุด การโอบรับครอบครัวก็สามารถให้การปลอบโยนและความแข็งแกร่งได้ ในการเต้นรำอันสลับซับซ้อนของหน้าที่และอารมณ์ กฤษณะ เซธ ยืนอยู่บนหน้าผาของช่วงหยุดนิ่งอันสำคัญยิ่ง ช่วงหยุดนิ่งนี้จะช่วยให้เขาสามารถเรียกคืนช่วงเวลาที่สำคัญที่สุดกลับมาได้

มหาเทวมาม่า ผู้เป็นบุคคลชาญฉลาดในชีวิตของพระกฤษณะ ได้วางแผนอย่างรอบคอบเพื่อบรรเทาความกดดันอันล้นหลามที่กดทับไหล่ของหลานชายของเขา ข้อเสนอนี้ได้รับการอนุมัติและชื่นชมจาก Shah Sir ผู้รอบรู้ ซึ่งเป็นผู้อำนวยการอาวุโส สมาชิกคณะกรรมการ และผู้ร่วมงานที่ภักดีของบริษัท โดยมุ่งหวังที่จะตอบสนองความปรารถนาของ Krishna ในการสร้างความสมดุลระหว่างหน้าที่การงานและความรับผิดชอบของเขา

“มันตรงไปตรงมามาก” มหาเดโอ มาม่า อธิบายให้โมหินี ลูกสาวของเขา ซึ่งเป็นผู้ดำเนินการตามแผนอันจริงใจของเขาฟัง "น้องสาวที่รักของเรา Shantai ซึ่งเป็นผู้เชี่ยวชาญด้านการบริหารจัดการและเป็นผู้ร่วมงานในการก่อตั้งธุรกิจนี้ร่วมกับ Gautam ต้องการการเปลี่ยนแปลง การดูแลทั้งร่างกายและจิตใจของเธอจะเป็นสิ่งสำคัญในการช่วยให้เธอสามารถรับมือกับการสูญเสียสามีอันแสนสาหัสของเธอได้ ฉันเสนอให้เธอแบ่งปันความรับผิดชอบร่วมกับพระกฤษณะในการดำเนินงานประจำวันของบริษัท ด้วยวิธีนี้ เธอจะไม่เพียงแต่พบกับความปลอบโยนใจจากการใช้ชีวิตร่วมกับลูกชายผู้มีความสามารถของเธอเท่านั้น แต่เราจะยังได้ประโยชน์จากประสบการณ์อันล้ำค่าของเธอด้วย มันเป็นสถานการณ์ที่ทั้งสองฝ่ายได้ประโยชน์ และกฤษณะอาจพบการพักผ่อนจากภาระงานที่หนักหนาสาหัสของเขา"

แผนการดังกล่าวซึ่งหยั่งรากลึกในความเข้าใจและการปฏิบัติจริงในครอบครัว สะท้อนถึงความรู้สึกเป็นหนึ่งเดียวและการสนับสนุนซึ่งเป็นลักษณะเฉพาะของครอบครัวเซธได้เป็นอย่างดี Shantai ซึ่งเป็นเสาหลักแห่งความแข็งแกร่งในอดีต ได้รับโอกาสในการกลับมามีบทบาทเชิงรุกในบริษัทอีกครั้ง โดยนำความเชี่ยวชาญของเธอมาใช้เพื่อสร้างมรดกที่สืบเนื่องต่อไป

โอกาสของความพยายามร่วมกันครั้งนี้มีแนวโน้มว่าจะช่วยรักษาทั้งแม่และลูกได้ และยังเป็นสะพานเชื่อมที่สำคัญระหว่างอาณาจักรส่วนตัวและอาชีพอีกด้วย

ขณะที่ชาห์ซิร์พยักหน้าเห็นด้วย เขาก็ตระหนักถึงกระแสอารมณ์ที่แฝงอยู่ในแผนนี้ ความผูกพันในครอบครัวที่เคยเป็นรากฐานของบริษัทกำลังได้รับการเสริมสร้างให้แข็งแกร่งยิ่งขึ้น มันไม่ใช่เพียงการเคลื่อนไหวทางยุทธศาสตร์เท่านั้น แต่ยังเป็นการลงทุนทางอารมณ์เพื่อความเป็นอยู่ที่ดีของสมาชิกในครอบครัวที่ฝ่าฟันพายุมาด้วยกัน โอกาสที่ Shantai และ Krishna จะทำงานเคียงข้างกันนั้นมีความหมายเชิงสัญลักษณ์ ซึ่งเป็นเครื่องพิสูจน์ถึงความเข้มแข็งที่ยั่งยืนที่ความสามัคคีในครอบครัวสามารถมอบให้ได้

โมหินีมีความเข้าใจอย่างเห็นอกเห็นใจถึงพลวัตอันสลับซับซ้อนที่เกิดขึ้น ซึ่งเธอเองก็เป็นศิษย์ที่เก่งกาจและมีตำแหน่งในสาขาวิชาการจัดการเช่นกัน เธอจึงยินดีรับหน้าที่ในการจัดการความร่วมมือแบบครอบครัวนี้ เธอเห็นสิ่งที่อยู่เหนือการอภิปรายในห้องประชุมและตระหนักถึงแง่มุมมนุษย์ของสถานการณ์นี้ แผนดังกล่าวไม่เพียงแต่ตอบโจทย์ความต้องการในการดำเนินงานของบริษัทเท่านั้น แต่ยังมุ่งเป้าไปที่การแก้ไขโครงสร้างทางอารมณ์ของครอบครัวที่ต้องเผชิญกับการสูญเสียอีกด้วย

ในวันต่อๆ มา การดำเนินการตามแผนก็ดำเนินไปอย่างราบรื่น Shantai ซึ่งครั้งหนึ่งเคยเป็นส่วนสำคัญในช่วงเริ่มก่อตั้งบริษัท ได้กลับมาคุ้นเคยกับจังหวะของธุรกิจอีกครั้ง ช่วงเวลาที่แม่และลูกได้แบ่งปันกันในโลกแห่งการทำงานกลายเป็นแหล่งของความปลอบโยนใจและฟื้นฟูพลังใจ นับเป็นการเตือนใจอย่างซาบซึ้งว่า บางครั้งวิธีแก้ปัญหาที่มีประสิทธิผลที่สุดอาจไม่ใช่แค่ทำได้จริง แต่ยังต้องสะท้อนถึงอารมณ์ความรู้สึกที่ลึกซึ้ง เชื่อมโยงเส้นด้ายอันซับซ้อนของครอบครัว ธุรกิจ และประวัติศาสตร์ร่วมกันไว้ด้วยกัน

แผนการอันพิถีพิถันของ Mahadeo Mama เผยให้เห็นถึงความสำคัญที่เพิ่มขึ้นอีกชั้นหนึ่ง นำมาซึ่งความร่วมมือที่มากกว่าแค่การกระจายความรับผิดชอบเพียงอย่างเดียว การรวม Mohini ไว้ในการตัดสินใจทางการบริหารไม่เพียงแต่มอบมุมมองใหม่เท่านั้น แต่ยังเป็นโอกาสในการเรียนรู้อันเป็นเอกลักษณ์สำหรับเธออีกด้วย การมีส่วนร่วมในการตัดสินใจครั้งนี้ถือเป็นการพิสูจน์ถึงความเชื่อมั่นของครอบครัวในการดูแลคนรุ่นต่อไปและยอมรับศักยภาพที่สมาชิกแต่ละคนมี

ในด้านการบริหารจัดการ การศึกษาเชิงปฏิบัติของ Mohini ประสบความสำเร็จในขณะที่เดินทางไปพร้อมกับป้าของเธอ Shantai ความท้าทายทางกายภาพที่

Shantai เผชิญ ซึ่งต้องใช้ความช่วยเหลือจากไม้ค้ำยันหรือคนอื่น ก่อให้เกิดสถานการณ์ที่การสนับสนุนของ Mohini กลายมาเป็นสิ่งที่ขาดไม่ได้ การตัดสินใจเข้าร่วมกับ Shantai ในห้องที่เคยมีร่วมกันโดย Gautam Seth ถือเป็นท่าทางที่น่าสะเทือนใจซึ่งเป็นสัญลักษณ์ของการสานต่อมรดกภายในพื้นที่ทำงานร่วมกันในครอบครัว

ห้องที่เคยสะท้อนถึงการอภิปรายอันมีวิสัยทัศน์ของ Gautam ขณะนี้สะท้อนถึงความพยายามร่วมมือกันของ Shantai และ Mohini พื้นที่แห่งนี้ไม่ได้เป็นเพียงสำนักงานอีกต่อไป แต่ยังได้เปลี่ยนเป็นพื้นที่ศักดิ์สิทธิ์ที่ความผูกพันในครอบครัวผูกพันกับหน้าที่การงานอีกด้วย ความเต็มใจของ Shantai ที่จะมอบหมายความรับผิดชอบดังกล่าวให้กับ Mohini แสดงให้เห็นถึงความไว้วางใจ ความกตัญญู และความสามัคคีในครอบครัวที่เป็นตัวกำหนดปฏิสัมพันธ์ระหว่างพวกเขา

สำหรับโมหินี ความรับผิดชอบใหม่ที่เพิ่งได้รับไม่ใช่แค่เพียงก้าวสำคัญในอาชีพการงานเท่านั้น แต่ยังเป็นแหล่งที่มาของความสำเร็จส่วนตัวอีกด้วย ความไว้วางใจที่กรรมการ เจ้าหน้าที่ และพระกฤษณะ พี่ชายของเธอ มอบให้เธอ ทำให้เธอมีความมุ่งมั่นมากขึ้น โมหินีจดจ่อกับกิจกรรมต่างๆ จนพบว่าตนมีส่วนช่วยในการฟื้นฟูชานไตทั้งทางจิตใจและร่างกาย ความพยายามร่วมกันได้กลายมาเป็นกระบวนการบำบัดที่ไม่เพียงแต่รักษาความเจ็บป่วยทางกายเท่านั้น แต่ยังรักษาบาดแผลทางอารมณ์ที่ยังคงอยู่ด้วย

ขณะที่โมหินีต้องผ่านกระบวนการตัดสินใจที่ซับซ้อน ความสัมพันธ์ฉันท์เพื่อนระหว่างป้ากับหลานสาวก็ผลิบานเป็นความร่วมมือที่งดงาม ความมุ่งมั่นร่วมกันเพื่อความเป็นอยู่ที่ดีของบริษัทได้กลายมาเป็นช่องทางที่ทั้งสองเชื่อมโยงกันในระดับที่ลึกซึ้งยิ่งขึ้น ความร่วมมือนี้ไม่ใช่แค่การจัดการอย่างมืออาชีพเท่านั้น แต่ยังเป็นการเดินทางของความยืดหยุ่น การฟื้นตัว และการค้นพบความเข้มแข็งอีกครั้งภายในสายสัมพันธ์ในครอบครัว

ผลลัพธ์ที่สำคัญที่สุดจากความพยายามร่วมมือครั้งนี้คือเวลาที่ Shantai ได้อยู่กับพระกฤษณะ ลูกชายสุดที่รักของเธอเพิ่มมากขึ้น ความรับผิดชอบที่แบ่งปันกันไม่เพียงแต่ช่วยแบ่งเบาภาระของพระกฤษณะเท่านั้น แต่ยังทำให้ Shantai มีช่วงเวลาอันมีค่าที่เธอปรารถนาร่วมกับลูกชายของเธออีกด้วย ผลที่ตามมาโดยไม่ได้ตั้งใจแต่ก็น่าชื่นใจนี้กลายเป็นข้อดีท่ามกลางความรับผิดชอบที่มากมาย และตอกย้ำแนวคิดที่ว่า

บางครั้งแนวทางแก้ปัญหาที่มีความหมายที่สุดก็เกิดจากการผสมผสานกันระหว่างความรักในครอบครัวและความมุ่งมั่นในอาชีพ

ในเรื่องราวชะตากรรมที่ซับซ้อนนี้ บทใหม่กำลังเตรียมพร้อมที่จะถูกเปิดเผย โดยมีโชคชะตาเป็นตัวกำหนด ในยุคที่ผ่านมา เมื่อ Gautam Seth ผู้เป็นที่เคารพนับถือมีอิทธิพลจากสำนักงานของเขาในฐานะที่ปรึกษาและประธานของบริษัทที่ได้รับความเคารพนับถือ บุคคลที่ชื่อ Rajeev ได้ก้าวขึ้นมาเป็นตัวละครหลัก เมื่อเวลาผ่านไป Rajeev ได้รับความไว้วางใจจาก Gautam ในด้านทั้งผู้ช่วยส่วนตัวและที่ปรึกษาทางการเงิน ความไว้วางใจนี้ไม่ได้เกิดขึ้นมาอย่างง่ายดาย แต่เกิดขึ้นมาตั้งแต่ราชีฟเริ่มเข้าบริษัทในฐานะพนักงานฝึกงาน

ในช่วงแรก Rajeev ได้รับความไว้วางใจให้ดูแลการให้คำแนะนำจากนาย Ramaji ผู้ช่วยสำนักงานผู้มากประสบการณ์และซื่อสัตย์ของ Gautam จากนั้น Rajeev ก็เริ่มก้าวเดินในเส้นทางสายนี้ภายในบริษัท คุณรามาจิ ซึ่งใกล้จะเกษียณอายุราชการแล้ว ได้ถ่ายทอดความรู้อันล้ำค่าของเขาให้แก่ราจีฟ ชายหนุ่มผู้มีความทะเยอทะยาน ซึ่งหลังจากสำเร็จการศึกษาระดับปริญญาโทด้านการจัดการ เขาก็พร้อมที่จะอุทิศตนให้กับองค์กรอันทรงเกียรติแห่งนี้

ในช่วงเวลาสั้น ๆ อย่างน่าทึ่ง Rajeev ได้กลายมาเป็นผู้ช่วยสำนักงานที่มีความสามารถ โดยสามารถรับมือกับความซับซ้อนในการสนับสนุนผู้บริหารระดับสูงในบริษัทที่มีชื่อเสียงได้อย่างราบรื่น เมื่อถึงเวลาที่นายรามาจิต้องอำลาอาชีพการงาน ราชีฟก็รับบทบาทนี้ด้วยความประณีตน่าทึ่ง โดยก้าวเข้ามารับตำแหน่งที่ปรึกษาที่ไว้วางใจของเกาตัม เขาไม่คาดคิดมาก่อนว่าบทบาทนี้จะเป็นเพียงจุดเริ่มต้นของเหตุการณ์ไม่คาดฝันมากมายที่จะกำหนดเส้นทางอาชีพของเขา

ช่วงเวลาแห่งความเศร้าโศกภายหลังการเสียชีวิตก่อนวัยอันควรของ Gautam ถือเป็นช่วงเวลาที่ความรับผิดชอบต้องได้รับการปรับใหม่ชั่วคราว ราชีฟพบว่าตัวเองต้องขยายความเชี่ยวชาญของเขาเพื่อช่วยเหลือชาห์ ซีร์ ในช่วงเปลี่ยนผ่านนี้ อย่างไรก็ตาม เมื่อโชคชะตาเล่นตลก ความเปลี่ยนแปลงครั้งใหม่ก็เกิดขึ้นเมื่อ Shantai เข้าสู่ตลาดแรงงาน ซึ่งเธอก้าวเข้ามาแทนที่สามีที่เสียชีวิตไป เมื่อพิจารณาถึงการเปลี่ยนแปลงนี้ ราชีฟจึงได้รับการโอนย้ายกลับไปยังตำแหน่งเดิมของเขาอย่างสง่างาม

การปรับตัวนี้มีความสำคัญทางอารมณ์ เพราะไม่เพียงแต่เป็นการเปลี่ยนแปลงบทบาทเท่านั้น แต่ยังเป็นการเปลี่ยนแปลงพลวัตของสถานที่ทำงานด้วย มิตรภาพและความไว้วางใจที่สร้างขึ้นระหว่าง

Gautam และ Rajeev กลายเป็นความทรงจำอันน่าสะเทือนใจ และถูกแทนที่ด้วยบทใหม่ที่ Shantai เข้ามากุมบังเหียน การขึ้นๆ ลงๆ ของชีวิตการทำงานสะท้อนให้เห็นถึงธรรมชาติของโชคชะตาที่หมุนเวียนไปมา ซึ่งถักทอเส้นด้ายแห่งความเชื่อมโยง การสูญเสีย และการเริ่มต้นใหม่ภายในโครงสร้างของบริษัท

ขณะที่ราชีฟกลับมาสู่บทบาทที่คุ้นเคย
เขาอดไม่ได้ที่จะคิดถึงผลกระทบอันล้ำลึกที่เกาตัมมีต่อเส้นทางอาชีพของเขา
ความรู้สึกสะท้อนจากการเปลี่ยนแปลงครั้งนี้มีความชัดเจน
เน้นย้ำถึงความเชื่อมโยงกันของแต่ละบุคคลภายในเรื่องราวของบริษัท
มันเป็นเครื่องพิสูจน์ถึงจิตวิญญาณแห่งการปรับตัวที่ยั่งยืน
ซึ่งผู้เชี่ยวชาญสามารถฝ่าคลื่นแห่งการเปลี่ยนแปลงได้อย่างยืดหยุ่นและมีความมุ่งมั่นร่วมกันในการรักษามรดกของบรรพบุรุษไว้

Shantai Madam เป็นคนรู้จักที่คุ้นเคยอย่าง Rajeev โดยเส้นทางของพวกเขาได้ผ่านกันมาหลายปีที่เธอทำงานอย่างใกล้ชิดกับ Gautam ประสิทธิภาพและความสามารถของผู้ช่วยสำนักงานหนุ่มคนนี้ได้รับคำชื่นชมจาก Gautam และทำให้เกิดความคิดเห็นเชิงบวกเกี่ยวกับ Rajeev ในใจของ Shantai ข้อเสนอสำหรับการโอนย้ายของ Rajeev ที่ถูกนำเสนอต่อเธอเนื่องจากการเปลี่ยนแปลงในพลวัตของบริษัท ได้รับการยกย่องด้วยความยินดีและความเห็นชอบจาก Shantai ราชีฟคว้าโอกาสนี้ไว้และเข้าร่วมสำนักงานโดยไม่ลังเลแม้แต่น้อย โดยเป็นการเปลี่ยนแปลงที่ราบรื่นซึ่งเกิดจากความเข้าใจร่วมกันที่ได้รับการปลูกฝังโดยเกาตัมผู้ล่วงลับ

ความสัมพันธ์ระหว่าง Shantai และ Rajeev ขยายออกไปเกินขอบเขตของวิชาชีพ สะท้อนถึงความซับซ้อนของอดีตร่วมกัน Shantai ไม่เพียงแต่รู้จัก Rajeev ในฐานะผู้ช่วยสำนักงานที่มีประสิทธิภาพเท่านั้น แต่ยังรู้จัก Rajeev ในฐานะเพื่อนร่วมชั้นเรียนของหลานสาวของเธอ Mohini ด้วย เส้นทางการศึกษาของพวกเขาผูกพันกันขณะที่ทั้งสองเรียนจบปริญญาโทด้วยกัน อย่างไรก็ตาม ภายใต้พื้นผิวการศึกษาที่พวกเขาใช้ร่วมกันนั้น มีความรักและความสนิทสนมที่ซ่อนอยู่ซึ่งเบ่งบานออกมาอย่างเงียบๆ ความลับที่แบ่งปันระหว่างพวกเขาทำให้ความสัมพันธ์ระหว่างพวกเขามีความลึกซึ้งยิ่งขึ้น

ความเข้าใจและความอบอุ่นระหว่าง Shantai และ Rajeev ได้รับการเสริมสร้างด้วยการยอมรับประวัติศาสตร์ร่วมกันของพวกเขา การที่ Gautam พูดชื่นชมพรสวรรค์ของ Rajeev ทำให้เกิดเสียงสะท้อนกับ Shantai และช่วยสร้างความไว้วางใจซึ่งก้าวข้ามขอบเขตของความเป็นมืออาชีพ ในขณะที่ราจีฟปรับตัวเข้ากับบทบาทใหม่ได้อย่างลงตัว ความคุ้นเคยระหว่างเขากับชานไทก็กลายมาเป็นแหล่งความสบายใจ และเป็นความสัมพันธ์ที่ช่วยให้การเปลี่ยนแปลงของทั้งคู่ราบรื่นขึ้น

ความผูกพันระหว่าง Shantai และ Rajeev ไม่เพียงแต่จำกัดอยู่แค่ในที่ทำงานเท่านั้น แต่ยังขยายไปสู่ความเป็นครอบครัวด้วย ราชีฟเคยไปเยี่ยมบ้านของโมหินีหลายครั้ง ซึ่งสร้างโอกาสให้ชานไทได้รู้จักเขานอกเหนือจากแค่การทำงาน การแนะนำตัวในบรรยากาศครอบครัวนั้นเต็มไปด้วยความเข้าใจโดยไม่พูดว่ามีความสัมพันธ์ที่มากกว่าที่เห็น ซึ่งความลับที่ทั้งคู่มีร่วมกันทำให้ความสัมพันธ์ของพวกเขามีความซับซ้อนมากขึ้นไปอีก

ขณะที่ Shantai และ Rajeev ค่อยๆ พิจารณาความซับซ้อนของประวัติศาสตร์ร่วมกัน ความรักอันไม่ได้รับการเอ่ยออกระหว่างพวกเขาก็ได้ฉายประกายอันอ่อนโยนผ่านการโต้ตอบกันของพวกเขา ด้านอาชีพและส่วนตัวของการเชื่อมโยงกันนั้นผสมผสานกันอย่างลงตัว สร้างเรื่องราวที่อารมณ์ซึ่งไม่อาจพูดออกมาแต่สามารถสัมผัสได้มีบทบาทสำคัญในการสร้างพลวัตของพวกเขา สำนักงานที่ครั้งหนึ่งเคยสะท้อนถึงการมีอยู่ของ Gautam ที่มีอำนาจ ขณะนี้กลายมาเป็นพยานของบทต่างๆ ที่ค่อยๆ เปิดเผยออกมาในเรื่องราวความรักอันละเอียดอ่อนและละเอียดอ่อนระหว่าง Shantai และ Rajeev

ขณะที่บทต่างๆ ในชีวิตของพวกเขามาบรรจบกันที่สำนักงาน ความประหลาดใจและความสุขของราชีฟก็ปรากฏชัดเมื่อเขาพบว่าโมหินี คู่หมั้นของเขา จะมาร่วมงานกับบริษัทควบคู่ไปกับชานไท มาดาม ความสุขที่ไม่คาดคิดในการมี Mohini เป็นส่วนหนึ่งของภูมิทัศน์ระดับมืออาชีพทำให้เกิดทั้งความสุขและความรู้สึกสมบูรณ์แบบ อย่างไรก็ตาม พวกเขาตระหนักดีว่าการที่พวกเขาอยู่ร่วมกันอาจไม่เป็นที่พอใจในสายตาของ Shakuntala Madam ผู้เป็นแม่ของ Mohini

ความตึงเครียดที่ซ่อนอยู่มีต้นตอมาจากความปรารถนาของนางศกุนตลาที่ต้องการให้ลูกสาวของเธอแต่งงาน ความฝันของเธอถูกวาดขึ้นด้วยภาพนิมิตของการแต่งงานกับครอบครัวที่ร่ำรวย และเธอมีข้อสงสัยเกี่ยวกับการที่โมหินีจะแต่งงานกับคนที่มาจากภูมิหลังที่ร่ำรวยน้อยกว่า โดยเฉพาะพนักงานของบริษัทลูกเขยของเธอ ทั้งคู่ตระหนักถึงอุปสรรคที่อาจเกิดขึ้นนี้ได้

และเตรียมรับมือกับความซับซ้อนที่รออยู่ข้างหน้า
โดยคำนึงถึงความคาดหวังของสังคมและการพิจารณาในด้านครอบครัวที่อาจส่งผลต่อความสัมพันธ์ของพวกเขา

ในการเต้นรำอันละเอียดอ่อนของอารมณ์และความคาดหวังของสังคมนี้ ราชีฟและโมหินีพบว่าตัวเองอยู่ที่จุดตัดระหว่างความรักและประเพณี เรื่องราวที่เปิดเผยออกมาแสดงให้เห็นถึงภาพพรมที่ทอด้วยเส้นด้ายแห่งความรักอันแสนสุขและเส้นด้ายที่ท้าทายบรรทัดฐานทางสังคม เวทีถูกจัดเตรียมไว้สำหรับการสำรวจโชคชะตาอันน่าดึงดูด ซึ่งตัวละครที่ผูกพันด้วยความรักจะเดินหน้าไปสู่การเดินทางที่ไม่สามารถคาดเดาได้ข้างหน้า

15. "เจตนาที่ปกปิดถูกเปิดเผย"

ในด้านครอบครัว บรรยากาศความสงบสุขได้เกิดขึ้นภายในครัวเรือน ทางเดินดังกล่าวไม่มีกิจกรรมวุ่นวาย เนื่องจากสมาชิกที่ขยันขันแข็งต่างปฏิบัติหน้าที่ของตนอย่างขยันขันแข็งนอกบ้าน มีเพียง Shakuntala Mami, Helen Madam และทารก Seth เท่านั้นที่ยังคงอยู่ในอ้อมอกอันแสนสบายของบ้าน โดยมีทีมคนรับใช้ที่ทุ่มเทคอยดูแล

ในสภาพแวดล้อมที่เงียบสงบเช่นนี้ ศกุนตลาพบว่าตนเองค่อนข้างโดดเดี่ยว เนื่องจากไม่ได้รับการศึกษาอย่างครอบคลุมที่จะช่วยให้เธอสามารถสนทนาภาษาอังกฤษกับเฮเลน มาดามได้ ดังนั้นการโต้ตอบกันของพวกเขาจึงไม่บ่อยนักและมีอุปสรรคทางภาษาบางประการ บ้านเต็มไปด้วยบรรยากาศที่เงียบสงบ ความเงียบสงบถูกเน้นด้วยความสัมพันธ์ที่จำกัดระหว่างสตรีสองคน

อย่างไรก็ตาม ความสงบที่เกิดขึ้นในครัวเรือนก็ถูกกำหนดให้เปลี่ยนแปลงไป ประภาคารแห่งการเปลี่ยนแปลงเกิดขึ้นเมื่อ Shantai และ Krishna ตระหนักถึงความจำเป็นของความผูกพันในครอบครัว และตัดสินใจลดเวลาการทำงานของ Shantai การปรับเปลี่ยนที่กำลังจะเกิดขึ้นนี้เป็นสัญญาณของยุคสมัยใหม่ที่ทั้ง Shantai และ Mohini ผู้เปี่ยมด้วยความอบอุ่นในครอบครัว จะได้พบว่าตัวเองอยู่ในสถานที่ศักดิ์สิทธิ์ของบ้านของพวกเขาในไม่ช้านี้ การเปลี่ยนแปลงขนานใหญ่เกิดขึ้นในครัวเรือน โดยสัญญาว่าของขวัญอันล้ำค่าอย่างการได้ใช้เวลาร่วมกันและมีเวลาที่มีคุณภาพร่วมกับทายาทหนุ่มของตระกูลเซธ พร้อมด้วยเฮเลน มาดาม

ในอนาคตอันใกล้นี้ บ้านซึ่งเคยเป็นป้อมปราการแห่งความเงียบสงบ จะเต็มไปด้วยเสียงหัวเราะของความผูกพันในครอบครัว และเป็นสะพานเชื่อมระหว่างรุ่นและวัฒนธรรมต่างๆ การตัดสินใจที่จะให้ความสำคัญกับความสามัคคีในครอบครัวเป็นอันดับแรกแสดงให้เห็นถึงความเข้าใจอย่างลึกซึ้งถึงความสำคัญของความสัมพันธ์ ซึ่งจะช่วยส่งเสริมสภาพแวดล้อมที่ความสุขในชีวิตครอบครัวจะเติบโตอย่างเติบโต ด้วยเหตุนี้ บทต่อไปในเรื่องเล่าของครัวเรือนจึงมีความหวังในการดำรงอยู่ที่มีความเชื่อมโยงกันมากขึ้นและสะท้อ

นอารมณ์มากขึ้น

ขณะที่กำแพงเตรียมที่จะเป็นพยานของการบรรจบกันอย่างกลมกลืนของชีวิตที่แตกต่างกัน

จากการปฏิบัติตามแผนการจัดเตรียมล่วงหน้าอย่างพิถีพิถัน Shantai Madam ได้ริเริ่มปรับเปลี่ยนวิถีชีวิตประจำวันของเธอ นับแต่นั้นเป็นต้นมา เธอเริ่มออกจากสำนักงานในช่วงเวลาอาหารกลางวันอันแสนง่วงเหงา โดยวางแผนอย่างชาญฉลาดเพื่อให้ตรงกับเวลาอาหารกลางวันที่บ้าน การปรับเปลี่ยนตารางเวลาโดยเจตนาของเธอมีเป้าหมายเพื่ออำนวยความสะดวกในการรับประทานอาหารร่วมกันกับเพื่อนร่วมชาติในครอบครัวของเธอ ได้แก่ ศกุนตลา เฮเลน และโมหินี ภายในบริเวณบ้านอันศักดิ์สิทธิ์ของครอบครัว

ผู้เฒ่าของครอบครัวได้จินตนาการถึงภาพที่หลานชายของเธอกำลังพักผ่อนอย่างสงบในเปลของเขา โดยมีคุณย่าผู้เปี่ยมด้วยความรักจ้องมองอย่างเอาใจใส่

การได้กลับมาพบปะกันอีกครั้งที่โต๊ะอาหารนั้น ไม่เพียงแต่ทำให้เราได้แบ่งปันอาหารกันเท่านั้น แต่ยังทำให้เราได้มีช่วงเวลาอันแสนอบอุ่นท่ามกลางความรักอันอบอุ่นในครอบครัวอีกด้วย ชานไทนึกภาพตัวเองกำลังถอยไปยังห้องน้ำที่จัดไว้เพื่อเป็นที่ที่สายสัมพันธ์อันซับซ้อนระหว่างรุ่นต่อรุ่นได้รับการหล่อเลี้ยงในบรรยากาศที่เป็นส่วนตัว

กิจวัตรในบ้านที่ถูกสร้างขึ้นอย่างพิถีพิถันนี้ ไม่ใช่แค่กิจวัตรประจำวัน แต่ยังกลายมาเป็นแหล่งที่มาของพลังงานฟื้นฟูสำหรับชานไท ซึ่งมีหัวใจที่ห่วงใยและคิดถึงเอลิซาเบธ ลูกสะใภ้ที่เธอรัก

แม้ว่าการจัดเตรียมอย่างพิถีพิถันนี้จะส่งผลดีต่อความเป็นอยู่ทางอารมณ์ของ Shantai, Mohini และ Helen แต่ก็ได้สร้างความไม่แน่นอนและความสงสัยให้กับจิตใจของ Shakuntala โดยไม่ได้ตั้งใจ ปฏิสัมพันธ์ที่ซับซ้อนระหว่างพลวัตในครอบครัวและรูปแบบที่เปลี่ยนแปลงภายในบ้านได้ก่อให้เกิดความคลางแคลงใจที่เพิ่มขึ้นในจิตใจอันครุ่นคิดของศกุนตลา

ความสามัคคีที่ตั้งใจให้มีขึ้นในกิจวัตรประจำวันของครอบครัว แม้จะทำหน้าที่เป็นยาบรรเทาความกังวลของ Shantai แต่ก็ทำให้เกิดความสงสัยขึ้นในตัว Shakuntala ซึ่งเป็นคนที่มีไหวพริบ

ศกุนตลาพบว่าตัวเองกำลังต่อสู้กับความวุ่นวายภายใน จิตใจของเธอติดอยู่ในวังวนแห่งความไม่แน่นอนที่เกิดจากการเปลี่ยนแปลงที่ดูเหมือนไม่เป็นอันตรายในกิจวัตรภายในบ้าน ความลับที่รับรู้ได้ซึ่งอยู่รอบๆ การปรับตัวของ Shantai กระตุ้นความรู้สึกอยากรู้และความกังวลภายในตัว Shakuntala ทำให้เธอตั้งคำถามถึงแรงจูงใจเบื้องหลังภาพลักษณ์ที่ดูกลมกลืนนี้ ในเขาวงกตแห่งการพิจารณาของเธอ

ศกุนตลาต้องดิ้นรนกับปริศนาที่ครอบงำครัวเรือนนี้ในขณะนี้ โดยที่แต่ละวันที่ผ่านไป ปริศนาและความซับซ้อนก็ค่อยๆ คลี่คลายออกมาเป็นชั้นๆ ใหม่ๆ

เมื่อชีวิตครอบครัวเปลี่ยนไป ศกุนตลาผู้ไม่เคยหวั่นไหวกลับพบว่าตนเองต้องเผชิญกับดินแดนแห่งอารมณ์ที่ไม่เคยสำรวจมาก่อน การเปลี่ยนแปลงกิจวัตรประจำวันที่ดูเหมือนไม่เป็นอันตรายได้ก่อให้เกิดการปฏิวัติเงียบๆ ในครัวเรือน ส่งผลให้ศกุนตลาผู้เฉียบแหลมต้องตกอยู่ในจุดตัดของความอยากรู้และความสงสัย บทต่างๆ ที่เปิดเผยออกมาของเรื่องราวครอบครัวนี้สัญญาว่าจะเปิดเผยความจริงและการสำรวจตนเอง ขณะที่ตัวละครภายในบ้านต้องต่อสู้ดิ้นรนกับอารมณ์ที่แตกต่างกันอย่างละเอียดอ่อนและความตึงเครียดที่ไม่ได้พูดออกมาซึ่งยังคงลอยอยู่ในอากาศ

ท่ามกลางความแตกต่างทางภาษาที่ทำให้ศกุนตลาไม่สามารถสื่อสารภาษาอังกฤษได้อย่างราบรื่นระหว่างหญิงสาวทั้งสามคน ความคิดของเธอก็เริ่มมีความสงสัย ความไม่สามารถเข้าใจการแลกเปลี่ยนความคิดเห็นที่ละเอียดอ่อนระหว่าง Shantai, Helen Madam และ Mohini ทำให้เกิดความไม่แน่นอนอย่างมากในมุมมองของ Shakuntala เกี่ยวกับฉากในบ้าน อุปสรรคทางภาษาเหล่านี้กลายมาเป็นแหล่งเพาะพันธุ์ความคลางแคลงใจ โดยที่ศกุนตลาค่อยๆ เริ่มมีความวิตกกังวลมากขึ้นเรื่อยๆ เกี่ยวกับธรรมชาติของความสัมพันธ์ที่เกิดขึ้นภายในบ้าน

ความสงสัยของศกุนตลาเกิดขึ้นจากการเชื่อมโยงที่เห็นได้ชัดระหว่างชานไตและเด็กทารกซึ่งสันนิษฐานว่าเป็นลูกหลานของเฮเลน มาดาม เส้นด้ายแห่งความสงสัยที่มองไม่เห็นทอเป็นเรื่องราวในใจของศกุนตลา ตั้งคำถามถึงพลวัตที่อยู่เบื้องหลังปฏิสัมพันธ์ระหว่างชานไตกับเด็กน้อย ขณะที่เฮเลนและชานไทแบ่งปันช่วงเวลาแห่งความใกล้ชิดในครอบครัวกับทารกน้อย ความสงสัยของศกุนตลาก็เพิ่มมากขึ้น เนื่องจากเธอไม่สามารถถอดรหัสภาษาที่มากับการสนทนาเหล่านี้ได้

จุดเปลี่ยนสำคัญของเรื่องราวเกิดขึ้นเมื่อพระกฤษณะเข้ามาเกี่ยวข้องกับปัญหาภายในบ้าน การที่เขาอยู่บ้านเป็นประจำ ประกอบกับการรับประทานอาหารร่วมกับ Shantai, Helen และ Mohini ทำให้ Shakuntala รู้สึกสนใจมากขึ้น กิจวัตรประจำวันของพระกฤษณะเมื่อกลับมาที่สำนักงานหลังจากใช้เวลาอยู่ในห้องน้ำส่วนตัวของเฮเลน มาดามได้ระยะหนึ่ง กลายเป็นประเด็นที่น่าจับตามองเป็นพิเศษสำหรับความคลางแคลงใจที่เพิ่มมากขึ้นของศกุนตลา

ลำดับเหตุการณ์ที่จัดเตรียมไว้อย่างพิถีพิถัน
โดยที่พระกฤษณะเข้าร่วมรับประทานอาหารกับครอบครัวและถอยไปยังห้องน้ำส่วนตัวของเฮเลน
ได้กลายมาเป็นตัวเร่งความสงสัยของศกุนตลา   ม่านแห่งความลับที่ปกคลุมการพบปะเหล่านี้
ผสมผสานกับอุปสรรคทางภาษาที่ยากจะทะลุผ่านได้
ทำให้ภาพที่น่าสับสนปรากฏขึ้นในใจของศกุนตลา
ความคิดของเธอที่ครั้งหนึ่งเคยถูกจำกัดอยู่ภายในขอบเขตของกิจวัตรในบ้าน
ตอนนี้ได้ก้าวเข้าสู่ขอบเขตของการคาดเดาและความสงสัย

ความไม่ไว้วางใจที่เพิ่มมากขึ้นของศกุนตลาไม่ได้เกิดขึ้นเพียงเพราะความแปลกแยกทางภาษาเท่านั้น
แต่ยังมาจากธรรมชาติที่ซ่อนเร้นของการโต้ตอบของพระกฤษณะภายในบ้านด้วย
ห้องน้ำซึ่งโดยปกติแล้วจะเป็นสถานที่แห่งความเป็นส่วนตัว
กลับกลายมาเป็นสัญลักษณ์ของความซับซ้อน
ทิ้งให้ศกุนตลาต้องต่อสู้ดิ้นรนกับปริศนาที่ถูกเปิดเผยภายในกำแพงเหล่านั้น
คำถามที่ไม่ได้รับคำตอบและความตึงเครียดที่ไม่ได้รับการพูดออกมา   ก่อให้เกิดภาพความไม่แน่นอน
และทำให้ความสงบสุขภายในที่เคยกำหนดนิยามของครัวเรือนลดน้อยลง

เมื่อวันเวลาผ่านไป   ศกุนตลาพบว่าตัวเองติดอยู่ในวังวนแห่งความสงสัยของเธอ
พยายามหาความสมดุลระหว่างความภักดีต่อครอบครัวและความสงสัยที่เพิ่มมากขึ้นภายในตัวเธอ
ภูมิทัศน์ในบ้านที่ครั้งหนึ่งเคยเป็นสวรรค์แห่งความอบอุ่นของครอบครัว
ตอนนี้กลับเต็มไปด้วยร่องรอยของความตึงเครียดที่ไม่อาจเอ่ยได้
และศกุนตลาก็ยืนอยู่ที่ทางแยกที่ถูกฉีกขาดระหว่างความปรารถนาในการทำความเข้าใจและความไม่สบายใจที่สัมผัสได้ซึ่งปกปิดความสัมพันธ์ภายในครัวเรือน

จิตใจที่ไม่สงบของศกุนตลา   เต็มไปด้วยคำถามที่ไม่ได้ถูกพูดออกมาและความสงสัยที่ก่อตัวขึ้น
เธอพยายามหาความปลอบโยนใจจากเพื่อนที่คุ้นเคยของโมหินี   ลูกสาวของเธอ
เพราะต้องการความกระจ่างชัดและการแก้ไขปัญหา   เธอจึงเข้าหาโมหินีเป็นประจำ
หวังว่าจะได้รับความเข้าใจถึงความลึกลับที่ยังคงลอยอยู่ในอากาศ   อย่างไรก็ตาม
ลักษณะการสอบถามของศกุนตลาและความปรารถนาอย่างเปิดเผยของเธอที่จะจัดการให้โมหินีและกฤษณะรวมตัวกันเป็นหนึ่งเดียวกัน   ทำให้โมหินีต้องกักขังความกระจ่างที่สำคัญเอาไว้
การละเว้นโดยเจตนานี้ทำให้ศกุนตลาอยู่ในสภาวะที่กระสับกระส่ายมากขึ้น
ความว่างเปล่าของความไม่แน่นอนได้ขยายกว้างขึ้นในจิตใจที่กำลังครุ่นคิดของเธอ

ความตึงเครียดที่จับต้องได้เกิดขึ้นระหว่างแม่และลูกสาวทั้งสองคน
เมื่อโมหินีเข้าใจถึงแรงจูงใจแอบแฝงเบื้องหลังคำถามเชิงลึกของศกุนตลา

และเลือกที่จะเงียบแทนที่จะเปิดเผย
ความขัดแย้งที่ไม่ได้พูดออกมาภายในครัวเรือนสะท้อนให้เห็นถึงความขัดแย้งที่เพิ่มมากขึ้นระหว่างความสัมพันธ์ในครอบครัวและเจตนาที่ซ่อนเร้นที่ Shakuntala เก็บรักษาไว้ โมหินีขัดแย้งกับความภักดีต่อแม่และความสงวนตัวของเธอ และต่อสู้ดิ้นรนกับความจริงอันหนักอึ้งที่ไม่ได้รับการแบ่งปัน

ภายในกรอบความคิดอันสลับซับซ้อนของศกุนตลา ความเชื่อมั่นอันแปลกประหลาดเริ่มหยั่งรากลึกลง – ต้นตอของความวุ่นวายที่รับรู้ได้นั้นอยู่ที่เฮเลนและลูกของเธอ ศกุนตลาถูกขับเคลื่อนด้วยการคาดเดาของเธอและจากการไม่มีคำชี้แจง จึงสรุปว่าผู้หญิงคนนี้และลูกของเธอคือตัวเร่งปฏิกิริยาหลักเบื้องหลังความวุ่นวายที่เห็นได้ชัดในความสัมพันธ์ภายในครอบครัวเซธ

จิตใจของศกุนตลาซึ่งเต็มไปด้วยความสงสัยและความไม่พอใจ เริ่มที่จะคิดแผนการชั่วร้ายขึ้นมา ในระหว่างที่ครุ่นคิดอย่างไม่หยุดนิ่ง เธอจินตนาการถึงแผนการต่างๆ เพื่อขจัดสิ่งที่เธอเชื่อว่าเป็นอุปสรรค นั่นก็คือ เฮเลนและลูกของเธอ แผนการชั่วร้ายที่เกิดขึ้นในความคิดของเธอได้วาดภาพที่ตัดกันอย่างสิ้นเชิงกับครัวเรือนที่ครั้งหนึ่งเคยกลมกลืนกัน เปิดเผยให้เห็นถึงความรู้สึกเป็นปฏิปักษ์อย่างลึกซึ้งที่เธอกำลังก่อตัวขึ้นต่อแหล่งที่มาของความวุ่นวายที่รับรู้ได้นี้

ความคาดหวังในการควบคุมที่ดินอันกว้างใหญ่ของตระกูลเซธเป็นสิ่งที่สำคัญมากในความคิดของศกุนตลา เหตุผลที่บิดเบือนเบื้องหลังแผนการของเธอมีจุดมุ่งหมายเพื่อขจัดอุปสรรคที่เห็นได้ชัดในภูมิทัศน์ของครอบครัว ปูทางไปสู่การรวมตัวของกฤษณะกับโมหินีและเสริมสร้างอิทธิพลเหนือโชคลาภของครอบครัว บ้านที่เคยอบอุ่นใจตอนนี้กลายเป็นแหล่งเพาะพันธุ์เมล็ดพันธุ์แห่งการวางแผนอันแยบยลซึ่งหว่านโดยจิตใจที่ขับเคลื่อนด้วยความสงสัยและความปรารถนาที่จะครอบงำ

ความวุ่นวายภายในครอบครัวซึ่งทวีความรุนแรงขึ้นจากความขัดแย้งภายในของศกุนตลา ส่งผลให้ความสัมพันธ์ในครอบครัวที่สับสนอลหม่านทวีความรุนแรงมากขึ้น ขณะที่ความคิดของเธอดำดิ่งลึกลงไปในเหวลึกแห่งเจตนาอันชั่วร้าย วิญญาณแห่งความแตกแยกที่กำลังจะเกิดขึ้นก็ทอดเงาลงมาปกคลุมบ้านที่ครั้งหนึ่งเคยเงียบสงบ ความตึงเครียดที่ไม่อาจเอ่ยออกมาได้ทำให้สมาชิกแต่ละคนพัวพันกับเรื่องราวในครอบครัวที่ซับซ้อนซึ่งเต็มไปด้วยความลับ ความสงสัย และการแสวงหาการควบคุม

ด้วยการเคลื่อนไหวที่คำนวณมาแล้ว Shakuntala Mami ซึ่งขับเคลื่อนโดยความไม่พอใจและความสงสัยที่เพิ่มมากขึ้นของเธอ ได้ตัดสินใจที่จะขอความช่วยเหลือจากคนรับใช้ที่ซื่อสัตย์และมีเล่ห์เหลี่ยมไม่แพ้กันของเธอ Suryaji เป็นชื่อของเขา และเป็นสมาชิกในครัวเรือนมายาวนานที่เข้าร่วมหลังจากการแต่งงานของ Shakuntala กับ Mahadeo Mama ไม่นาน ซึ่งกลายมาเป็นที่ปรึกษาและเต็มใจที่จะมีส่วนร่วมกับแผนการของเธอ Suryaji ได้รับการแต่งตั้งให้เป็นบอดี้การ์ดในช่วงแรกของการแต่งงานของ Shakuntala จากนั้นเขาก็เปลี่ยนไปทำหน้าที่เป็นผู้ช่วยในบ้านได้อย่างราบรื่น โดยคอยดูแลความต้องการของคนในบ้านภายใต้การจับตามองของนายหญิงผู้มีวิจารณญาณของเขา

ตลอดหลายปีที่ผ่านมา Suryaji ได้กลายมาเป็นส่วนสำคัญของครัวเรือน โดยส่วนใหญ่ทำหน้าที่ซื้อของใช้ในท้องถิ่นสำหรับห้องครัว และดำเนินงานต่างๆ ที่ได้รับมอบหมายจาก Shakuntala การเชื่อฟังและความภักดีที่มีต่อนายหญิงทำให้เขาได้รับการยอมรับให้เป็นผู้ช่วยที่เชื่อถือได้ภายในโครงสร้างที่ซับซ้อนของบ้าน เขาแทบไม่รู้เลยว่าความภักดีอันมั่นคงของเขาจะถูกทดสอบในไม่ช้านี้ เมื่อศกุนตลาเรียกตัวเขาไปประชุมลับเพื่อหารือเกี่ยวกับปฏิบัติการลับ

ในช่วงบ่ายอันเป็นโชคชะตาวันหนึ่ง ศกุนตลาซึ่งซ่อนตัวอยู่ภายใต้เงาแห่งเจตนาอันชั่วร้าย ได้เรียกสุริยจีให้ไปปรากฏตัว ในการพบปะที่เงียบสงบครั้งนี้ เธอได้มอบหมายภารกิจลับให้เขา นั่นคือการคิดและดำเนินการตามแผนที่ขจัดอุปสรรคที่ขัดขวางการออกแบบอันซับซ้อนของเธอ น้ำเสียงของการพบปะลับๆ ครั้งนี้มีน้ำหนักถึงเจตนาอันเป็นลางร้าย เนื่องจากศกุนตลาซึ่งถูกจิตใจที่เต็มไปด้วยความสงสัยและความไม่พอใจ ชักจูงให้แสวงหาหุ้นส่วนร่วมมือในการแสวงหาอำนาจเหนือ

บรรยากาศในห้องเต็มไปด้วยความเร่งรีบอย่างบอกไม่ถูกเกี่ยวกับความปรารถนาของศกุนตลา ในขณะที่เธอบอกความคาดหวังของเธอและอธิบายแผนการให้คนรับใช้ที่ซื่อสัตย์ของเธอฟัง พระสุริยจีทรงทราบอุปนิสัยของนายหญิงเป็นอย่างดี จึงทรงรับเอาความจริงจังของงานที่ได้รับมอบหมายมา ความไว้วางใจที่ Shakuntala มีต่อ Suryaji สะท้อนออกมาจากประวัติศาสตร์ร่วมกันของพวกเขาซึ่งหยั่งรากลึกจากการให้บริการและความร่วมมืออย่างลับๆ หลายปี

การประชุมวางแผนกลยุทธ์เปิดฉากขึ้นเมื่อ Suryaji ผู้เป็นผู้ร่วมมือโดยเต็มใจ ได้เรียนรู้ถึงรายละเอียดเล็กๆ น้อยๆ ของแผนการของ Shakuntala รายละเอียดของปฏิบัติการลับนี้ถูกปกปิดไว้เป็นความลับ

สะท้อนให้เห็นถึงธรรมชาติที่ปกปิดไว้ของเจตนาโดยรวมของพวกเขา
พระศกุนตลาได้รับแรงบันดาลใจจากความคิดชั่วร้าย
และอาศัยไหวพริบและความภักดีของสุริยจีในการประสานงานเพื่อขจัดอุปสรรคที่มองเห็นในแผนการอันยิ่งใหญ่ของพระองค์

เมื่อม่านปิดลงของการพบปะลับๆ ครั้งนี้ Suryaji ก็จากไปพร้อมกับความมุ่งมั่นที่เพิ่มมากขึ้น พร้อมที่จะดำเนินการตามแผนอันคดโกงที่นายหญิงของเขาสร้างขึ้น
เงาของการสมรู้ร่วมคิดของพวกเขาทำให้เกิดความรู้สึกไม่ดีเกิดขึ้นภายในบ้านที่ครั้งหนึ่งเคยเงียบสงบ แต่บัดนี้กลับพัวพันกับแผนการสมคบคิดที่ซับซ้อน
โดยมีศกุนตลาและสุริยจีเป็นผู้นำในการรับมือกับพายุที่กำลังจะมาถึง บทต่างๆ ในเรื่องเล่าที่พวกเขาแบ่งปันได้ถูกเปิดเผย โดยสัญญาว่าจะเป็นเรื่องราวของความลับ การจัดการ และการแสวงหาอำนาจเหนือภายในขอบเขตบ้านของเซธ

พันธมิตรสมคบคิดระหว่างศกุนตลาและคนรับใช้ที่ไว้ใจของเธอคือสุริยจิ
พยายามหาโอกาสอันเหมาะสมในการเริ่มต้นแผนการชั่วร้ายของพวกเขา
ในขณะที่พวกเขากำลังสำรวจสถานการณ์ ทั้งคู่ก็รู้ว่าจะมีโอกาสได้ตั้งชื่อทารกในพิธีที่จะถึงนี้ เจ้าหน้าที่รักษาความปลอดภัย
ซึ่งโดยปกติแล้วได้รับมอบหมายให้ดูแลความปลอดภัยของเด็กและเฮเลน มาดาม ไม่ได้อยู่เป็นเวลาชั่วครู่ โดยได้รับคำสั่งจากหัวหน้าคณะผู้ดูแลให้ไปอยู่ที่อื่น ส่งผลให้คู่สามีภรรยาที่เปราะบางต้องอยู่ในที่ที่ปลอดภัยภายในบ้านชั่วขณะหนึ่ง

ศกุนตลาเห็นว่าเป็นโอกาสอันเหมาะสมที่จะปฏิบัติตามแผนการชั่วร้ายของเธอ
จึงจินตนาการว่าบรรยากาศวุ่นวายของพิธีตั้งชื่อจะเป็นข้ออ้างสำหรับแผนการชั่วร้ายของพวกเขา
โอกาสที่จะได้รับคนจากภายนอกจำนวนมาก ไม่ว่าจะเป็นแขก ผู้ตกแต่งภายในที่ได้รับการแต่งตั้งอย่างเป็นหมวดหมู่ และคนช่วยดูแลบ้านเพิ่มเติมจากภายนอก ดูเหมือนจะให้การอำพรางแผนการลักพาตัวที่คิดขึ้นอย่างพิถีพิถันได้อย่างสมบูรณ์แบบ
ในการคำนวณของเธอ การที่แม่ของทารก เฮเลน มาดาม อยู่ในบ้านอย่างปลอดภัย ดูเหมือนจะช่วยขจัดอุปสรรคใดๆ ที่จะขัดขวางแผนของพวกเขาได้

การวางแผนของพวกเขามุ่งเน้นไปที่การเฉลิมฉลองที่กำลังจะมาถึงซึ่งจัดโดย Shantai Madam และ Krishna
พวกเขาไม่รู้เลยว่าใยแมงมุมอันซับซ้อนที่พวกเขาทออยู่นี้อาจจะคลายออกได้เมื่อเผชิญกับสถานการณ์ที่ไม่คาดฝัน ทั้งคู่ยังคงไม่รู้สุภาษิตโบราณที่ว่า “มนุษย์เป็นผู้เสนอ และพระเจ้าเป็นผู้กำหนด”

ซึ่งเป็นเครื่องเตือนใจว่าแม้แต่แผนการที่วางไว้อย่างรอบคอบที่สุดก็อาจล้มเหลวได้จากแรงภายนอกที่อยู่นอกเหนือการควบคุมของมนุษย์

ในขณะที่คู่วางแผนมีความสุขกับความเปราะบางที่รับรู้ได้ของเหตุการณ์ที่ใกล้เข้ามา โชคชะตาก็มีแผนอื่น มือแห่งโชคชะตาที่มองไม่เห็นลอยอยู่เหนือพิธีกรรมที่ใกล้จะมาถึง เตรียมที่จะขัดขวางการกระทำที่คำนวณมาอย่างพิถีพิถันของศกุนตลาและสุริยจี โดยที่พวกเขาไม่รู้ว่าเหตุการณ์ต่างๆ กำลังจะเปลี่ยนแปลง ทำให้เกิดเหตุการณ์ที่ไม่คาดฝันขึ้นหลายครั้ง ซึ่งจะทดสอบความอดทนของแผนการชั่วร้ายของพวกเขา

พิธีตั้งชื่อที่เดิมทีคิดว่าเป็นช่วงเวลาที่เหมาะสมสำหรับการออกแบบที่ชั่วร้ายของพวกเขา ตอนนี้กลับกลายเป็นว่าอยู่ในภาวะที่ไม่แน่นอน การเต้นรำอันสลับซับซ้อนของโชคชะตาและสถานการณ์เกิดขึ้นอยู่เบื้องหลัง บดบังเจตนาอันชั่วร้ายที่ Shakuntala และผู้สมรู้ร่วมคิดอันชาญฉลาดของเธอซ่อนเอาไว้ ม่านแห่งความลับที่ปกคลุมแผนการของพวกเขาได้เปิดออกเมื่อเผชิญกับชะตากรรมที่ใกล้เข้ามา ด้วยการตระหนักรู้ว่าแผนการที่พวกเขาวางแผนไว้อย่างระมัดระวังนั้นอาจเผชิญกับความท้าทายที่ไม่คาดคิดที่อยู่นอกเหนือการควบคุมของพวกเขา

ในขณะที่เรื่องราวถูกเปิดเผย ตัวเอกของละครลึกลับนี้ยังคงไม่รู้ตัวถึงความวุ่นวายที่กำลังจะเกิดขึ้น บทต่อไปของเรื่องนี้สัญญาว่าจะเต็มไปด้วยการพลิกผันของเรื่องราว เมื่อแผนการของมนุษย์และการแทรกแซงของพระเจ้าเข้ามามีบทบาทในการปูทางสู่การชำระแค้นอันน่าตื่นเต้นภายในบ้านของเซธที่ครั้งหนึ่งเคยเงียบสงบ

16. "ความลับที่ถูกเปิดเผยและการระบุตัวผู้กระทำผิด"

วันดังกล่าวดำเนินไปอย่างคึกคักด้วยกิจกรรมต่างๆ มากมาย ซึ่งบ่งบอกถึงความสำคัญที่เป็นรูปธรรม จากการปรึกษาหารืออย่างพิถีพิถันกับทั้งสมาชิกครอบครัวที่น่านับถือและพระบัณฑิตที่เคารพนับถือ ได้มีการเลือกวันที่เป็นมงคลสำหรับพิธีตั้งชื่ออย่างรอบคอบ

คำเชิญที่แสดงถึงความอบอุ่นของความผูกพันในครอบครัวได้รับการจัดส่งอย่างรอบคอบไปยังบุคคลอันเป็นที่รักทุกคน ทำให้เกิดความคาดหวังในโอกาสอันเป็นมงคลนี้

พระกฤษณะทรงสนับสนุนการจัดเตรียมอย่างพิถีพิถันของ Mahadeo Mama ด้วยความทุ่มเทอย่างไม่ลดละและเต็มพระทัย

ความพยายามในการทำงานร่วมกันของพวกเขาปรากฏให้เห็นในการตกแต่งห้องจัดงานหลักอย่างพิถีพิถันโดยให้ความสำคัญกับรายละเอียดต่างๆ

มีการใช้บริการนักตกแต่งในพื้นที่เพื่อสร้างบรรยากาศที่สวยงาม

โดยเสริมด้วยการจัดที่นั่งอย่างพิถีพิถันเพื่อให้ทั้งสะดวกสบายและสง่างาม

ด้านการทำอาหารถือเป็นส่วนสำคัญของงานเฉลิมฉลอง ซึ่งถือได้ว่าเป็นเครื่องหมายแห่งความเป็นเลิศภายใต้การดูแลที่พิถีพิถันของพระกฤษณะ

การจัดเตรียมได้รับการจัดการอย่างสมบูรณ์แบบ โดยเชฟของร้านอาหารระดับห้าดาวที่มีชื่อเสียงแห่งหนึ่ง ทุกๆ รายละเอียด ตั้งแต่การเลือกอาหารจนถึงการนำเสนอ ล้วนดำเนินการด้วยความมุ่งมั่นที่จะปรุงอาหารให้สมบูรณ์แบบ

ช่วยเพิ่มระดับความประณีตให้กับงานเฉลิมฉลองที่กำลังจะมาถึง

เมื่อนาฬิกาใกล้จะถึงเวลา 11.00 น. ซึ่งเป็นเวลาที่กำหนดสำหรับพิธีมงคล บรรยากาศของความคาดหวังก็แพร่กระจายไปทั่ว

ห้องโถงหลักของบังกะโลซึ่งปัจจุบันเป็นสวรรค์อันหรูหรา เชิญชวนผู้ได้รับเชิญ

การปรากฏตัวของพวกเขาสื่อถึงการมาบรรจบกันของหัวใจและจิตใจ

สะท้อนถึงความสุขและความตื่นเต้นที่เกิดขึ้นในวันสำคัญยิ่งนี้

การรวมตัวของผู้ได้รับเชิญภายในบริเวณศักดิ์สิทธิ์ของห้องโถงหลักถือเป็นจุดสูงสุดของการรอคอยอย่างกระตือรือร้น

มิตรภาพได้รับการฟื้นคืนและความผูกพันในครอบครัวก็แข็งแกร่งขึ้นท่ามกลางสภาพแวดล้อมที่ตกแต่งอย่างงดงาม บรรยากาศเต็มไปด้วยการผสมผสานอย่างลงตัวระหว่างประเพณีและความทันสมัย

ซึ่งเป็นเครื่องพิสูจน์ถึงการวางแผนอย่างพิถีพิถันและความพยายามจากใจจริงที่เป็นพื้นฐานของการเตรียมงานในวันนั้น

ในสถานที่อันศักดิ์สิทธิ์นี้ การเริ่มต้นพิธีในเวลา 11.00 น. ได้เริ่มต้นขึ้นด้วยการเฉลิมฉลองอันไพเราะ สายตาของฝูงชนที่รวมตัวกันจ้องมองไปยังจุดศูนย์กลางซึ่งประเพณีและความรักในครอบครัวมาบรรจบกันเป็นซิมโฟนีแห่งอารมณ์
ทุกช่วงเวลาที่ผ่านไปล้วนสัญญาว่าจะสร้างความทรงจำอันน่าประทับใจที่คงอยู่ตลอดไป
และจะจารึกวันอันเป็นมงคลนี้ไว้อย่างไม่มีวันลืมเลือนในประวัติศาสตร์ของครอบครัว

แขกที่มาร่วมงานต่างพากันดื่มด่ำไปกับพิธีการที่จัดขึ้นเพื่อตั้งชื่อให้กับทารกชาย อย่างไรก็ตาม ท่ามกลางบรรยากาศที่รื่นเริง การสนทนาที่เงียบสงบยังคงแทรกซึมอยู่ในที่ชุมนุม ทำให้เกิดการคาดเดาเกี่ยวกับความสัมพันธ์ของทารกกับครอบครัวเซธผู้เป็นที่เคารพนับถือ เพื่อนๆ ของ Shakuntala ต่างเริ่มการสนทนาโดยเล่าเรื่องราวที่ได้ยินมาจาก Shaku เพื่อนของพวกเขา ซึ่งเป็นชื่อเล่นของบุคคลที่รู้จักกันว่ามีเจตนาไม่ดีนัก

ขณะที่เรื่องราวถูกเปิดเผยออกมาเป็นเสียงกระซิบ
ก็มีการเหน็บแนมว่าทารกแรกเกิดนั้นเป็นผลมาจากความสัมพันธ์อันน่าอื้อฉาวระหว่างเฮเลน ผู้เป็นแม่ และทายาทของตระกูลเซธอันทรงเกียรติ บรรยากาศที่ครั้งหนึ่งเคยเต็มไปด้วยความรื่นเริง ตอนนี้กลับเต็มไปด้วยการนินทาและพูดคุยกันอย่างลับๆ เพื่อนๆ อาจกลายมาเป็นสื่อกลางในการเล่าเรื่องราวที่คาดเดาโดยไม่ตั้งใจ
โดยส่งต่อจากหูหนึ่งไปยังหูหนึ่งราวกับเป็นความลับที่ไม่มีใครรู้

การกล่าวหาที่เป็นนัยแม้จะไม่ได้รับการยืนยัน แต่ก็แพร่กระจายไปทั่วทั้งกลุ่มคนที่รวมตัวกัน ก่อให้เกิดบรรยากาศของความตึงเครียดและความไม่แน่นอน เงาของความสงสัยและความสงสัยค่อยๆ ปรากฏขึ้นในใจของผู้ที่อยู่ที่นั่น ส่งผลให้โอกาสที่น่ายินดีนี้ดูหม่นหมองลง อากาศแตกพร่าด้วยความรู้สึกไม่สบายใจอย่างเห็นได้ชัดเมื่อข่าวซุบซิบแพร่กระจายไปทั่วในหมู่ผู้เข้าร่วมงาน

แม้ว่าจะมีข่าวลือร้ายกาจแพร่สะพัด แต่ความสนใจยังคงอยู่ที่พิธีที่กำลังดำเนินอยู่ พิธีกรรมการตั้งชื่อยังคงดำเนินต่อไป โดยไม่สนใจกระแสแอบแฝงของการคาดเดาที่ไหลอยู่ใต้พื้นผิว แขกต่างรู้สึกขัดแย้งระหว่างความปรารถนาที่จะเฉลิมฉลองกับความสงสัยในใจ
และพบว่าตนเองต้องเผชิญกับอารมณ์ที่ละเอียดอ่อนหลายอย่าง

พิธีกรรมทางศาสนาสำคัญที่กำลังจะมาถึงนี้เพิ่มความตื่นเต้นให้กับละครที่กำลังดำเนินไป
เหล่าแขกซึ่งตอนนี้ติดอยู่ในใยของความอยากรู้อยากเห็น มองไปที่ท่านหญิงซานไทด้วยความคาดหวัง

เป็นที่ชัดเจนว่าการแก้ปัญหาการคาดเดาเหล่านี้อยู่ในมือของเธอ เนื่องจากผู้อาวุโสของตระกูลถือครองกุญแจสำคัญที่จะเปิดเผยความจริงและสลายเงาที่ปกคลุมพิธีตั้งชื่อทารก

บรรยากาศในห้องโถงเต็มไปด้วยความอยากรู้และความกังวลร่วมกัน สายตาหันไปทางคุณหญิงชานไทรอคอยคำพูดของเธอด้วยใจจดใจจ่อ คำประกาศของผู้นำตระกูล ซึ่งทุกคนต่างเฝ้ารออย่างใจจดใจจ่อ มีแนวโน้มที่จะยืนยันหรือปราบปรามข่าวลือที่หยั่งรากลึกในกลุ่มได้

ขณะที่ท่านหญิงชานไทเตรียมที่จะกล่าวปราศรัยต่อที่ประชุม ก็มีช่วงเวลาแห่งความตื่นเต้นลอยอยู่ในอากาศ รถไฟเหาะแห่งอารมณ์อันเต็มไปด้วยความสุข ความสงสัย และความคาดหวังได้บรรลุถึงขีดสุด เมื่อแขกทุกคนกลั้นหายใจพร้อมๆ กัน โหยหาการแก้ปัญหาที่จะคลี่คลายความลึกลับที่ปกคลุมสายเลือดของทารกน้อยคนนี้

ในขณะนี้ ท่านหญิงชานไทมีรัศมีของความมีชีวิตชีวาและความสุข ใบหน้าของเธอประดับด้วยความสดชื่นที่ค้นพบใหม่ ผู้สังเกตที่เฉียบแหลมเริ่มสังเกตเห็นได้ว่าสุขภาพของเธอดีขึ้นอย่างเห็นได้ชัดนับตั้งแต่พระกฤษณะและหลานชายของเธอมาถึง

ความซับซ้อนที่รายล้อมการเปลี่ยนแปลงครั้งนี้มีเฉพาะพระกฤษณะและโมหินีเท่านั้นที่ทราบ ซึ่งประกอบเป็นบทที่แยกจากกันในเรื่องเล่าของครอบครัว แม้ว่าเฮเลนมาดามจะมีบทบาทสำคัญในละครครอบครัวเรื่องนี้ แต่เธอก็ยังคงปกปิดรายละเอียดต่างๆ เอาไว้ ซึ่งช่วยให้เหตุการณ์ที่เกิดขึ้นดูลึกลับมากขึ้น

แม้ว่าภายในวงครอบครัวจะมีความกลมเกลียวกันดี แต่บรรยากาศที่น่าวิตกกังวลยังคงปกคลุมไปทั่วบริเวณเนื่องมาจากข่าวลือที่จงใจสร้างขึ้นโดยศกุนตลาและพวกพ้องของเธอ

ความโกลาหลที่เกิดขึ้นในหมู่แขกกลายเป็นผลจากเสียงกระซิบที่คิดอย่างรอบคอบ ซึ่งเพิ่มความตึงเครียดให้กับสิ่งที่ควรจะเป็นโอกาสที่น่ายินดี การเผยแพร่ข้อคิดเห็นต่างๆ ที่เกิดขึ้นอย่างจัดเตรียมไว้ทำให้เกิดความสับสนในบรรยากาศการเฉลิมฉลอง และทิ้งร่องรอยที่ลบไม่ออกไว้ในความรู้สึกร่วมกันของผู้เข้าร่วมการประชุม

ในความวิตกกังวลที่เพิ่มมากขึ้น ท่านหญิงชานไทยืนอย่างสง่างามและยืนตรงใจกลางห้องโถง เธอเริ่มต้นการกล่าวสุนทรพจน์ด้วยน้ำเสียงที่แสดงถึงความมั่นคงและมั่นใจโดยถือไมโครโฟนไว้ในมือ ไมโครโฟนซึ่งเป็นตัวกลางสำหรับคำพูดของเธอ ช่วยเพิ่มความสำคัญของการประกาศที่ใกล้จะเกิดขึ้น และทำให้ฉากที่กำลังดำเนินไปดูเป็นทางการมากขึ้น

การแสดงออกอันสง่างามของ Shantai Madam ดึงดูดความสนใจของทุกคน และสร้างความสงบท่ามกลางพายุแห่งความไม่แน่นอน การที่เธอเลือกใช้เสียงที่คงที่โดยเจตนาช่วยสร้างความรู้สึกมีอำนาจและเป็นจุดสนใจที่แขกต่างๆ ให้ความสนใจ ห้องตกอยู่ในความเงียบสงัด เป็นเครื่องพิสูจน์ถึงความคาดหวังร่วมกันที่ลอยอยู่ในอากาศ

ด้วยความสามารถในการพูดอันไพเราะและพิถีพิถัน ท่านหญิงชานไทเริ่มคลี่คลายความคลุมเครือที่หยั่งรากลึกอยู่ในกลุ่มคนเหล่านี้ ถ้อยคำของเธอมีน้ำหนักน่าเชื่อถือ สามารถเจาะผ่านใยข่าวลือได้ด้วยคำบรรยายที่สัญญาว่าจะให้ความกระจ่างชัด ประโยคแต่ละประโยคที่เธอพูดออกมาเป็นเหมือนก้าวที่ค่อยเป็นค่อยไปในการสลายเงาที่บดบังโอกาสแห่งการเฉลิมฉลอง

แขกๆ ที่ติดอยู่ท่ามกลางการคาดเดาและความจริงที่ถาโถมเข้ามาฟังอย่างตั้งอกตั้งใจในขณะที่ Shantai Madam พยายามผลักดันเรื่องราวไปสู่การแก้ปัญหา ถ้อยคำที่ถูกเลือกสรรมาอย่างระมัดระวังสามารถสะท้อนพลังในการดับความสงสัยที่หมุนวนและฟื้นคืนความสงบเรียบร้อยกลับมาได้ ในคำประกาศอันมีจังหวะของเธอ ผู้เป็นแม่ได้ค่อยๆ นำทางผ่านพลวัตที่ซับซ้อนของครอบครัวอย่างละเอียดอ่อน ซึ่งเปิดเผยความจริงที่จะกำหนดเส้นทางของประวัติศาสตร์ร่วมกันของครอบครัวขึ้นใหม่

Shantai Madam ได้กล่าวปราศรัยต่อผู้ชุมนุมที่มารวมตัวกันอย่างโดดเด่น พร้อมทั้งต้อนรับผู้เข้าร่วมพิธีมงคลที่จัดขึ้นโดยตั้งใจครั้งนี้ทุกคนอย่างอบอุ่น โดยเป็นความพยายามร่วมกันของเธอเองและพระกฤษณะ ลูกชายของเธอ เธอเชิญชวนทุกคนให้จ้องมองไปที่ใบหน้าไร้เดียงสาและน่ารักของเด็กชาย โดยรับรองว่าเสน่ห์ของเขาจะต้องทำให้เกิดความรักทันที คุณหญิงชานไทเล่าถึงประสบการณ์ส่วนตัวของเธอ โดยบรรยายถึงช่วงเวลาอันแสนมหัศจรรย์ที่เธอเองก็ตกหลุมรักเด็กน้อยเช่นกัน เธอได้รับทราบถึงความสงสัยที่ยังคงอยู่ในใจของแขกและเสนอตัวที่จะขจัดความไม่แน่นอนใดๆ ออกไปอย่างสง่างาม

ด้วยท่าทางที่นิ่งสงบ ท่านหญิงชานไทเริ่มคลี่คลายเรื่องราวเบื้องหลังของจิตวิญญาณที่มีเสน่ห์ในหมู่พวกเขา เธอเล่าถึงวันหนึ่งที่พระกฤษณะ ลูกชายของเธอเดินทางกลับจากอเมริกา โดยมีเด็กชายผู้บริสุทธิ์เดินทางมาพร้อมกับเธอ เธอแสดงความรู้สึกลึกซึ้งอย่างตรงไปตรงมา

โดยรู้สึกถึงความเชื่อมโยงทางจิตวิญญาณ
ราวกับว่าสามีผู้ล่วงลับของเธอได้กลับมาเกิดใหม่ในร่างของเด็ก
ขณะที่พระกฤษณะชี้แจงว่าเด็กชายกำลังไปหาที่พักพิงและเป็นลูกชายของแม่
นางชานไทกลับเลือกที่จะยอมรับเขาเป็นหลานชายของเธอ
เธออธิบายว่าการตัดสินใจครั้งนี้เป็นแรงผลักดันในการจัดพิธีตั้งชื่อ
ซึ่งเป็นท่าทีตอบรับและการเฉลิมฉลองร่วมกับแขกที่มาร่วมงานและพระกฤษณะ ลูกชายที่รักของเธอ

นางชานไทแสดงความขอบคุณสำหรับการสนับสนุนของผู้ที่เข้าร่วม
และขอให้ทุกคนแสดงความรักและความเอาใจใส่ต่อทารกน้อย
ซึ่งจะได้รับการตั้งชื่ออย่างเป็นทางการในที่ที่พวกเขาอยู่ด้วย
ถ้อยคำของเธอที่เต็มไปด้วยความจริงใจและอารมณ์สะท้อนถึงความรักและการยอมรับจากครอบครัว
ผู้ที่มารวมตัวกันซึ่งรับทราบการเปิดเผยจากใจจริงของเธอ ตอบสนองด้วยการปรบมืออย่างยินดี
ซึ่งเป็นการแสดงออกถึงความเห็นชอบและความเข้าใจร่วมกัน

ด้วยคำพูดที่ไพเราะและเด็ดขาดของเธอ Shantai Madam ได้วางรากฐานสำหรับฟังก์ชันหลัก
และเปิดศักราชการเปลี่ยนแปลงครั้งสำคัญของเรื่องเล่าของครอบครัว
อากาศเต็มไปด้วยความรู้สึกถึงจุดมุ่งหมายและความเข้าใจใหม่ๆ ขณะที่เมฆแห่งความไม่แน่นอนค่อยๆ จางลง กิจกรรมซึ่งจัดขึ้นภายใต้แสงแห่งการยอมรับอันสดใส สัญญาว่าจะเป็นการเฉลิมฉลองความรัก ความผูกพันในครอบครัว และจิตวิญญาณแห่งความเครือญาติที่เข้มแข็ง

เมื่อเสียงปรบมือเงียบลง การดำเนินการอันเป็นพิธีกรรมก็เริ่มต้นขึ้น
โดยแต่ละช่วงเวลาเต็มไปด้วยความชัดเจนที่เพิ่งค้นพบและความรู้สึกสะท้อนใจ
บรรยากาศที่ครั้งหนึ่งเคยเต็มไปด้วยเสียงกระซิบที่คาดเดาไม่ได้
ตอนนี้กลับคึกคักไปด้วยความมุ่งมั่นร่วมกันที่จะร่วมเฉลิมฉลองพิธีกรรมอันรื่นเริงและให้เกียรติวิญญาณบริสุทธิ์ที่เป็นหัวใจของพิธีทั้งหมด

ท่ามกลางการเฉลิมฉลองอันเป็นมงคล
ละครอีกเรื่องหนึ่งก็ฉายเงาลงมาบนฉากหลังของความสุขและการเฉลิมฉลอง จุดสนใจหลักเปลี่ยนไปที่ Shakuntala Mami ซึ่งพบว่าตัวเองได้พบกับตัวละครลึกลับที่สวมชุดพ่อครัว Suryaji นั้นมีท่าทีคุ้นเคยและนำเสนอเขาในฐานะผู้ร่วมงานและผู้สมรู้ร่วมคิดในการทำกิจกรรมลับ
โดยประวัติศาสตร์ร่วมกันของพวกเขาถูกปกปิดไว้ภายใต้ความมืดมิดของความผิดที่ยังไม่ได้เปิดเผย
“เขาเป็นหุ้นส่วนที่เชื่อถือได้ของฉัน ซึ่งจะสนับสนุนเราในการลักพาตัวหญิงสาวและเด็กทารกคนนั้น”
“ชื่อของเขาคือ บาบาจี” สุรยจีประกาศ โดยที่คำพูดของเขายังคงค้างอยู่ในอากาศอย่างน่ากลัว สายตาของศกุนตลาจ้องไปที่บาบาจี ความอยากรู้ของเธอเต็มไปด้วยความสงสัย ทำให้เธอต้องถามว่า

"เขาคู่ควรหรือเปล่า" Suryaji ตอบรับด้วยการยืนยันโดยปริยายโดยพยักหน้า เป็นการตอกย้ำความร่วมมือที่จะกำหนดทิศทางเหตุการณ์ที่กำลังดำเนินไป

ในขณะที่ทั้งสามเดินเข้าไปข้างในและเดินผ่านทางเดินที่ซับซ้อนไปยังห้องครัว ศกุนตลาก็ไม่สามารถสลัดความรู้สึกสับสนที่เกาะติดตัวเธอออกไปได้ ในการพยายามอย่างรีบร้อนที่จะแยกตัวจากความชั่วร้ายที่ใกล้เข้ามา เธอได้รีบเร่งไปที่ห้องโถงหลักซึ่งเป็นศูนย์กลางของการแสดงเฉลิมฉลอง ทุกครั้งที่ก้าวไป เธอพยายามหลบเลี่ยงท่ามกลางฝูงชนที่คึกคัก โดยปรารถนาที่จะสร้างภาพลักษณ์ของการมีส่วนร่วมอย่างยินดี มากกว่าจะพัวพันกับแผนการชั่วร้ายที่พร้อมจะคลี่คลาย

หัวใจของศกุนตลาที่เต็มไปด้วยอารมณ์ที่ขัดแย้งพยายามปรับความเข้าใจระหว่างบรรยากาศแห่งการเฉลิมฉลองและกระแสลึกลับอันน่ากลัวที่แพร่กระจายไปทั่วที่ชุมนุม ความปรารถนาของเธอที่จะตัดขาดจากอาชญากรรมที่ใกล้เข้ามานั้นสะท้อนออกมาด้วยน้ำเสียงที่สะเทือนอารมณ์ เป็นคำร้องขอการไถ่บาปแบบเงียบๆ ท่ามกลางเสียงโห่ร้องแห่งความปีติยินดี ความรู้สึกเร่งด่วนเข้าครอบงำเธอขณะที่เธอเดินหน้าฝ่าความวุ่นวายของงานเฉลิมฉลอง ความขัดแย้งภายในปรากฏชัดบนใบหน้าของเธอ

ในห้องโถงหลักที่ประดับประดาด้วยเครื่องประดับอันงดงาม พระศกุนตลาทรงพยายามที่จะดื่มด่ำไปกับงานเฉลิมฉลอง ความพยายามของเธอในการสร้างบรรยากาศรื่นเริงถูกขัดจังหวะด้วยการเหลือบมองไปยังทางเข้าอย่างแวบเดียว ซึ่งเป็นความปรารถนาอย่างจิตใต้สำนึกที่จะพักจากความมืดมิดที่ใกล้เข้ามา การปะทะกันระหว่างการเฉลิมฉลองและความวิตกกังวลภายในจิตวิญญาณของเธอก่อให้เกิดซิมโฟนีอันกินใจซึ่งสะท้อนไปทั่วทุกหนแห่งแห่งตัวตนของเธอ

เมื่อเวลาล่วงเลยไป ศกุนตลาพบความสงบในท่ามกลางผู้คนที่หวังดี โดยปกปิดความวุ่นวายภายในไว้ภายใต้ความร่าเริง ความยิ่งใหญ่ของโอกาสนี้แตกต่างอย่างสิ้นเชิงจากการวางแผนลับๆ ที่เกิดขึ้นในเงามืด เป็นเครื่องเตือนใจอย่างชัดเจนถึงความสมดุลที่เปราะบางระหว่างความสุขและโศกนาฏกรรมที่กำลังใกล้เข้ามา อย่างไรก็ตาม โน้ตแห่งความสุขของงานเฉลิมฉลองไม่สามารถกลบความไม่สงบที่ยังคงอยู่ในใจของศกุนตลาได้ ซึ่งถือเป็นการเริ่มต้นที่น่ากังวลก่อนพายุที่กำลังจะมาถึง

คำขออันเคร่งขรึมดังก้องไปในอากาศ ขณะที่พระปัณฑิตจีผู้เป็นที่เคารพนับถือถูกเรียกให้ไปยืนตรงกลางเวที

เพื่อเป็นการเฉลิมฉลองการเริ่มต้นพิธีตั้งชื่อที่สำคัญสำหรับทารกชาย คำวิงวอนจากชานไทนั้นสะท้อนออกมาเป็นคำสั่ง เป็นคำสั่งที่ไม่ได้พูดออกมาซึ่งกระตุ้นความรู้สึกเคารพและหน้าที่ Panditji ผู้เป็นผู้ดูแลพิธีกรรมศักดิ์สิทธิ์ที่เคารพนับถือ ได้ริเริ่มการดำเนินการด้วยเสียงสะท้อนของบทกวีที่คัดเลือกมาอย่างพิถีพิถัน ซึ่งสร้างบรรยากาศแห่งความศักดิ์สิทธิ์ให้กับผู้ที่มารวมตัวกัน

เพื่อตอบรับการเรียกของบาทหลวง หญิงสาวที่แต่งงานแล้วทั้ง 5 คนก็เดินออกมาจากที่ชุมนุม โดยก้าวเดินอย่างสง่างามและมุ่งมั่น พร้อมที่จะร่วมพิธีกรรมศักดิ์สิทธิ์ เพื่อแสดงให้เห็นถึงการประสานงานที่ชาญฉลาด Panditji จึงหันไปหาคุณหญิง Mohini และเชิญชวนเธออย่างสุภาพให้รับบทบาทป้าของเด็กชายทารก หลังจากนั้นจึงได้สอบถามอย่างอ่อนโยน เพื่อหาชื่อที่เธอจินตนาการไว้ให้กับเด็กคนนั้น โมหินี ได้รับการชี้นำจากการกระตุ้นเตือนอย่างนุ่มนวลของชานไต และได้เปิดเผยมรดกอันล้ำค่าที่มอบให้แก่ครอบครัว ชื่อ 'อาทิตย์' ที่กระซิบด้วยความเคารพ สะท้อนถึงความปรารถนาที่ยังไม่สมหวังของปู่ ซึ่งมอบให้กับเอลิซาเบธ มาดาม ในระหว่างการสนทนาอันกินใจ ปู่ได้แสดงความปรารถนาว่าหลานชายของเขาควรมีชื่อว่า "อาทิตย์" และโมหินีก็ปฏิบัติตามสัญญาศักดิ์สิทธิ์นี้อย่างเคร่งครัด

ในการแสดงความเคารพอย่างเป็นทางการ ปัณฑิตจีได้แสดงความยอมรับต่อสตรีที่ถูกเลือกให้ปฏิบัติหน้าที่ในพิธีกรรม พร้อมทั้งบอกชื่อที่ไม่นานก็จะก้องสะท้อนไปทั่วห้องโถงศักดิ์สิทธิ์ให้พวกเธอทราบ บรรยากาศเต็มไปด้วยความคาดหวัง เมื่อบาทหลวงผสมผสานประเพณีและธรรมเนียมร่วมสมัยได้อย่างลงตัว การขับร้องทำนองเพลงพื้นบ้านเพื่อพิธีตั้งชื่อทำให้ผู้เข้าร่วมงานรู้สึกซาบซึ้งและสะท้อนถึงความรู้สึกของคนหลายชั่วอายุคนในอดีตและปัจจุบัน

เสียงร้องเพลงพิธีกรรมที่ดังขึ้นเรื่อยๆ สิ้นสุดลงด้วยการประกาศชื่อผู้ได้รับเลือกอย่างมีชัยชนะ คำว่า "อาทิตย์" ได้รับการประกาศด้วยความชัดเจนและก้องกังวาน ดังก้องไปทั่วทั้งที่ประชุม ทำให้เกิดเสียงปรบมือและความปีติยินดี ทารกแรกเกิดที่ได้รับการทำพิธีรับศีลจุ่มด้วยชื่อที่สืบทอดมาจากบรรพบุรุษในครอบครัว กลายเป็นแสงแห่งความหวังและความต่อเนื่องของครอบครัวเซธที่น่าเคารพ ความเห็นชอบร่วมกันซึ่งแสดงออกมาในรูปของเสียงปรบมือที่ดังกึกก้องเป็นพยานถึงการผสมผสานอย่

างกลมกลืนระหว่างประเพณีและความสุขร่วมสมัย ซึ่งถือเป็นการเริ่มต้นของ 'อาทิตย์' สู่สายตระกูลอันทรงเกียรติ

เมื่อพิธีการทางพิธีกรรมเสร็จสิ้นลง บรรยากาศก็เปลี่ยนไปและเข้าสู่งานเลี้ยงฉลอง พื้นที่รับประทานอาหารตกแต่งและเตรียมพร้อมเพื่อโอกาสอันน่ายินดี รอคอยการมาถึงของกลุ่มคริสตจักร ความสุขร่วมกันของครอบครัวและเพื่อนฝูงที่มารวมตัวกันสะท้อนให้เห็นถึงงานเลี้ยงอันหรูหราที่กำลังรอคอยอยู่ ซึ่งเป็นสัญลักษณ์ของการผสมผสานอย่างกลมกลืนระหว่างประเพณี ความรักและคำสัญญาแห่งอนาคตที่สดใสของ "Aditya" Seth ที่เพิ่งได้รับชื่อใหม่

ท่ามกลางการเฉลิมฉลองที่รื่นเริงที่โอบล้อมผู้คนที่มาร่วมงานนี้ กระแสแห่งความอาฆาตแค้นที่ซ่อนอยู่ก็ค่อยๆ ก่อตัวขึ้นในเงามืด ขณะที่ Suryaji และ Babaji พยายามดำเนินการตามแผนลักพาตัวอันชั่วร้ายของตนอย่างลับๆ โดยที่ผู้เข้าร่วมงานที่เฉลิมฉลองอย่างมีความสุขไม่รู้ว่ามีแผนการร้ายกาจเกิดขึ้นที่บริเวณรอบนอก ซึ่งคุกคามที่จะทำลายความกลมกลืนของโอกาสที่น่ายินดีนี้

ในความสนุกสนานดังกล่าว อาทิตย์วัยหนุ่มซึ่งเป็นศูนย์กลางของงานเฉลิมฉลองโดยไม่รู้ตัว กลับรู้สึกเหนื่อยล้ากับพิธีกรรมที่ไม่เคยเกิดขึ้นมาก่อน การสูญเสียจิตวิญญาณอันอ่อนโยนของเขาแสดงออกมาในรูปของเสียงร้องต่อต้านอย่างต่อเนื่อง ซึ่งเป็นการวิงวอนอย่างเจ็บปวดเพื่อให้พ้นจากการแสดงที่ท่วมท้นนี้ ในที่สุดทารกก็อ่อนล้าและยอมจำนนต่อการนอนหลับอันแสนหวาน ช่วยให้เขาได้รับการพักผ่อนจากพิธีกรรมที่บังคับให้เขาทำชั่วชั่วคราว

ด้วยการอนุมัติโดยปริยายของ Panditji และ Shantai เฮเลนมาดามตระหนักถึงความจำเป็นในการสงบและความสะดวกสบายของ Aditya ที่กำลังหลับใหล จึงขออนุญาตนำทารกที่กำลังง่วงนอนไปยังสถานที่ศักดิ์สิทธิ์ที่มีเครื่องปรับอากาศที่จัดไว้สำหรับเธอ เจตนาของเธอขยายออกไปไกลเกินกว่าความสงบของทารก เพราะเธอปรารถนาที่จะได้พักผ่อนสั้นๆ เป็นโอกาสที่จะฟื้นฟูและรีเฟรชตัวเองท่ามกลางความเงียบสงบของพื้นที่ส่วนตัวของเธอ

การจากไปของเฮเลน มาดามและอาทิตย์ที่หลับใหลอย่างสงบจากโถงหลักถือเป็นช่วงเวลาพักสั้นๆ จากความสนุกสนานที่รื่นเริง การเดินทางไปยังที่พักปรับอากาศเริ่มต้นด้วยก้าวที่วัดได้ แต่ละก้าวเต็มไปด้วยความเข้าใจอย่างลึกซึ้งถึงความจำเป็นของความสงบท่ามกลางความวุ่นวาย ความสุขที่เกิดขึ้นรอบๆ ตัวที่รวมตัวอยู่นั้นแตกต่างกันอย่างสิ้นเชิงกับกิจกรรมลับๆ ของ Suryaji และ Babaji ที่ผู้ร่วมงานที่ไม่สงสัยไม่ทราบ

การเปลี่ยนผ่านจากบรรยากาศการเฉลิมฉลองไปสู่ความเงียบสงบของห้องนอนที่กำหนดให้วาดภาพที่น่าเศร้าใจ เฮเลน มาดามอุ้มอดิตยาที่กำลังนอนหลับด้วยความอ่อนโยนแบบมารดา การกระทำของเธอเกิดจากความห่วงใยอย่างแท้จริงต่อความเป็นอยู่ของทารก ความเงียบสงบอันศักดิ์สิทธิ์ในห้องปรับอากาศได้กลายมาเป็นสถานที่ศักดิ์สิทธิ์ ปกป้องแม่และลูกจากเสียงอึกทึกของความสนุกสนานที่กำลังดำเนินอยู่

เมื่อประตูปิดลง บรรยากาศอันเงียบสงบภายในห้องก็ดูตัดกันอย่างชัดเจนกับงานเฉลิมฉลองที่กำลังดำเนินอยู่ เฮเลน มาดาม วางอทิตยาลงจากเตียงด้วยสัมผัสอันอ่อนโยน เพื่อสร้างบรรยากาศอันเงียบสงบที่สะท้อนถึงความฝันอันสงบสุขของทารกน้อย ห้องนั้นได้กลายเป็นสถานที่ปลอดภัย เป็นรังไหมแห่งความสงบที่โลกภายนอกค่อยๆ เงียบลงเหลือเพียงเสียงพึมพำที่อยู่ห่างไกล

ในช่วงพักนี้ ขณะที่เฮเลน มาดามกำลังพักผ่อนชั่วขณะ งานเฉลิมฉลองก็ดำเนินต่อไปอย่างไม่หยุดยั้งแม้จะอยู่นอกบริเวณห้องอันห่างไกล ผู้ร่วมพิธีที่ไม่ทันระวังตัวต่างสนุกสนานกับความสุขในพิธีตั้งชื่อ โดยไม่รู้เลยว่ามีการวางแผนชั่วร้ายขึ้นเรื่อยๆ ในเบื้องหลัง การพักผ่อนในห้องนอนปรับอากาศ แม้จะสั้น แต่ก็เป็นเหมือนช่วงหยุดนิ่งที่น่าสะเทือนใจท่ามกลางบรรยากาศแห่งการเฉลิมฉลองและความสับสนวุ่นวายที่กำลังดำเนินอยู่

ในขณะที่เฮเลนมาดามเดินเข้าไปใกล้ห้องนอนที่เธอจัดไว้โดยไม่รู้เลยว่าจะต้องพบกับการทดสอบที่ใกล้เข้ามา ผู้บุกรุกที่ไม่มีใครคาดคิดก็โผล่ออกมาจากเงามืด โดยสวมหน้ากากสีดำอันน่ากลัวและปกปิดตัวตนเอาไว้ การเผชิญหน้าอย่างกะทันหันสร้างบรรยากาศที่สงบสุขให้หดหู่ใจ ขณะที่ผู้ร้ายลึกลับจับตัวเฮเลนมาดามอย่างแน่นหนา ทันใดนั้น ผ้าเช็ดหน้าซึ่งเปียกด้วยคลอโรฟอร์มก็ถูกกดลงบนจมูกอันบอบบางของเธอ ไอระเหยอันน่าหายใจไม่ออกก็มีผลทันทีอย่างไม่ปรานี ภายใต้เงื้อมมือของผู้บุกรุกที่ชั่วร้ายนี้ เฮเลน มาดาม ซึ่งครั้งหนึ่งเคยมีความยืดหยุ่น ได้ ก็ยอมจำนนต่ออิทธิพลอันรุนแรงของคลอโรฟอร์มที่ทำให้ไม่สามารถทำอะไรได้ และล้มลงในอ้อมแขนของผู้จู่โจมเธอ

ละครที่เกิดขึ้นไม่อาจรอดพ้นสายตาที่เฝ้าระวังของ Suryaji ผู้สมรู้ร่วมคิดเงียบๆ ในแผนการชั่วร้ายนี้ ในฉากที่น่าสะพรึงกลัว เขาได้ร่วมมือกับผู้บุกรุกที่สวมหน้ากาก

โดยเจตนาอันชั่วร้ายของพวกเขามุ่งเป้าไปที่เหยื่อผู้ไม่คาดคิด
ขณะที่เถาวัลย์แห่งการหมดสติที่เกิดจากคลอโรฟอร์มรัดแน่นเข้าที่เฮเลน มาดาม
สุรยจีก็หันความสนใจไปที่อาทิตย์ผู้บริสุทธิ์ซึ่งนอนหลับอย่างสงบ
รอยยิ้มอันเลื่อนลอยปรากฏบนใบหน้าของเด็กชายโดยไม่รู้ถึงแผนการร้ายกาจที่กำลังเกิดขึ้นในห้องมืด
ๆ

ภายใต้การควบคุมของผู้บุกรุกที่สวมหน้ากาก เฮเลน มาดาม นอนหมดสติ
ซึ่งแตกต่างอย่างสิ้นเชิงกับความสงบสุขที่โอบล้อมเธอในช่วงเวลาก่อนหน้านี้
ห้องที่เคยเป็นที่พักพิงแห่งความสงบสุข ปัจจุบันกลายเป็นพยานของการกระทำอันชั่วร้ายที่มีเจตนาไม่ดี
อาทิตยาไม่รู้ตัวเลยว่าความมืดมิดกำลังคืบคลานเข้ามา
แต่กลับยิ้มในความไร้เดียงสาของความฝันของเขา
ซึ่งนับเป็นการเสียดสีอย่างโหดร้ายเมื่อเทียบกับพลังชั่วร้ายที่กำลังเล่นงานเขาอยู่

ขณะที่ Suryaji จับ Aditya ผู้บริสุทธิ์ไว้ด้วยมือทั้งสอง
ความขัดแย้งที่ลึกซึ้งก็ปรากฏให้เห็นระหว่างความบริสุทธิ์ของความฝันของเด็กและความอาฆาตพยาบา
ทของผู้กระทำความผิด โชคชะตาที่ปกปิดไว้ภายใต้หน้ากากของเด็กไร้เดียงสา
ดูเหมือนจะล้อเลียนการกระทำอันเลวร้ายที่ได้กระทำลงไป
ความขัดแย้งระหว่างรอยยิ้มอันน่ารักบนใบหน้าของ Aditya
และการกระทำอันชั่วร้ายที่เกิดขึ้นสร้างความขัดแย้งที่น่าวิตกกังวล
ซึ่งเป็นการปะทะกันระหว่างความบริสุทธิ์และความอาฆาตพยาบาทในละครที่กำลังเปิดเผย

ห้องที่เคยเป็นสวรรค์แห่งความสงบสุข
แต่ปัจจุบันกลับกลายเป็นพยานของการทำลายความสงบสุขในครอบครัว เฮเลน มาดาม
เหยื่อผู้ไม่ทันระวังตัว นอนอยู่ในอาการมึนงงไม่รู้สึกตัว เป็นภาพที่น่าสะเทือนใจของความเปราะบาง
ประสิทธิภาพที่น่าสะพรึงกลัวที่ผู้บุกรุกดำเนินการตามแผนของพวกเขาถือเป็นสิ่งที่ตรงกันข้ามกับความ
สนุกสนานที่ไม่คาดคิดซึ่งสะท้อนออกไปนอกขอบเขตของห้อง
อากาศที่อบอวลไปด้วยกลิ่นฉุนของคลอโรฟอร์ม เต็มไปด้วยความทรยศและความไว้วางใจที่พังทลาย

ขณะที่การกระทำอันชั่วร้ายดำเนินไป โชคชะตาซึ่งเป็นพลังที่จับต้องไม่ได้ซึ่งควบคุมเหตุการณ์ต่างๆ
ดูเหมือนจะหัวเราะเยาะเจตนาที่ผิดพลาดของผู้ที่พยายามที่จะทำลายการไหลตามธรรมชาติของชีวิต
ความบริสุทธิ์ที่ซ่อนเร้นอยู่ในห้วงนิทราอันสงบของอาทิตย์
ท่ามกลางฉากหลังอันน่าสะเทือนใจของการทรยศหักหลังและการลวงหลอก

ทำหน้าที่เป็นเครื่องเตือนใจอันเจ็บปวดว่าแม้จะเผชิญกับความมืดมิด โชคชะตาก็มักจะจัดให้มีเสียงหัวเราะสุดท้ายที่คาดเดาไม่ได้

จู่ๆ สุภาพบุรุษชาวอังกฤษร่างกำยำกลุ่มหนึ่ง ซึ่งนำโดยหัวหน้าทรัสตี ก็เดินเข้าไปในโถงหลักอย่างพร้อมเพรียง การประชุมที่น่าเกรงขามนี้ ซึ่งประกอบด้วยเจ้าหน้าที่รักษาความปลอดภัยที่เคยมาประจำการที่นี่ ได้รับการต้อนรับอย่างอบอุ่นจากพระกฤษณะและพระมหาเทวะมาม่า ความคุ้นเคยที่แบ่งปันกันระหว่างเจ้าของบ้านและทีมรักษาความปลอดภัยสะท้อนให้เห็นถึงประวัติของการมีปฏิสัมพันธ์อันเป็นมิตรภายในบริเวณที่พักอาศัย ตอนนี้สุภาพบุรุษกลับมารวมกันที่พื้นที่เดิมแล้ว และได้รับการพาไปยังบริเวณนั่งเล่นที่จัดไว้ โดยที่กฤษณะได้เริ่มต้นบทสนทนาที่เป็นกันเองกับพวกเขา กฤษณะแสดงความขอบคุณสำหรับความสุภาพที่แจ้งไว้ล่วงหน้าและแสดงการต้อนรับด้วยคำพูดที่เป็นมิตร "ยินดีต้อนรับครับท่าน" เราชื่นชมการสื่อสารที่ใส่ใจของคุณเกี่ยวกับการเยี่ยมชมของคุณอย่างยิ่ง ฉันหวังว่าคุณคงพักผ่อนได้อย่างสบายใจ ไม่มีอาการเจ็ตแล็กใดๆ หลงเหลืออยู่เลย" เขากล่าวอย่างอบอุ่น
หัวหน้าทรัสตีมีความเคารพนับถือและตอบรับอย่างดีโดยรับรองกับพระกฤษณะว่าการมาเยือนครั้งนี้เป็นหน้าที่อันทรงเกียรติและเป็นแหล่งที่มาของความภาคภูมิใจ เขาได้เปิดเผยถึงความเร่งด่วนของภารกิจของพวกเขา โดยอธิบายถึงการเดินทางไปยังเดลีในเที่ยวบินตอนเย็นเพื่อปฏิบัติภารกิจอย่างเป็นทางการ ตามด้วยการออกเดินทางออกจากอินเดียในเร็วๆ นี้หลังจากการประชุมที่สำคัญกับปลัดกระทรวง

การสนทนาดำเนินไปโดยมีบรรยากาศของความเป็นกันเองอย่างเป็นทางการ สลับกับความรู้สึกของหัวหน้าทรัสตีถึงหน้าที่และความมุ่งมั่นที่มีต่อภารกิจที่จำกัดเวลา มิตรภาพที่เกิดขึ้นระหว่างกฤษณะและเจ้าหน้าที่รักษาความปลอดภัยแสดงให้เห็นถึงความผูกพันที่ถูกสร้างขึ้นจากการพบปะกันครั้งก่อนๆ ซึ่งเป็นความเข้าใจที่เหนือกว่าแค่ความคุ้นเคยทางอาชีพเพียงอย่างเดียว ในขณะที่การสนทนาดำเนินไป หัวหน้าทรัสตีได้เปิดเผยจุดประสงค์หลักของการเยือนครั้งนี้ นั่นก็คือ การขอให้เฮเลน มาดาม และทารกน้อย ซึ่งหมายถึงอาทิตย์ผู้เปราะบาง เข้าร่วมการประชุมที่จะเกิดขึ้นในเร็วๆ นี้

เมื่อรับทราบถึงข้อจำกัดด้านเวลา หัวหน้าทรัสตีได้ถ่ายทอดถึงธรรมชาติที่จำเป็นของภารกิจของเขา โดยเน้นย้ำถึงช่วงเวลาสั้นๆ ที่มีอยู่ก่อนเที่ยวบินตามกำหนดการ แม้ว่าเจ้าหน้าที่รักษาความปลอดภัยจะเกษียณจากหน้าที่แล้ว แต่พวกเขาก็ยินยอมตามคำขอของพระกฤษณะด้วยความเต็มใจ

โดยยังคงมีความสำนึกในหน้าที่อยู่ภายใน
สถานการณ์ที่เกิดขึ้นนี้เป็นเครื่องพิสูจน์ถึงปฏิสัมพันธ์ที่ซับซ้อนระหว่างภาระหน้าที่ในอาชีพ
การเชื่อมต่อในอดีต
และความไม่แน่นอนของความสัมพันธ์ภายในกรอบของสถานที่ศักดิ์สิทธิ์ในครอบครัว

การจัดสถานที่อย่างเป็นทางการของห้องโถงหลัก
ซึ่งครั้งหนึ่งเคยเป็นเวทีสำหรับงานเฉลิมฉลองและโอกาสอันน่ายินดี
ขณะนี้ได้เห็นการมาถึงของผู้พิทักษ์ที่ได้รับการฝึกฝนเหล่านี้
ซึ่งพยายามรักษาสมดุลอันละเอียดอ่อนระหว่างหน้าที่และความจริงใจ การจากไปในเร็วๆ นี้
ซึ่งเน้นย้ำด้วยการที่ Chief Trusty เปิดเผยถึงกำหนดการที่แน่น
ทำให้ฉากที่กำลังดำเนินไปมีความเร่งด่วนมากขึ้น ในทางเดินอันเงียบสงบของที่พักอาศัย
การเปลี่ยนผ่านจากความรื่นเริงแห่งเทศกาลไปสู่ภารกิจที่มีจุดมุ่งหมายได้ถูกเปิดเผย
ซึ่งสื่อถึงความซับซ้อนที่ทออยู่ในโครงสร้างของพื้นที่ครอบครัวและจุดตัดที่ไม่คาดคิดระหว่างอดีตและปัจจุบัน

เจ้าหน้าที่รักษาความปลอดภัยที่ชำนาญและมากประสบการณ์ซึ่งเชี่ยวชาญในรูปแบบที่ซับซ้อนของที่พักอาศัยเนื่องจากเคยทำงานที่นั่นมาก่อน สามารถเดินไปมาในทางเดินที่คุ้นเคยได้อย่างคล่องแคล่ว ความรู้ที่พวกเขาได้รับร่วมกันระหว่างภารกิจครั้งก่อนได้ช่วยให้พวกเขาไปยังห้องที่กำหนดไว้โดยไม่ผิดพลาด ซึ่งพวกเขาคาดว่าจะได้พบกับเฮเลนและทารกที่เปราะบาง อย่างไรก็ตาม เมื่อพวกเขาเข้าใกล้ ก็มีการเปิดเผยบางอย่างที่ไม่คาดคิดเกิดขึ้น – ห้องนั้นว่างเปล่าอย่างน่าขนลุก ไม่มีผู้เข้าพักตามที่คาดไว้ ความเงียบที่น่าวิตกกังวลแผ่ลอยอยู่ในอากาศ มีเพียงกลิ่นคลอโรฟอร์มที่ยังคงหลงเหลืออยู่จางๆ แต่ชัดเจน

การพัฒนาที่ไม่คาดคิดนี้ไม่ได้หลุดลอยไปจากความรู้สึกอันเฉียบแหลมของเจ้าหน้าที่รักษาความปลอดภัยที่ผ่านการฝึกอบรม การรับรู้กลิ่นอันเฉียบแหลมซึ่งได้รับการฝึกฝนอย่างเข้มข้นเป็นเวลาหลายปี
สามารถตรวจจับกลิ่นที่ยังคงหลงเหลืออยู่ของสารที่ทำให้ไร้ความสามารถได้
ความรู้สึกลางร้ายเข้ามาครอบงำพวกเขา – เหตุการณ์สำคัญที่เกิดขึ้น
ถูกบดบังด้วยกลิ่นหอมที่อบอวลอยู่ในห้อง
เจ้าหน้าที่เริ่มรู้สึกเร่งด่วนเมื่อเข้าใจถึงความร้ายแรงของสถานการณ์
โดยยอมรับโดยไม่พูดอะไรถึงอันตรายที่อาจเกิดขึ้นกับเฮเลน
มาดามและทารกที่อยู่ในการดูแลของพวกเขา

เจ้าหน้าที่รักษาความปลอดภัยเข้าใจอย่างลึกซึ้งถึงความสำคัญของการค้นพบของพวกเขา
จึงรีบไปพบหัวหน้าทรัสตี ซึ่งเป็นผู้มีอำนาจในการปฏิบัติภารกิจของพวกเขา

ความร้ายแรงของสถานการณ์เรียกร้องให้ได้รับการแก้ไขอย่างเร่งด่วน
และเจ้าหน้าที่ซึ่งผูกพันตามพันธะในการปฏิบัติหน้าที่
ได้รายงานการค้นพบที่น่ากังวลนี้ด้วยความเร่งด่วน
หัวหน้าทรัสตีในบทบาทของผู้พิทักษ์ความปลอดภัยและความสงบเรียบร้อยได้รับข่าวด้วยความสงบนิ่ง
และความรู้สึกรับผิดชอบที่ปรากฏบนใบหน้าของเขา

ในละครที่กำลังเปิดฉากขึ้น
ที่อยู่อาศัยที่ครั้งหนึ่งเคยคุ้นเคยและเงียบสงบได้กลายเป็นผืนผ้าใบแห่งความไม่แน่นอนและความกังวล
แม้ว่าเจ้าหน้าที่รักษาความปลอดภัยจะได้รับการฝึกฝนมาเป็นอย่างดี
แต่ก็ยังคงรู้สึกไม่สบายใจเมื่อต้องเผชิญกับความจริงที่น่าวิตกกังวลที่อยู่ตรงหน้า
ห้องว่างซึ่งบัดนี้เต็มไปด้วยการขาดหายไปอย่างเห็นได้ชัดของผู้ครอบครองตามเจตนา
เป็นการบอกเป็นนัยถึงเรื่องเล่าที่ไม่เคยเล่ามาก่อนเกี่ยวกับความทุกข์ยากและความวุ่นวาย

ขณะที่หัวหน้าทรัสตีกำลังประมวลผลข้อมูลที่เจ้าหน้าที่ของเขาถ่ายทอด
ความกังวลและความมุ่งมั่นที่แตกต่างกันก็ปรากฏบนใบหน้าของเขา
ปฏิสัมพันธ์ระหว่างหน้าที่และความเห็นอกเห็นใจเน้นย้ำถึงความสมดุลที่ละเอียดอ่อนซึ่งจำเป็นในสายงานของพวกเขา
โดยเฉพาะอย่างยิ่งเมื่อต้องเผชิญกับอันตรายที่อาจเกิดขึ้นกับผู้ที่อยู่ภายใต้การคุ้มครองของพวกเขา
การกำหนดรูปแบบการรักษาความปลอดภัยอย่างเป็นทางการนั้นได้รับการตอบสนองด้วยความรู้สึกเร่งด่วนที่เพิ่มขึ้น

ในสถานการณ์ที่เกิดขึ้นนี้
เจ้าหน้าที่รักษาความปลอดภัยที่ผ่านการฝึกอบรมพบว่าตนเองอยู่ในจุดตัดระหว่างหน้าที่การงานและความเห็นอกเห็นใจอย่างเปิดเผยต่อความเป็นอยู่ที่ดีของเฮเลน มาดามและเด็กทารก
กลิ่นคลอโรฟอร์มยังคงค้างอยู่ราวกับเป็นเครื่องเตือนใจอันน่าสะพรึงกลัวถึงเหตุการณ์ชั่วร้าย
โดยเปลี่ยนบรรยากาศจากความคาดหวังให้กลายเป็นความกังวลที่จับต้องได้
รายละเอียดด้านความปลอดภัยซึ่งผูกพันตามความมุ่งมั่นในการรักษาความปลอดภัย
ขณะนี้กำลังรอคำสั่งเด็ดขาดของ Chief Trusty
ซึ่งพร้อมที่จะคลี่คลายปริศนาที่เคยปกคลุมที่พักอาศัยอันเงียบสงบแห่งนี้

ด้วยความแม่นยำที่น่าสะพรึงกลัวซึ่งขัดแย้งกับเจตนาอันชั่วร้ายของพวกเขา Suryaji และ Babaji
ได้ย้ายผู้ถูกจองจำของพวกเขา ซึ่งได้แก่ Helen Madam และทารกผู้บริสุทธิ์
ออกจากที่จำกัดของบังกะโลอย่างระมัดระวัง
การลักพาตัวที่วางแผนไว้เปิดเผยให้เห็นในเสื้อคลุมแห่งราตรี

อากาศเต็มไปด้วยภาระของแผนการชั่วร้าย ทั้งสองคนก้าวเข้าไปในลานจอดรถด้วยความระมัดระวัง จากนั้นก็พาเหยื่อไปที่รถที่ซ่อนไว้ซึ่งจอดอยู่ในตำแหน่งที่เหมาะสมในช่องแคบที่ห่างไกล โดยปกป้องการกระทำอันชั่วร้ายของพวกเขาจากสายตาที่คอยจับผิดจากทั่วโลก

ด้วยการเคลื่อนไหวที่คำนวณไว้ซึ่งบ่งบอกถึงความสำเร็จอย่างชั่วร้ายของพวกเขา Suryaji ได้เข้าถึง Shakuntala Madam ผู้ควบคุมดูแลเรื่องราวอันน่ารังเกียจนี้ คำพูดของเขาเต็มไปด้วยความรู้สึกยอมรับอย่างเย็นชาในชัยชนะขณะที่แจ้งให้เธอทราบว่าภารกิจเสร็จสิ้นแล้ว โดยที่ทั้งคู่ที่ถูกจับตัวไปกำลังรอคอยบทต่อไปของชะตากรรมของพวกเขา เสียงกระซิบอันเป็นลางไม่ดีของการแลกเปลี่ยนทางโทรศัพท์ครั้งนี้ดูเหมือนจะก้องสะท้อนในยามค่ำคืน เป็นบทสนทนาลับที่ทำให้พันธมิตรที่ชั่วร้ายแข็งแกร่งขึ้น

นางศกุนตลาตอบรับการเรียกอย่างรวดเร็ว โดยการเคลื่อนไหวของเธอรวดเร็วและเด็ดขาด ความร้ายแรงของภารกิจกดดันเธอเมื่อเธอเข้าไปในสถานที่ศักดิ์สิทธิ์ส่วนตัวของเธอ และหยิบกระเป๋าสตางค์ของเธอออกมา ซึ่งเป็นภาชนะที่บรรจุกุญแจสำคัญในการดำเนินธุรกิจลับๆ และวิธีการจัดหาเงินทุนให้กับส่วนที่มืดมิดของปฏิบัติการของพวกเขา ห้องที่เคยเป็นพื้นที่ส่วนตัวของใครหลายคน ตอนนี้กลับกลายเป็นพยานของแผนการอันคำนวณมาแล้วและธุรกรรมลับๆ ที่บรรจบกัน โดยแต่ละขั้นตอนล้วนเต็มไปด้วยความตึงเครียดที่น่ากังวล

ด้วยอาวุธที่พร้อมจะสนองความต้องการของผู้ร่วมมือที่ชั่วร้ายของเธอ นางศกุนตลาจึงมุ่งหน้าสู่จุดนัดพบที่กำหนดไว้ ซึ่งก็คือลานจอดรถที่น่ากลัวที่เหล่าเชลยกำลังเผชิญอยู่ และรถที่หลบหนีก็รออยู่ ก้าวเดินของเธอที่เต็มไปด้วยความจริงจังในบทบาทของเธอเคลื่อนไหวด้วยความมุ่งมั่นอย่างชั่วร้าย ถือเป็นการเปลี่ยนผ่านจากผู้ชมธรรมดาไปเป็นผู้มีส่วนร่วมในละครเรื่องการหลอกลวง

ขณะที่เธอเดินเข้าไปใกล้ยานพาหนะ โลหะเย็นๆ ของรถม้าหลบหนีของเธอก็แวววาวในแสงสลัว เป็นสัญลักษณ์ของความสำเร็จอันยิ่งใหญ่แต่ก็มืดมน การเคลื่อนไหวของศกุนตลาสะท้อนให้เห็นถึงความร้ายแรงของภารกิจของเธอ มือของเธอจับกระเป๋าสตางค์ที่บรรจุเงินตราแห่งการหลอกลวงไว้ ในการแลกเปลี่ยนที่ซ่อนเร้นนี้ ธุรกรรมที่ไม่ได้ถูกพูดออกมาได้เปิดเผยขึ้น โดยเชื่อมช่องว่างระหว่างวิธีการทางการเงินที่จำเป็นสำหรับความทะเยอทะยานอันมืดมนของผู้สมรู้ร่วมคิดและความเป็นจริงอันเลวร้ายที่รอคอยเชลยของพวกเขาอยู่

ลานจอดรถที่ปกคลุมไปด้วยความมืดมิดกลายเป็นจุดรวมของความอาฆาตแค้น ที่ซึ่งแผนการอันคำนวณมาแล้วและธุรกรรมลับๆ มาผสานรวมกันได้อย่างลงตัว

ยานพาหนะซึ่งเป็นอุปกรณ์หลบหนีและซ่อนเร้นกำลังรอผู้โดยสารอยู่ ขณะที่ศกุนตลาเข้ามาใกล้ ยานพาหนะก็กลายมาเป็นผู้ร่วมมือที่เงียบงัน อำนวยความสะดวกในการแลกเปลี่ยนแบบลับๆ ที่จะผลักดันเรื่องราวอันชั่วร้ายให้ก้าวไปข้างหน้า เงาที่เป็นพยานของละครที่กำลังเปิดเผยดูเหมือนจะหนาขึ้นด้วยความรู้สึกลางร้าย ห่อหุ้มธุรกรรมลับๆ ไว้ภายในอ้อมอกอันลึกลับ

ทีมเจ้าหน้าที่รักษาความปลอดภัยที่ได้รับการฝึกอบรมมาอย่างดีได้ดำเนินการทันทีโดยตอบสนองตามคำสั่งของ Chief Trusty และ Krishna อย่างรวดเร็วและแม่นยำ จิตใจอันมีวินัยของพวกเขา ซึ่งได้รับการหล่อหลอมจากการฝึกฝนอันเข้มงวดหลายปี ทำงานควบคู่ไปกับความเข้าใจอันเฉียบแหลมในจิตวิทยาของอาชญากร เจ้าหน้าที่รักษาความปลอดภัยตระหนักดีว่าผู้ก่ออาชญากรรมจะพยายามหลบหนีจากที่เกิดเหตุโดยเร็วที่สุด จึงวางแผนอย่างมีกลยุทธ์และมีประสิทธิภาพ ซึ่งสะท้อนให้เห็นถึงความเชี่ยวชาญที่สั่งสมมายาวนาน

ทีมรักษาความปลอดภัยซึ่งนำโดยหัวหน้าผู้ดูแลของพวกเขาได้เคลื่อนตัวออกจากบังกะโลอย่างพร้อมเพรียงกัน โดยมีเจตนาอย่างชัดเจนที่จะสกัดกั้นผู้กระทำความผิดที่พยายามหลบหนี ปฏิบัติการประสานงานกันอย่างดีดำเนินไปในรูปแบบความโกลาหลที่เป็นระเบียบ โดยเจ้าหน้าที่แต่ละนายจะอยู่ในตำแหน่งเชิงกลยุทธ์เพื่อครอบคลุมเส้นทางหลบหนีที่อาจเกิดขึ้น ที่จอดรถและประตูทางเข้าหลักกลายเป็นจุดสนใจของการเฝ้าระวังของพวกเขา เป็นเครื่องพิสูจน์ถึงการมองการณ์ไกลและความพร้อมของพวกเขาในการรับมือกับความท้าทายใดๆ ก็ตาม

ขณะที่เจ้าหน้าที่รักษาความปลอดภัยเคลื่อนตัว พวกเขาก็ต้องอยู่ภายใต้การดูแลของบุคคลผู้มีอำนาจ เช่น หัวหน้าทรัสตี พระกฤษณะ และมหาเดโอ มาม่า ซึ่งการปรากฏตัวของพวกเขาร่วมกันเป็นเครื่องยืนยันถึงความมุ่งมั่นและอำนาจอย่างเงียบๆ ท่ามกลางคืนอันเงียบสงบ ความเงียบสงบถูกคั่นด้วยเสียงฝีเท้าที่แผ่วเบาของหน่วยรักษาความปลอดภัยที่เคลื่อนที่ไปตามภูมิประเทศโดยผสมผสานระหว่างความเร่งด่วนและวินัยได้อย่างลงตัว

เจ้าหน้าที่รักษาความปลอดภัยคนแรกสังเกตเห็นกิจกรรมผิดปกติในลานจอดรถที่รกร้างแห่งนี้ด้วยสายตาอันเฉียบแหลม ด้วยสัญชาตญาณที่สั่งสมมาจากการทำงานหลายปี เขาจึงส่งสัญญาณไปยังเพื่อนร่วมงานอย่างเงียบๆ โดยเริ่มต้นเครือข่ายการสื่อสารที่ไม่เปิดเผยตัว ซึ่งไปถึงหัวหน้าทรัสตีได้อย่างรวดเร็ว

ความตึงเครียดในอากาศเพิ่มมากขึ้นเมื่อเจ้าหน้าที่รักษาความปลอดภัยซึ่งได้รับการฝึกฝนและประสบการณ์นำทางเข้าใกล้จุดที่เกิดธุรกรรมลับๆ ขึ้น

การจับกุมที่เกิดขึ้นดำเนินไปด้วยความแม่นยำที่คำนวณมา
ซึ่งเป็นเครื่องพิสูจน์ถึงการวางแผนอย่างพิถีพิถันและความพร้อมของเจ้าหน้าที่ในการรับมือกับเหตุการณ์ฉุกเฉินดังกล่าว การที่ผู้กระทำความผิดไม่มีอาวุธทำให้ทีมรักษาความปลอดภัยได้เปรียบ
เพราะสามารถปฏิบัติการได้อย่างรวดเร็วและเงียบเชียบ
และสามารถจับกุมผู้ก่อเหตุได้ก่อนที่พวกเขาจะเข้าใจภัยคุกคามที่ใกล้จะเกิดขึ้น
อากาศเต็มไปด้วยความเงียบสงบของเจ้าหน้าที่รักษาความปลอดภัย
กองกำลังที่มีอำนาจควบคุมกิจกรรมลับๆ ที่เกิดขึ้นภายใต้ความมืดมิด

ในบัลเล่ต์ลับนี้   เจ้าหน้าที่รักษาความปลอดภัย   ผู้พิทักษ์ความสงบเรียบร้อยและความยุติธรรม
จับกุมผู้กระทำความผิดได้คาหนังคาเขา   ความมืดมิด
ซึ่งเป็นพยานของการแทรกแซงอย่างมีวินัยของพวกเขา
ดูเหมือนจะทำให้ทุกคนถอนหายใจด้วยความโล่งใจเมื่อภัยคุกคามถูกกำจัดออกไป
อารมณ์ที่แฝงอยู่ในเหตุการณ์ที่เกิดขึ้นนั้นมีตั้งแต่ความมุ่งมั่นอย่างอดทนของทีมรักษาความปลอดภัยไปจนถึงการแก้ปัญหาอย่างยุติธรรมที่เอาชนะความอาฆาตพยาบาทได้
บ้านพักตากอากาศซึ่งเคยเป็นฉากหลังของความลับและการหลอกลวง
ปัจจุบันกลายเป็นเวทีสัญลักษณ์ที่กองกำลังแห่งความชอบธรรมแสดงอำนาจของตน
และยุติการวางแผนร้ายในยามค่ำคืนลง

ในขณะที่ทีมรักษาความปลอดภัยทั้งหมดพร้อมด้วยผู้กระทำความผิดที่ถูกจับกุมเดินกลับเข้ามาในห้องโถงอีกครั้ง   ความรู้สึกคาดหวังเล็กๆ   น้อยๆ   ก็แผ่ซ่านไปทั่วบริเวณ   แขกๆ
ที่ยังคงเพลิดเพลินกับอาหารมื้อกลางวันที่เหลืออยู่   ค่อยๆ   มุ่งความสนใจไปที่ฉากที่กำลังดำเนินไป
บางคนสัมผัสได้ถึงความไม่สบายใจในอากาศ   ความไม่สงบที่บ่งบอกถึงบางสิ่งบางอย่างที่ผิดปกติ
ทว่าความร้ายแรงของสถานการณ์ยังคงหลุดลอยไปจากความเข้าใจในทันที

ความอยากรู้ผุดขึ้นมาท่ามกลางผู้คนที่เฝ้าดูขณะที่พวกเขาเห็นการรวมตัวที่แปลกประหลาดนี้
โดยสายตาร่วมกันของพวกเขาจับจ้องไปที่บุคคลสำคัญที่ยืนอยู่ในห้องโถง   ศกุนตลาผู้ถูกตำหนิ
พร้อมด้วยพวกพ้องอีกสองคน   นั่งอยู่บนที่นั่งที่โดดเด่น
โดยที่ความผิดของพวกเขากดดันบรรยากาศอย่างหนัก   ห้องโถงที่เคยเป็นฉากหลังของงานรื่นเริงต่างๆ
ตอนนี้กลับกลายเป็นพยานของการแสดงที่ทำให้ผู้เข้าร่วมงานรู้สึกไม่สบายใจ

พระศกุนตลาซึ่งห่มผ้าคลุมแห่งความอับอาย   นั่งลงบนพื้น   โดยก้มศีรษะลง
แสวงหาที่หลบภัยในที่กำบังของตักของเธอ   เพื่อนร่วมงานของเธอทั้งสองซึ่งเหนื่อยล้าและหวาดกลัว

ต่างมองอย่างลับๆ ในทุกทิศทาง สายตาของพวกเขาแสดงให้เห็นถึงความกลัวอย่างมากต่อผลที่ตามมาที่ใกล้เข้ามา บรรยากาศภายในห้องโถงสั่นคลอนราวกับจะเปิดเผยอะไรบางอย่าง ความตึงเครียดที่จับต้องได้สะท้อนออกมาในดวงตาของผู้ที่มารวมตัวกันขณะที่พวกเขาพยายามคลี่คลายปริศนาที่เกิดขึ้นต่อหน้าพวกเขา

เมื่อช่วงเวลาแห่งการเปิดเผยใกล้เข้ามา ความสนใจร่วมกันของผู้เข้าร่วมประชุมก็เปลี่ยนไประหว่างร่างไร้สติของเฮเลน มาดาม และร่างของซานไท มาดามที่กำลังโกรธเคือง ผู้ที่โกรธอย่างชอบธรรมได้อุ้ม Aditya ที่ตื่นแล้วไว้ โดยที่ในความไร้เดียงสาของเขา ยิ้มอย่างซุกซน โดยไม่รู้ถึงความร้ายแรงของสถานการณ์ การนำทารกที่เปราะบาง ยายที่โกรธจัด และเหยื่อที่หมดสติมาวางเคียงกัน ทำให้เกิดภาพที่น่าสะเทือนใจซึ่งสะท้อนถึงความขัดแย้งที่แฝงอยู่ในละครที่กำลังดำเนินไป

ห้องโถงที่เคยเป็นเวทีแห่งความสนุกสนาน ตอนนี้กลับกลายเป็นเวทีสำหรับการเปิดเผยเหตุการณ์อันชั่วร้าย ผู้ชมต่างรู้สึกถูกดึงดูดเข้าไปสู่ฉากที่กำลังเกิดขึ้น และต้องเผชิญกับอารมณ์ต่างๆ มากมาย ตั้งแต่ความตกใจและไม่เชื่อไปจนถึงความกังวลใจที่มีต่อเฮเลน มาดามที่หมดสติอยู่ ท่าทางเอาใจใส่ของ Shantai Madam ที่มีต่อ Aditya ควบคู่ไปกับความทุกข์ใจที่เห็นได้ชัดของผู้ถูกกักขังทั้งสามคน ทำให้เรื่องราวทางอารมณ์ที่เกิดขึ้นในห้องโถงมีความซับซ้อนมากขึ้น

ในขณะที่แขกที่มารวมตัวกันพยายามทำความเข้าใจกับภาพที่น่ากังวล ความตึงเครียดร่วมกันก็เพิ่มมากขึ้น บรรยากาศเต็มไปด้วยความกดดันและความกังวลปะปนกัน มีอารมณ์ต่างๆ มากมายที่ผูกโยงเข้ากับเรื่องราวที่ต้องการการคลี่คลาย ห้องโถงที่ครั้งหนึ่งเคยเป็นผืนผ้าใบสำหรับการเฉลิมฉลอง ได้เป็นพยานของการเปิดเผยซึ่งมีพลังที่จะปรับเปลี่ยนวิถีแห่งพันธะในครอบครัวและคลี่คลายโครงข่ายอันสับสนของการหลอกลวง

17.

"หัวหน้าทรัสตีออกเดินทางและพระกฤษณะกล่าวปราศรัยต่อที่ประชุม"

หัวหน้าผู้ดูแลทรัพย์สินของมูลนิธิ ซึ่งก่อตั้งโดยพ่อแม่ผู้มองการณ์ไกลของเจ้าหญิงเอลิซาเบธผู้ล่วงลับ ได้อุทิศตนอย่างไม่ย่อท้อเพื่อปกป้องผลประโยชน์อันล้ำค่าของทายาทในมรดกจำนวนมหาศาลที่ปู่และย่าของฝ่ายแม่ทิ้งไว้ บุคคลที่มีวิสัยทัศน์เหล่านี้ตระหนักถึงความท้าทายของโลกที่เต็มไปด้วยการแข่งขัน
จึงได้ยกมรดกทั้งหมดของตนให้กับลูกสาวคนเดียวของตนอย่างเต็มใจ
โดยมั่นใจว่ามรดกจะสืบทอดต่อไปยังลูกชายหรือลูกสาวคนแรก ด้วยสติปัญญาของตน
พวกเขาจึงแต่งตั้งนายพลทหารที่เกษียณอายุราชการจากกองทัพบกให้เป็นหัวหน้าคณะผู้ดูแล
โดยมอบหมายหน้าที่อันยิ่งใหญ่ในการอนุรักษ์มรดกของพวกเขา

หัวหน้าคณะผู้ดูแลที่โดดเด่นคนนี้ ซึ่งเป็นทหารผ่านศึกที่มากประสบการณ์
พบว่าตนเองอยู่ในอินเดียและต้องแบกรับภาระการตัดสินใจและคำประกาศที่สำคัญต่างๆ
การปรากฏตัวของเขาสะท้อนถึงความสำคัญทางประวัติศาสตร์ของที่ดินและความสัมพันธ์กับเจ้าหญิงเอลิซาเบธ ความรับผิดชอบที่มอบให้เขาไม่ใช่แค่ภาระผูกพันทางกฎหมายเท่านั้น
แต่ยังเป็นหน้าที่อันศักดิ์สิทธิ์ในการเคารพเจตนาและความฝันของพ่อแม่ผู้ล่วงลับของเอลิซาเบธอีกด้วย

ในขณะที่หัวหน้าคณะผู้ดูแลมอบคำตัดสินและคำประกาศแก่พระกฤษณะ
สามีผู้สูญเสียของเจ้าหญิงเอลิซาเบธผู้ล่วงลับ
บรรยากาศเต็มไปด้วยทั้งความรู้สึกของหน้าที่และความผูกพันอันลึกซึ้งกับอดีต
ความไว้วางใจที่สร้างขึ้นอย่างพิถีพิถัน โดยผู้มีวิสัยทัศน์กว้างไกล ไม่ได้มุ่งหวังเพียงแค่การรักษาความมั่งคั่งทางวัตถุเท่านั้น
แต่ยังรวมถึงความมั่นใจในความเป็นอยู่และความเจริญรุ่งเรืองของรุ่นต่อไปของครอบครัวด้วย

ในงานพิธีอันเคร่งขรึมนี้
คำพูดทุกคำของหัวหน้าคณะผู้ดูแลวัดมีความหมายถึงประเพณีและมรดกของตระกูลที่สืบทอดกันมาหลายชั่วรุ่น
การปรากฏตัวของเขาเปรียบเสมือนสะพานเชื่อมระหว่างอดีตอันจับต้องได้และเชื่อมช่องว่างระหว่างผู้

มีวิสัยทัศน์ที่ริเริ่มสร้างความไว้วางใจและผู้ดูแลร่วมสมัยที่รับผิดชอบในการดำเนินการ นับเป็นการเผชิญหน้าอันน่าสะเทือนใจระหว่างมรดกทางประวัติศาสตร์ของราชวงศ์และความรับผิดชอบในปัจจุบันที่เรียกร้องทั้งความเคารพและความขยันขันแข็ง

พระกฤษณะในฐานะภรรยาของเจ้าหญิงเอลิซาเบธผู้ล่วงลับ พบว่าตนเองอยู่ท่ามกลางศูนย์กลางของเครือข่ายความทะเยอทะยานทางครอบครัวและข้อกฎหมายที่ซับซ้อน บทบาทของหัวหน้าคณะผู้ดูแลทรัพย์สินขยายออกไปมากกว่าแค่เรื่องกฎหมาย แต่ยังรวมไปถึงการรักษาสมดุลอันละเอียดอ่อนระหว่างการเคารพอดีตและการรับมือกับความซับซ้อนในปัจจุบัน การพบกับพระกฤษณะไม่ใช่เพียงแค่เรื่องพิธีการเท่านั้น แต่ยังเป็นช่วงเวลาที่เชื่อมโยงเรื่องราวในประวัติศาสตร์ หน้าที่ และความเศร้าโศกส่วนตัวเข้าด้วยกัน ก่อให้เกิดอารมณ์ที่หลากหลายซึ่งเน้นย้ำถึงความสำคัญของความไว้วางใจและผลกระทบอันยั่งยืนต่ออนาคตของครอบครัว

หลังจากจับกุมผู้กระทำความผิดที่มีแนวโน้มจะมีเจตนาไม่ดีเพื่อบ่อนทำลายแผนที่วางไว้โดยละเอียดได้สำเร็จ หัวหน้าคณะผู้บริหารก็พบว่าตัวเองกำลังยืนอยู่บนหน้าผาแห่งช่วงเวลาสำคัญ เหตุการณ์ที่พลิกผันโดยบังเอิญเผยให้เห็นว่าเขาเดินทางมาพร้อมกับเจ้าหน้าที่รักษาความปลอดภัยซึ่งเป็นอดีตข้าราชการตำรวจที่มีชื่อเสียง ความโชคดีที่ไม่คาดคิดนี้ทำให้หัวหน้าคณะผู้ดูแลทรัพย์สินสามารถหลีกเลี่ยงวิกฤตการณ์ที่อาจเป็นอันตรายต่อแผนการทั้งหมดที่วางแผนขึ้นเพื่อปกป้องมรดกจำนวนมหาศาลที่ปู่และย่าของเจ้าหญิงเอลิซาเบธทิ้งไว้

ก่อนจะดำเนินการตามคำประกาศอันเคร่งขรึมที่จะกำหนดชะตากรรมของมรดกของราชวงศ์ หัวหน้าคณะผู้ดูแลเห็นว่าควรปรึกษาหารือกับบุคคลสำคัญที่เกี่ยวข้องอย่างใกล้ชิดกับเรื่องราวในครอบครัวนี้ พระกฤษณะ ผู้เป็นสามีผู้สูญเสีย และท่านหญิงชานไท ผู้เป็นเสาหลักผู้คอยช่วยเหลือ ได้รับการเรียกตัวให้ไปหารือกับหัวหน้าคณะผู้ดูแล บรรยากาศเต็มไปด้วยความคาดหวังและความรับผิดชอบในขณะที่พวกเขามารวมตัวกันเพื่อหารือถึงการตัดสินใจที่จะเกิดขึ้นในอนาคตของครอบครัว

ท่ามกลางการหารือกัน หัวหน้าคณะผู้ดูแลทรัพย์สินได้ตระหนักถึงความจำเป็นในการพูดคุยแบบส่วนตัวกับเฮเลน มาดาม เมื่อรู้สึกว่าต้องการความเป็นส่วนตัวเพื่อหารือเรื่องที่สำคัญยิ่ง เขาจึงร้องขอให้มีการสนทนาอย่างรอบคอบ ด้วยความรอบคอบ เขาเข้าหา Krishna และ Shantai Madam โดยให้เขาไว้ใจพวกเขาและพาพวกเขาเข้าไปในพื้นที่ที่เงียบสงบ เพื่อพูดคุยถึงความซับซ้อนของความไว้วางใจและผลที่ตามมาอย่างรอบคอบที่สุด

เบื้องหลังประตูที่ปิดสนิท บรรยากาศเต็มไปด้วยทั้งความคาดหวังและความสำคัญ หัวหน้าคณะผู้ดูแล Krishna และ Shantai Madam ได้เจาะลึกถึงความซับซ้อนของแผน วิเคราะห์ความแตกต่างอย่างละเอียดอ่อน
และพิจารณาถึงผลกระทบของการตัดสินใจแต่ละครั้งต่ออนาคตของครอบครัว
ไม่มีใครตระหนักถึงความร้ายแรงของสถานการณ์นี้เลย มันเป็นช่วงเวลาที่จุดตัดระหว่างมรดก หน้าที่ และความเชื่อมโยงส่วนตัว เรียกร้องการพิจารณาอย่างรอบคอบและการพูดคุยที่สร้างสรรค์

ขณะที่การสนทนาส่วนตัวดำเนินไป ความสัมพันธ์แห่งความไว้วางใจระหว่างหัวหน้าคณะผู้ดูแลคือ Krishna และ Shantai Madam ก็แน่นแฟ้นมากขึ้น ภาระความรับผิดชอบได้รับการแบ่งปัน และทั้งสามคนก็สามารถก้าวผ่านความซับซ้อนของความคาดหวังของครอบครัวและภาระผูกพันทางกฎหมายด้วยความรู้สึกเป็นหนึ่งเดียวและมีจุดมุ่งหมาย ในช่วงเวลาอันเป็นความลับเหล่านี้ อารมณ์ต่างๆ พุ่งสูง
สะท้อนให้เห็นถึงความสัมพันธ์อันซับซ้อนระหว่างมนุษย์ที่ผูกพันกับมรดกที่ปู่และย่าผู้มีวิสัยทัศน์ของเจ้าหญิงเอลิซาเบธทิ้งไว้

ในท้ายที่สุด
การปรึกษาหารือที่เป็นความลับเหล่านี้ทำหน้าที่เป็นเบ้าหลอมที่ใช้ในการตัดสินใจและปรับปรุงกลยุทธ์ ความไว้วางใจที่หัวหน้าผู้ดูแลทรัพย์สินมอบให้แก่มูลนิธิมีขอบเขตกว้างไกลเกินขอบเขตทางกฎหมาย แต่ยังรวมไปถึงการรักษาสมดุลอันละเอียดอ่อนระหว่างการปกป้องมรดกของครอบครัวและการรักษาความทรงจำอันน่าประทับใจในอดีตอีกด้วย เมื่อพวกเขาออกมาจากการสนทนาส่วนตัว ความตั้งใจร่วมกันก็แข็งแกร่งขึ้น เตรียมการสำหรับคำประกาศอย่างเป็นทางการที่จะถูกเปิดเผย ซึ่งจะกำหนดชะตากรรมของทรัพย์สินของราชวงศ์และสิ่งที่เชื่อมโยงอยู่ในประวัติศาสตร์อันยาวนาน

เพื่อตอบสนองต่อข้อจำกัดที่เกิดจากเวลาและความคาดหวังที่ชัดเจนของฝูงชนที่รวมตัวกันอยู่ด้านนอก หัวหน้าคณะผู้ดูแลและเพื่อนๆ ของเขาจึงออกมาจากห้องประชุมที่เงียบสงบ ความรู้สึกเร่งด่วนนั้นถูกเน้นย้ำด้วยความตระหนักว่าผู้เฝ้าดูที่กระตือรือร้นพร้อมที่จะคลี่คลายความลึกลับที่รายล้อมบทบาทของศกุนตลาในเรื่องราวครอบครัวอันซับซ้อนของเซธ
เมื่อพวกเขาปรากฏตัวต่อสาธารณชน บรรยากาศก็เต็มไปด้วยความอยากรู้และกระหายในการอธิบาย
ท่าทีอันสง่างามของหัวหน้าคณะผู้ดูแลทรัพย์สินเป็นสัญญาณให้แขกที่รออยู่ทราบว่าช่วงเวลาสำคัญกำลังจะมาถึง
เป็นฉากที่สะท้อนถึงความคาดหวังอย่างตั้งอกตั้งใจก่อนที่ม่านจะเปิดขึ้นในงานแสดงละครที่ยิ่งใหญ่ ขณะที่ผู้ชมโหยหาการเปิดเผยที่จะเกิดขึ้นในไม่ช้านี้

ฝูงชนที่รวมตัวกันเป็นภาพโมเสคของใบหน้าที่คาดหวัง
ต่างจ้องมองไปที่ร่างที่เป็นศูนย์กลางของละครครอบครัวเรื่องนี้

เมื่อตระหนักถึงความจำเป็นที่จะต้องกล่าวปราศรัยต่อที่ชุมนุม
ท่านหญิงซานไทจึงใช้โทนเสียงที่แสดงถึงความมีอำนาจและความเคารพ
และขอให้แขกที่มารวมตัวกันกลับไปนั่งที่ของตน
ความร้ายแรงของถ้อยคำของเขาแสดงให้เห็นถึงความร้ายแรงที่จะเกิดขึ้นในอนาคตของการตัดสินใจและ
คำประกาศต่างๆ ที่จะเปิดเผยในเร็วๆ นี้ เป็นการเรียกร้องที่สะท้อนถึงความเข้าใจร่วมกัน
เนื่องจากแขกต่างตระหนักถึงความจำเป็นของระเบียบและความเหมาะสมในช่วงเวลาสำคัญนี้

ขณะที่แขกทั้งหลายเข้าที่นั่งอย่างเชื่อฟัง บรรยากาศก็เต็มไปด้วยเสียงกระซิบและการพูดคุยสนทนา
ความสามัคคีของการชุมนุมที่ถูกขัดจังหวะชั่วคราวจากการปรากฏของฝ่ายเจ้าภาพ
ได้รับการฟื้นคืนเมื่อเผชิญกับการเปิดเผยข้อมูลที่กำลังจะเกิดขึ้น สมาชิกทุกคนที่มารวมตัวกัน
ไม่ว่าจะเป็นเพื่อน ที่ปรึกษา หรือเพียงแค่ผู้ชม ต่างรู้สึกถึงความหนักอึ้งของเรื่องราวที่กำลังเปิดเผย
และความรับผิดชอบในการเป็นพยานในเรื่องราวของครอบครัวที่กำลังเปิดเผย

เมื่อนั่งลงระหว่างการเฝ้ารออย่างตั้งตารอคอย เจ้าภาพ - หัวหน้าคณะผู้ดูแล กฤษณะ และ Shantai
Madam - ต่างแบกรับภาระแห่งความคาดหวังนั้นด้วยความสง่างามและความสงบ
แนวร่วมอันเป็นหนึ่งเดียวกันของพวกเขาสื่อถึงความรู้สึกเป็นน้ำหนึ่งใจเดียวกัน
เน้นย้ำถึงความร้ายแรงของการตัดสินใจที่พวกเขากำลังจะเปิดเผย
ห้องที่ตอนนี้เต็มไปด้วยความเงียบเหงาทำหน้าที่เป็นผืนผ้าใบสำหรับวาดภาพเรื่องราวมรดกของครอบค
รัวและชะตากรรมของแต่ละบุคคล

ในบรรยากาศแห่งความเงียบงันนี้
หัวหน้าคณะผู้ดูแลได้แสดงท่าทางเพื่อส่งสัญญาณเริ่มต้นการชี้แจงที่รอคอยกันมายาวนาน
มันเป็นช่วงเวลาที่ดูเหมือนเวลาจะหยุดนิ่งลง
ขณะที่ผู้ชมเตรียมรับมือกับการเปิดเผยที่อาจเปลี่ยนแปลงอนาคตของครอบครัว
การเต้นรำอันละเอียดอ่อนระหว่างการเปิดเผยและความรอบคอบได้เริ่มต้นขึ้น
และทุกคำที่พูดออกมามีพลังที่จะกำหนดชะตากรรมของผู้ที่อยู่ในห้องใหม่

เมื่อเรื่องราวถูกเปิดเผย แขกที่มารวมตัวกัน ไม่เพียงแต่กลายเป็นพยาน
แต่ยังเป็นผู้มีส่วนร่วมในเรื่องราวของครอบครัวเซธอีกด้วย อากาศที่ครั้งหนึ่งเคยเต็มไปด้วยการคาดเดา
ตอนนี้เต็มไปด้วยความจริงใจ
และการเดินทางร่วมกันของผู้คนซึ่งผูกพันกันในความผูกพันทางครอบครัวอันล้ำค่า

การตัดสินใจและคำประกาศซึ่งวางอยู่บนหน้าผาแห่งการเปิดเผยนั้นสัญญาว่าจะไม่เพียงแต่ส่องสว่างให้กับอดีตเท่านั้น แต่ยังจะแกะสลักเส้นทางไปสู่อนาคตที่ไม่แน่นอนแต่ก็ยินดีต้อนรับร่วมกันอีกด้วย

ด้วยความรู้สึกเป็นหนึ่งเดียวที่เกิดขึ้นในหมู่ผู้ชุมนุม เจ้าภาพจึงตัดสินใจว่าพระกฤษณะซึ่งมีความสัมพันธ์ใกล้ชิดกับเจ้าหญิงเอลิซาเบธผู้ล่วงลับ และความซับซ้อนของครอบครัวจะเป็นผู้แจ้งข่าวสำคัญที่จะเกิดขึ้น ฉันทามติเป็นเอกฉันท์ในหมู่ผู้บริหารทั้งสามคน ได้แก่ หัวหน้ามูลนิธิ Krishna และ Shantai Madam ทำให้การตัดสินใจครั้งนี้มีความชัดเจนยิ่งขึ้น โดยรับทราบบทบาทของ Krishna ในฐานะตัวกลางระหว่างมรดกจากอดีตและความปรารถนาในอนาคต

พระกฤษณะทรงใช้ไมโครโฟนควบคุมระยะไกลเพื่อทำหน้าที่ในการกล่าวปราศรัยต่อผู้ฟังที่คาดว่าจะมาร่วมงาน
ห้องเงียบลงด้วยความคาดหวังในขณะที่พระกฤษณะผู้มีน้ำเสียงนุ่มนวลและหนักแน่นสมดุลกันเริ่มเปิดเผยเรื่องและชี้แจงที่กำหนดชะตากรรมของตระกูลเซธ แขกที่มารวมตัวกันซึ่งคุ้นเคยกับภาษาแม่ของตน ต่างรับฟังถ้อยคำของพระกฤษณะโดยตั้งใจฟังแต่ละพยางค์ในขณะที่พระองค์อธิบายอย่างละเอียดถี่ถ้วนเกี่ยวกับมรดกทางครอบครัวและการตัดสินใจที่จะเกิดขึ้นในอนาคต

ในช่วงเวลาดังกล่าว อากาศเต็มไปด้วยความรู้สึกหนักอึ้งของความรับผิดชอบและความรู้สึกที่ลึกซึ้งที่เชื่อมโยงกับเรื่องราวของครอบครัว เสียงของพระกฤษณะซึ่งเป็นภาชนะสำหรับการเปิดเผยที่ตามมา แบกภาระของความจริงและความคาดหวังของผู้ที่ตั้งใจฟัง ผู้คนจำนวนมากมายที่รวมตัวกัน ผูกพันด้วยประวัติศาสตร์ร่วมกันและสายสัมพันธ์ในครอบครัว เป็นพยานของเรื่องราวที่กำลังเปิดเผยซึ่งสัญญาว่าจะเปิดเผยแง่มุมที่ซ่อนอยู่ในงานทอผ้าอันซับซ้อนของครอบครัวเซธ

ตามจังหวะที่ค่อยเป็นค่อยไปของคำปราศรัยของพระกฤษณะ ห้องนั้นก็กลายเป็นโรงละครแห่งอารมณ์ โดยคำแต่ละคำก็สะท้อนถึงจิตสำนึกส่วนรวมของแขกผู้มาเยี่ยม
บรรยากาศที่เข้มข้นไปด้วยความคาดหวังและการเปิดเผยข้อมูลอันหนักหน่วงสะท้อนให้เห็นถึงการเต้นรำอันละเอียดอ่อนระหว่างอดีตและปัจจุบัน ในขณะที่พระกฤษณะค่อยๆ สานรายละเอียดต่างๆ เข้าด้วยกัน แขกที่มารวมตัวกันก็ยังคงนั่งอยู่ ดวงตาของพวกเขาสะท้อนถึงอารมณ์ต่างๆ มากมาย ตั้งแต่ความอยากรู้ไปจนถึงความเห็นอกเห็นใจ
และตั้งแต่ความไม่แน่นอนไปจนถึงความปรารถนาในความชัดเจน ในช่วงเวลาสำคัญเหล่านั้น มรดกของตระกูลเซธแขวนอยู่บนเส้นด้าย
รอคอยการตัดสินใจครั้งสุดท้ายที่จะกำหนดเรื่องราวอันยั่งยืนของตระกูล

เพื่อสร้างบรรยากาศที่อบอุ่นและคุ้นเคย
กฤษณะได้เริ่มต้นการกล่าวสุนทรพจน์ด้วยการทักทายอย่างเป็นกันเองในภาษาพื้นเมือง
ซึ่งสร้างความเชื่อมโยงกับผู้ฟังที่มารวมตัวกันทันที "สวัสดีทุกท่าน นมัสการ"
เขากล่าวเริ่มต้นโดยยอมรับและแสดงความขอบคุณสำหรับช่วงเวลาอันล้ำค่าที่แขกแต่ละคนได้อุทิศเพื่อมาร่วมงานสำคัญครั้งนี้
บรรยากาศเต็มไปด้วยความคาดหวังในขณะที่พระกฤษณะสื่อถึงความรู้สึกขอบคุณที่พระองค์มีต่อที่ประชุม โดยทรงรับรู้ถึงแรงกดดันร่วมกันที่ครอบครัวของพระองค์ได้รับโดยไม่ได้ตั้งใจ

ด้วยการแสดงที่จงใจแต่ก็อ่อนโยน กฤษณะค่อยๆ
เปลี่ยนผ่านไปสู่การปรากฏตัวที่น่าสนใจของแขกต่างชาติที่ไม่ได้รับเชิญในระหว่างงานครอบครัว
ถ้อยคำของเขาที่ได้รับการเลือกสรรอย่างระมัดระวังได้เปิดเผยความลึกลับที่รายล้อมผู้มาเยือนจากอังกฤษ "ผมเป็นหนี้บุญคุณพวกคุณทุกคนจริงๆ" เขากล่าวต่อ
โดยเน้นย้ำถึงความรู้สึกขอบคุณที่แฝงอยู่ในความรู้สึกของเขา
ห้องที่เงียบสงบกลายเป็นผืนผ้าใบที่พระกฤษณะวาดภาพเรื่องราวของแขกพิเศษที่มาทำธุรกิจสำคัญกับครอบครัว

ด้วยการเล่าเรื่องที่เชี่ยวชาญ พระกฤษณะได้เปิดเผยการจากไปในเร็วๆ
นี้ของผู้มาเยือนที่โดดเด่นเหล่านี้ไปยังนิวเดลีตามคำร้องขอและคำเชิญพิเศษจากกระทรวงการต่างประเทศของรัฐบาลอินเดีย เขาหยุดชั่วครู่โดยเจตนา ปล่อยให้คำพูดของเขายังคงค้างอยู่ในอากาศ
เป็นช่วงเวลาที่เต็มไปด้วยความคาดหวังสำหรับแขกที่มารวมตัวกัน
บรรยากาศเต็มไปด้วยความอยากรู้อยากเห็น และทุกสายตาก็จับจ้องไปที่กฤษณะ
เพื่ออยากรู้จุดประสงค์ของการพบปะที่ไม่คาดฝันครั้งนี้

ในขณะที่เขาพิจารณารายละเอียดที่ซับซ้อน
เสียงของกฤษณะก็เต็มไปด้วยความจริงใจและความสง่างาม
ผู้ฟังต่างตั้งตารอและตั้งใจฟังทุกคำที่เขาจะเล่าถึงการเดินทางของแขกชาวอังกฤษไปยังบ้านเกิดของพวกเขา การโทรศัพท์ซึ่งเป็นจุดเริ่มต้นของการเปิดเผยครั้งนี้ได้กลายมาเป็นสัญลักษณ์ของความเชื่อมโยง
เป็นการทอเส้นด้ายระหว่างดินแดนอันห่างไกลและที่อยู่อาศัยของครอบครัว

ในช่วงที่หยุดตั้งครรภ์ซึ่งเกิดขึ้นหลังจากนั้น สายตาของพระกฤษณะก็จ้องมองไปที่ใบหน้าของแขกๆ
ทั้งหลาย ท่าทางของพวกเขาแสดงออกถึงความอยากรู้ ความคาดหวัง
และความกระตือรือร้นอย่างเป็นรูปธรรมที่จะเจาะลึกถึงแก่นของเรื่อง
อากาศดูเหมือนจะกลั้นหายใจในขณะที่ผู้ชมรอคอยการคลี่คลายของเรื่องราว
โดยเฉพาะเกี่ยวกับความรู้สึกผิดที่รับรู้ของ Shakuntala Madam

ในช่วงเวลาแห่งการรอคอยอันแสนสั้นนี้
เวทีก็พร้อมสำหรับการเปิดเผยที่จะกำหนดเรื่องราวของมรดกของครอบครัวที่แขวนอยู่ระหว่างอดีตและปัจจุบันอย่างละเอียดอ่อน

พระกฤษณะยิ้มอย่างตั้งใจและสร้างความมั่นใจบนใบหน้าของเขา จากนั้นจึงเริ่มกล่าวสุนทรพจน์ต่อ โดยพาผู้ฟังเข้าสู่เหตุการณ์ที่ไม่คาดคิดซึ่งเกิดขึ้นระหว่างการรวมตัวของครอบครัวที่เต็มไปด้วยความสุข "มีเหตุการณ์เล็กๆ น้อยๆ ที่ไม่น่าพอใจเกิดขึ้นในขณะที่พวกคุณทุกคนกำลังเพลิดเพลินกับอาหารอันแสนอร่อย "ด้วยการเคลื่อนไหวที่กล้าหาญ ผู้บุกรุกสองคนสามารถแทรกซึมเข้ามาในบ้านของเราได้สำเร็จ และขโมยทรัพย์สินอันมีค่าและมีนัยสำคัญบางส่วนที่เป็นของครอบครัวฉันไป" เขากล่าวด้วยน้ำเสียงคงที่และมีกิริยามารยาทที่เรียบร้อย น้ำหนักของสถานการณ์ที่ลอยอยู่ในอากาศทำลายบรรยากาศการเฉลิมฉลองไปชั่วขณะ

พระกฤษณะทรงดำเนินการเปิดเผยการตอบสนองที่รวดเร็วและน่าชื่นชมของป้าของพระองค์ พระศกุนตลา มาดาม ต่อการบุกรุก "โชคดีที่" เขากล่าวต่อ "คุณแม่ที่รักของฉัน ท่านหญิงศกุนตลา สังเกตเห็นกิจกรรมผิดกฎหมายของพวกเขา และได้ติดตามผู้กระทำความผิดอย่างกล้าหาญ โดยตั้งใจที่จะจับกุมพวกเขาให้ได้" ห้องเต็มไปด้วยเสียงฮือฮาขณะที่ผู้ชมรับฟังรายละเอียดการแสวงหาอันกล้าหาญของเธอ คำบรรยายของพระกฤษณะได้วาดภาพการไล่ตามของเธอไว้ได้อย่างชัดเจน ซึ่งน่าเสียดายที่ทำให้เธอได้รับบาดเจ็บต่างๆ รวมทั้งกระดูกสะโพกหัก

ในละครที่เปิดขึ้นนั้น กฤษณะได้สร้างสมดุลให้กับเรื่องราวอย่างละเอียดอ่อน โดยเน้นถึงการมาถึงของแขกชาวอังกฤษที่โชคดี ซึ่งมาถึงพร้อมกับเจ้าหน้าที่รักษาความปลอดภัยโดยบังเอิญ ความบังเอิญที่โชคดีนี้ทำให้ครอบครัวนี้สามารถควบคุมตัวคนขโมยได้จนกว่าเจ้าหน้าที่ท้องถิ่นจะเข้ามาแทรกแซง การอธิบายของพระกฤษณะอย่างมีวิจารณญาณมีจุดมุ่งหมายเพื่อสร้างความมั่นใจให้กับผู้ฟัง และคลี่คลายความตึงเครียดที่เกิดขึ้นในกลุ่มผู้ฟัง

ขณะที่การเปิดเผยนี้เกิดขึ้น ทุกคนสามารถสัมผัสได้ถึงความโล่งใจของแขกที่มารวมตัวกัน โดยความกังวลในตอนแรกของพวกเขาบรรเทาลงจากเรื่องราวที่เกิดขึ้น อย่างไรก็ตาม ดวงตาที่เฉียบแหลมอาจสังเกตเห็นความประหลาดใจเล็กๆ น้อยๆ ที่ปรากฏบนใบหน้าของ Shakuntala Madam ได้ แม้ว่าการเปิดเผยของพระกฤษณะในนาทีสุดท้ายจะถูกสร้างขึ้น แต่พระนางก็แสดงให้เห็นถึงปัญญาที่เหนือกว่าสถานการณ์เฉพาะหน้า

ความเข้าใจของเธอก้าวข้ามขอบเขตอันผิวเผิน
โดยรับรู้ถึงเจตนาของพระกฤษณะที่จะปกป้องศักดิ์ศรีของครอบครัว และด้วยการทำเช่นนี้
ก็คือการปกป้องเธอจากการตรวจสอบที่ไม่เหมาะสม

แท้จริงแล้ว ความรู้สึกขอบคุณโดยไม่ได้เอ่ยปากที่ท่านหญิงศกุนตลามีต่อหลานชายของเธอ ซึ่งเป็นผู้วางแผนการสร้างเรื่องฉับพลันนี้ ควรจะต้องมีความลึกซึ้งอย่างยิ่ง ในทางกลับกัน เธอเลือกที่จะแสดงความทุกข์ทรมานของเธอ
โดยเข้าใจว่าเจตนาของพระกฤษณะไม่ได้มีเพียงแค่ปกป้องชื่อเสียงของครอบครัวเท่านั้น
แต่ยังขยายโล่แห่งพระคุณเหนือเธอด้วย
การเต้นรำอันซับซ้อนระหว่างความจริงและเรื่องเล่าที่ทอขึ้นเพื่อเป็นเกียรติแก่ครอบครัวเผยให้เห็นถึงความมุ่งมั่นอันลึกซึ้งของพระกฤษณะในการรักษาศักดิ์ศรีของผู้ที่ผูกพันด้วยสายสัมพันธ์ทางสายเลือดและประวัติศาสตร์ร่วมกัน ภาพทออันสลับซับซ้อนนี้ประกอบด้วยพลวัตในครอบครัว ความรู้สึกที่ไม่ได้พูดออกมา และการเสียสละที่ไม่ได้รับการยอมรับ ก่อให้เกิดเส้นด้ายที่มองไม่เห็นซึ่งเชื่อมพวกเขาร่วมกัน เชื่อมพวกเขาเข้าด้วยกันในข้อตกลงเงียบๆ เพื่อรักษาความศักดิ์สิทธิ์ของมรดกที่แบ่งปันกัน

หลังจากได้รับคำชี้แจงจากเจ้าภาพ แขกที่มาร่วมงานก็พอใจและไม่รู้สึกอยากรู้อีกต่อไป และเตรียมจะออกจากงาน ในที่สุด ผู้ได้รับเชิญส่วนใหญ่ก็แยกย้ายกันไปอย่างสง่างาม ทิ้งไว้เพียงครอบครัวของเซธและทีมงาน Chief Trusty ที่ทุ่มเท ซึ่งยังคงอยู่เพื่อรับประทานอาหารกลางวันแบบเร่งด่วนตามโปรแกรมของวันนั้น
ก่อนที่จะปฏิบัติตามกำหนดการออกเดินทางที่กำหนดไว้ล่วงหน้า

ท่ามกลางการรวมตัว ท่านหญิงชานไท เจ้าภาพผู้มีน้ำใจได้ประกาศว่าจะมีการเลื่อนออกไปเล็กน้อย โดยแสดงความตั้งใจที่จะขยายประสบการณ์การรับประทานอาหาร โดยเชิญแขกเพิ่มเติมมาร่วมงานเลี้ยงสังสรรค์ในครอบครัวที่เป็นส่วนตัว การพัฒนาที่ไม่คาดคิดนี้กระตุ้นให้ทุกคนหยุดคิด ทำให้เกิดบรรยากาศที่เต็มไปด้วยความคาดหวัง และบางทีอาจมีความตื่นเต้นเล็กน้อย ขณะที่ผู้เข้าร่วมรอคอยการมาถึงของแขกพิเศษเหล่านี้

เพื่อปฏิบัติตามคำสั่งของหัวหน้าผู้ดูแลทรัพย์สิน จึงมีการตัดสินใจแยกผู้ต้องสงสัยทั้ง 2 คนไว้ในห้องที่กำหนด
มาตรการนี้ถือว่าจำเป็นเพื่อให้แน่ใจว่าจะมีการสนทนาที่มุ่งเป้าหมายและเป็นส่วนตัวเกี่ยวกับชะตากรรมของพวกเขา มีการสื่อสารอย่างชัดเจนว่าการตัดสินใจขั้นสุดท้ายเกี่ยวกับ Shakuntala Madam จะถูกกำหนดโดยหัวหน้าตระกูล Seth เท่านั้น ซึ่งเน้นย้ำถึงความร้ายแรงของสถานการณ์ หลังจากจัดเตรียมอย่างพิถีพิถันแล้ว ชาห์ ซีร์ พร้อมด้วยภรรยาและราชีฟ ก็เข้าร่วมกับกลุ่มคนที่เหลือ

และไปยังบริเวณรับประทานอาหาร
ซึ่งมีอาหารรอพวกเขาอยู่เพื่อรับประทานอาหารกลางวันอย่างรวดเร็วและเด็ดขาด

เมื่อประสบการณ์การรับประทานอาหารดำเนินไป
ความตึงเครียดจากเหตุการณ์ก่อนหน้านี้ก็เริ่มจางหายไป
ถูกแทนที่ด้วยความมุ่งมั่นร่วมกันในการรับมือกับความซับซ้อนที่รออยู่ข้างหน้า
งานเลี้ยงอาหารกลางวันซึ่งครั้งหนึ่งเคยเป็นเพียงพิธีการเท่านั้น
ตอนนี้ทำหน้าที่เป็นฉากหลังสำหรับการบรรจบกันของการสนทนาในครอบครัวและการแก้ไขปัญหาที่กำลังจะเกิดขึ้น ซึ่งดึงดูดความสนใจของทุกคนที่อยู่ในที่ประชุม

หลังจากรับประทานอาหารกลางวันที่ทั้งอร่อยและน่าพึงพอใจสำหรับผู้เข้าร่วมทุกคนแล้ว
สมาชิกครอบครัว ทีมงานที่ทุ่มเทของ Chief Trusty
และแขกพิเศษก็ได้ประชุมกันในห้องโถงหลักอันยิ่งใหญ่
เพื่อตอบสนองต่อคำขอพิเศษจากหัวหน้าทรัสตีเอง เฮเลน มาดาม พร้อมด้วยทารกอาทิตย์
ได้รับการเรียกตัวให้เข้าร่วมการประชุมครั้งสุดท้ายก่อนออกเดินทาง แม้ว่าเฮเลน มาดาม
จะได้รับผลกระทบจากเหตุการณ์ที่เพิ่งเกิดขึ้น แต่เธอก็เดินเซเล็กน้อย
ซึ่งบ่งบอกถึงความเครียดทางอารมณ์และผลจากการหมดสติของเธอ
อาทิตยาที่อยู่ในอ้อมแขนของเขาถูกสาวใช้ที่เอาใจใส่พาเข้ามาในงาน
สร้างบรรยากาศที่น่าสะเทือนใจซึ่งเน้นย้ำถึงความร้ายแรงของโอกาสนี้

ขณะที่ผู้เข้าร่วมงานเดินเข้าไปในห้องโถงหลัก
บรรยากาศเต็มไปด้วยทั้งความเป็นทางการและความคาดหวัง
การประชุมซึ่งขณะนี้ได้จัดในรูปแบบที่สมบูรณ์และเป็นที่ต้องการนั้น
กำลังเตรียมพร้อมที่จะดำเนินการ และความรู้สึกอยากรู้อยากเห็นก็แพร่กระจายไปทั่วทั้งห้อง
ผู้เข้าร่วมทั้งจากครอบครัวและแขกพิเศษต่างรอคอยด้วยความสนใจและกระตือรือร้นที่จะรับฟังข้อมูลเชิงลึกเกี่ยวกับความประหลาดใจที่การอภิปรายที่กำลังจะมีขึ้นได้สัญญาไว้

การปรากฏตัวของเฮเลน มาดามและทารก อทิตยา ทำให้ผู้ที่มาร่วมงานมีอารมณ์ลึกซึ้งมากขึ้น
กิริยามารยาทของเฮเลน มาดามที่แสดงถึงความอดทนแม้จะเผชิญกับความท้าทายเมื่อเร็วๆ นี้
ทำให้ผู้เข้าร่วมรู้สึกเห็นอกเห็นใจผู้อื่นได้อย่างชัดเจน
ทารกที่ถูกอุ้มไว้ซึ่งเป็นสัญลักษณ์ของความบริสุทธิ์ท่ามกลางสถานการณ์ที่ซับซ้อน
ได้เติมความรู้สึกสะเทือนใจให้กับฉากที่เกิดขึ้น
และยิ่งทำให้ความรู้สึกร่วมของผู้เข้าร่วมการประชุมยิ่งเข้มข้นขึ้น

เมื่อการประชุมเริ่มขึ้น กีมีการปฏิบัติตามพิธีการอย่างแม่นยำสูงสุด โดยผู้เข้าร่วมประชุมแต่ละคนมีส่วนร่วมในการแลกเปลี่ยนความคิดเห็นและมติ การจ้องมองร่วมกันของผู้ที่อยู่ที่นั่นสะท้อนให้เห็นถึงความมุ่งมั่นร่วมกันในการทำความเข้าใจความซับซ้อนของสถานการณ์ และแสวงหาวิธีแก้ไขปัญหาที่ไม่เพียงแต่จะตอบสนองผลประโยชน์ของครอบครัวเซธเท่านั้น แต่ยังยึดมั่นในหลักการแห่งความยุติธรรมและความเห็นอกเห็นใจอีกด้วย อากาศเต็มไปด้วยความรู้สึกถึงจุดมุ่งหมาย และบทสนทนาที่กำลังเปิดเผยออกมาสัญญาว่าจะเป็นจุดเปลี่ยนในเรื่องราว ในขณะที่ผู้เข้าร่วมต้องเผชิญกับความซับซ้อนของความท้าทายที่อยู่ตรงหน้าพวกเขา

ด้วยความอนุญาตจากสุภาพสตรีผู้เป็นหัวหน้าของบ้าน หัวหน้าทรัสตีจึงเข้ามาควบคุมการประชุม และขึ้นกล่าวปาฐกถาอย่างมีความเป็นผู้นำ ท่าทีอันเป็นผู้นำของเขาสะท้อนไปทั่วห้องขณะที่เขาเริ่มกล่าวปราศรัยต่อที่ชุมนุม "สวัสดีตอนบ่ายค่ะ สุภาพสตรีและสุภาพบุรุษ ฉันเป็นหัวหน้าทรัสตีของทรัสต์ที่ก่อตั้งโดยลอร์ดมิสเตอร์อัลเบิร์ต แฮมิลตันแห่งอังกฤษผู้ล่วงลับและภรรยาของเขา ราชินีมาดามซูซาน แฮมิลตันผู้ล่วงลับ พวกเขาเป็นปู่และย่าของทารกผู้โชคดีคนนี้ คือ อทิตยา ตามที่ฉันทราบมา วันนี้เขาได้รับการสถาปนาให้มีพระนามว่า อาทิตย์ หรืออย่างที่ฉันควรจะเรียกเขาอย่างถูกต้องว่า เจ้าชายอาทิตย์" หัวหน้าทรัสตีกล่าวด้วยน้ำเสียงนิ่งๆ ซึ่งเผยให้เห็นแววอบอุ่นเล็กน้อยในรอยยิ้มของเขา ถ้อยคำของเขามีน้ำหนักในเรื่องของประวัติศาสตร์และมรดก ซึ่งสร้างบรรยากาศที่น่าสะเทือนใจไปทั่วที่ชุมนุม

ขณะที่ Chief Trusty แบ่งปันมรดกและสายเลือดของ Aditya เมื่อยังเป็นทารก ความสนใจของผู้ชมก็หันไปที่ทารกแทน เจ้าชายอทิตยาซึ่งอยู่ในอ้อมแขนของเฮเลน มาดาม กลายเป็นจุดสนใจของทุกๆ คน บรรยากาศของความอยากรู้อยากเห็นและความเคารพแผ่ซ่านไปทั่วห้องเมื่อคำพูดของหัวหน้าทรัสตีดังขึ้น ดึงดูดความสนใจของที่ประชุมไปที่ความสัมพันธ์อันลึกซึ้งระหว่างตระกูลแฮมิลตันที่โดดเด่นและเจ้าชายอาทิตยาผู้เพิ่งรับศีลล้างบาป

การหยุดชั่วคราวของหัวหน้าทรัสตี พร้อมด้วยรอยยิ้มอันอ่อนโยน ทำให้เกิดช่วงเวลาแห่งการไตร่ตรอง เป็นช่วงเวลาแห่งการเรียนรู้ความสำคัญของเรื่องราวที่กำลังเปิดเผย เรื่องราวที่เชื่อมโยงอดีต ปัจจุบัน และอนาคตของมรดกของแฮมิลตันเข้าด้วยกัน ในขณะเดียวกัน สมาชิกทีมงานที่ขยันขันแข็งของ Chief Trusty ก็ยุ่งอยู่กับการบันทึกแก่นแท้ของโอกาสนี้

และเก็บภาพช่วงเวลาอันล้ำค่าเหล่านี้ไว้อย่างชำนาญผ่านเลนส์กล้องของพวกเขา เสียงคลิกและแสงแฟลชอันนุ่มนวลเข้ากันได้ดีกับคำพูดของ Chief Trusty สร้างภาพที่แสดงถึงการประกาศเหตุการณ์สำคัญทางประวัติศาสตร์และอารมณ์ที่แบ่งปันกันของผู้ที่อยู่ในห้องได้ตลอดไป

ในสถานที่นี้ ความเป็นทางการของงานได้ผสานกับความรู้สึกในขณะนั้นได้อย่างลงตัว เมื่อได้ทราบถึงประวัติศาสตร์อันยาวนานที่เชื่อมโยงพวกเขากับเจ้าชาย Aditya แล้ว ผู้ที่มารวมตัวกันก็มีความรู้สึกชื่นชมร่วมกันต่อมรดกที่ยั่งยืนที่ส่งต่อจากรุ่นสู่รุ่น บรรยากาศเต็มไปด้วยความเกรงขามและความเคารพในขณะที่หัวหน้าทรัสตียังคงเปิดเผยงานทอผ้าที่ซับซ้อนของตระกูลแฮมิลตัน ซึ่งทิ้งรอยประทับที่ลบไม่ออกไว้ในใจของผู้โชคดีที่ได้เป็นสักขีพยานในช่วงเวลาสำคัญของเรื่องราวที่กำลังเปิดเผย

ขณะที่หัวหน้าทรัสตียังคงกล่าวสุนทรพจน์ต่อไป ถ้อยคำของเขาก็ยังคงหนักอึ้งอยู่ในอากาศ ซึ่งเน้นย้ำถึงความสำคัญอันลึกซึ้งของมรดกของตระกูลลอร์ดแฮมิลตัน เขาได้เปิดเผยความยิ่งใหญ่ของความมั่งคั่งของพวกเขา โดยบรรยายถึงอาณาจักรอันกว้างใหญ่ที่แผ่ขยายไปทั่วอังกฤษและสหรัฐอเมริกา มีทั้งอุตสาหกรรม ที่ดินที่กว้างขวาง พระราชวัง และป้อมปราการ ภาพที่วาดนั้นเป็นภาพที่แสดงถึงความมั่งมีและอิทธิพล ซึ่งเป็นเครื่องพิสูจน์ถึงสถานะอันโดดเด่นของลอร์ดและราชินีแฮมิลตันผู้ล่วงลับ ผู้ฟังต่างตั้งใจฟังอย่างตั้งอกตั้งใจ รับรู้ถึงความยิ่งใหญ่ของทรัพย์สมบัติของครอบครัว และความรับผิดชอบอันใหญ่หลวงที่ตอนนี้ตกไปอยู่ในมือของเจ้าชายอาทิตยาหนุ่ม

ท่ามกลางรายละเอียดความมั่งคั่งของครอบครัว หัวหน้าทรัสตีได้ปกปิดมูลค่าเงินที่แน่นอนไว้เป็นความลับ โดยบอกเป็นนัยถึงทรัพย์สินมูลค่ามากกว่า 500 ล้านยูโร ซึ่งเทียบเท่ากับ 50,000 โครอร์รูปีอินเดีย ห้องตกอยู่ในความเงียบงันเมื่อแขกที่มารวมตัวกันตระหนักได้ว่าตระกูลแฮมิลตันมีความมั่งคั่งและสิทธิพิเศษที่ไม่มีใครทัดเทียมได้ ความยิ่งใหญ่ของมรดกนี้ ซึ่งระบุไว้อย่างละเอียดในพินัยกรรมที่จดทะเบียนไว้โดยท่านลอร์ดและราชินีผู้ล่วงลับ ทำให้เกิดความรู้สึกของความรับผิดชอบที่เพิ่มขึ้น ซึ่งขณะนี้ตกอยู่บนบ่าที่บอบบางของเจ้าชายอาทิตยาผู้ยังเยาว์วัย

Chief Trusty ได้ยืนยันการดำเนินการตามกฎหมายที่เกี่ยวข้องกับมรดกอย่างพิถีพิถัน เพื่อให้มั่นใจว่ามรดกจำนวนมหาศาลนี้จะถูกส่งต่อไปยังทายาทโดยชอบธรรมได้อย่างราบรื่น เขาให้คำยืนยันกับผู้ฟังว่าได้รับคำอนุญาตทั้งหมดที่จำเป็นจากรัฐบาลของแต่ละฝ่ายแล้ว

การเยี่ยมเยียนของเขาและรายละเอียดด้านความปลอดภัยที่เกี่ยวข้องเป็นตัวอย่างที่แสดงให้เห็นถึงความจริงจังในการรักษาความปลอดภัยทรัพย์สินอันล้ำค่านี้ในช่วงระหว่างกาลก่อนที่เฮเลน มาดามจะเดินทางกลับอังกฤษ
ห้องดังกล่าวเต็มไปด้วยความเข้าใจร่วมกันถึงหน้าที่อันเคร่งขรึมที่อยู่ตรงหน้า และความมุ่งมั่นร่วมกันในการรักษามรดกของตระกูลแฮมิลตัน

เมื่อเวลาผ่านไป หัวหน้าทรัสตีก็ยอมรับถึงข้อจำกัดในตารางงานของพวกเขา และเปิดเผยว่าพวกเขาใกล้จะออกเดินทางแล้ว
ช่วงเวลาแห่งแรงดึงดูดยังคงดำเนินต่อไปขณะที่เขาแสดงความขอบคุณต่อบริษัทที่รวมตัวกัน โดยเน้นย้ำถึงความสำคัญของความร่วมมือของพวกเขา มีการหยุดชั่วครู่หลังจากเขาพูดจบ ทำให้คำประกาศนั้นเข้าไปอยู่ในใจของผู้ที่เข้าร่วมฟัง

การจากไปของหัวหน้าทรัสตีใกล้จะมาถึงแล้ว และเขาได้สรุปสุนทรพจน์ของตนอย่างสุภาพว่า "ขอบคุณมากและลาก่อน" ในขณะที่เขานั่งลง
ในห้องนั้นก็สัมผัสได้ถึงความผสมผสานที่เป็นเอกลักษณ์ระหว่างความเกรงขาม ความเคารพ และความรับผิดชอบ ซึ่งขณะนี้ตกทอดไปถึงมรดกของแฮมิลตันและทายาทหนุ่ม เจ้าชายอาทิตยา บรรยากาศเต็มไปด้วยความตระหนักรู้อย่างลึกซึ้งถึงจุดเชื่อมโยงทางประวัติศาสตร์ที่ได้พบเห็น และความท้าทายและโอกาสที่กำลังรออยู่ข้างหน้าสำหรับครอบครัวและลูกหลานคนเล็กที่พวกเขารัก

ขณะที่หัวหน้าทรัสตีสรุปการนำเสนอโดยละเอียด ความรับผิดชอบก็ปรากฏชัดขึ้นในห้อง Shantai Madam หัวหน้าตระกูล Seth ยืนขึ้นอย่างสง่างามเพื่อแสดงความขอบคุณและขอขอบพระคุณ Chief Trusty และทีมงานที่ทุ่มเทของเขา คำปราศรัยของเธอสะท้อนให้เห็นทั้งความสุภาพและความซาบซึ้งใจ เนื่องจากเธอตระหนักถึงบทบาทสำคัญที่ Chief Trusty มีต่อการรับรองความปลอดภัยของเจ้าชาย Aditya ซึ่งปัจจุบันได้รับการยอมรับว่าเป็นทารกที่ร่ำรวยที่สุดในอาณาจักร
ความรู้สึกภาคภูมิใจแผ่ซ่านไปทั่วห้องเมื่อ Shantai Madam ยอมรับบทบาทของเธอในฐานะยายของเด็กน้อยผู้เป็นที่รักคนนี้ โดยเชื่อมโยงมรดกของครอบครัวกับความมั่งคั่งที่เหนือจินตนาการ

ในคำพูดอันสง่างามของเธอ Shantai Madam แสดงความซาบซึ้งใจอย่างจริงใจต่อการเฝ้าระวังอย่างไม่ลดละของ Chief Trusty โดยตระหนักถึงความสำคัญของการปกป้องทายาทของมรดกของ Hamilton
การยอมรับถึงความร้ายแรงของสถานการณ์ทำให้การดำเนินการมีบรรยากาศตึงเครียดมากขึ้น

โดยเน้นย้ำถึงความรับผิดชอบร่วมกันที่สมาชิกในครอบครัวต้องแบกรับในการดูแลความเป็นอยู่และความเจริญรุ่งเรืองของเจ้าชายอาทิตยาองค์น้อย

ห้องนั้นเต็มไปด้วยความขอบคุณและรับฟังคำมั่นสัญญาของท่านหญิงชานไทที่จะรักษาคำมั่นสัญญาที่ให้ไว้ต่อหน้าประธานผู้ดูแลทรัพย์สิน ถ้อยคำของเธอสะท้อนถึงความรู้สึกของหน้าที่และเกียรติยศ เน้นย้ำถึงความสำคัญของการรักษาความสมบูรณ์ของคำสัญญาที่ให้ไว้เพื่อปกป้องผลประโยชน์ของครอบครัวและมรดกที่พวกเขาได้รับความไว้วางใจ

ความสัมพันธ์ในครอบครัวที่ผูกพันกับความมั่งคั่งของประวัติศาสตร์และโชคลาภได้รับการเสริมความแข็งแกร่งด้วยคำมั่นสัญญาอันเคร่งขรึมที่แลกเปลี่ยนกันต่อหน้าหัวหน้าทรัสตีที่น่าเคารพ

ขณะที่ Shantai Madam สรุปการประชุมอย่างเป็นทางการ เธอได้แสดงความขอบคุณอย่างมีน้ำใจต่อทุกคนที่เข้าร่วมประชุมอีกครั้ง คำสัญญาว่าจะมีการประชุมครั้งต่อไป ซึ่งจะจัดขึ้นในช่วงสั้นๆ หลังจากแขกผู้มีเกียรติของพวกเขาออกเดินทางจากอังกฤษ ได้เพิ่มความรู้สึกต่อเนื่องให้กับเรื่องราวที่กำลังดำเนินไป

ความสำคัญของโอกาสนี้ยังคงอยู่แม้ว่าผู้อาวุโสของตระกูลจะแสดงความขอบคุณ โดยสรุปถึงการผสมผสานระหว่างประเพณี ความรับผิดชอบ และความภาคภูมิใจในครอบครัวที่กำหนดการเดินทางของครอบครัวเซธสู่บทใหม่ในประวัติศาสตร์อันยาวนานของพวกเขา

คำว่า "ขอบคุณ" ดังก้องไปทั่วห้อง จุดสุดยอดคือการแสดงความขอบคุณต่อหัวหน้าทรัสตีและทีมของเขา การยอมรับในความรับผิดชอบต่อครอบครัว และการคาดหวังภารกิจในอนาคต ข้อสรุปอย่างเป็นทางการของการประชุมไม่เพียงแต่ถือเป็นการสิ้นสุดของการประชุมเท่านั้น แต่ยังเป็นจุดเริ่มต้นของการเดินทางที่จะทำให้ครอบครัวเซธก้าวเดินตามเส้นทางที่ซับซ้อนของมรดกของพวกเขา ซึ่งนำทางโดยคำสัญญา การปกป้อง และความอุดมสมบูรณ์ที่ไม่อาจปฏิเสธได้ของความผูกพันในครอบครัวของพวกเขา

18. “บทสรุปสุดท้าย ข้อเสนอแนะอันยอดเยี่ยม สร้างความประหลาดใจให้กับทุกคน”

หลังจากที่ทีมอังกฤษออกเดินทางแล้ว เจ้าหน้าที่รักษาความปลอดภัยของพวกเขายังคงทำหน้าที่เฝ้ายามเพื่อปกป้องผู้บังคับบัญชาที่ล้ำค่าที่สุด นั่นก็คือ เจ้าชายอาทิตย์ การประชุมซึ่งวางแผนไว้อย่างพิถีพิถันโดย Shantai Madam จัดขึ้นในสถานที่เดียวกับที่เคยเกิดการเปิดเผยข้อมูลสำคัญๆ มาก่อน การประชุมครั้งนี้ประกอบด้วยสมาชิกครอบครัวคนสำคัญ ได้แก่ กฤษณะ, โมหินี, มหาเดโอ มามา, ศกุนตาลา, ราจีฟ และชาห์ ซีร์ ความร้ายแรงของสถานการณ์นั้นชัดเจนขณะที่พวกเขามารวมตัวกันเพื่อหารือถึงการละเมิดร้ายแรงที่เคยสั่นคลอนรากฐานของครอบครัวเซธ

เมื่อการประชุมเริ่มขึ้น Shantai Madam ซึ่งรับหน้าที่เป็นผู้ชี้นำ ได้กำหนดทิศทางสำหรับการอภิปราย อากาศเต็มไปด้วยความคาดหวังและความกังวลในขณะที่เธอพูดถึงเรื่องการกระทำชั่วร้ายที่เกิดขึ้นภายในบริเวณบ้านของพวกเขาเอง ผลที่อาจเกิดขึ้นจากแผนการชั่วร้ายนั้นดูร้ายแรงมาก และทุกคนในห้องก็ตระหนักได้ว่าการแทรกแซงของพระเจ้าได้ช่วยเหลือพวกเขาจากชะตากรรมอันเลวร้ายได้ นางชานไท กล่าวเปิดงานโดยยอมรับว่าสถานการณ์มีความร้ายแรง และเน้นย้ำถึงความจำเป็นเร่งด่วนในการสืบสวนอย่างละเอียดถี่ถ้วนถึงเจตนาที่แท้จริงเบื้องหลังการกระทำผิดอาญา

ท่านหญิงชานไทเรียกร้องความรับผิดชอบภายในครอบครัวด้วยน้ำเสียงที่สั่งการแต่ก็ใจเย็น ความสนใจหันไปที่ Shakuntala ผู้ซึ่งได้รับการระบุว่าเป็นผู้มีส่วนร่วมสำคัญในละครที่กำลังดำเนินอยู่ ห้องตกอยู่ในความเงียบขณะที่ทุกสายตาหันไปมองเธอ เพื่อรอคำตอบจากเธอ คำสั่งของ Shantai Madam ให้ Shakuntala พูดนั้นเป็นการแสดงออกถึงความมีอำนาจ แสดงถึงความมุ่งมั่นของครอบครัวที่จะขุดคุ้ยความจริงเบื้องหลังแผนการชั่วร้ายนี้ น้ำหนักของช่วงเวลานั้นสัมผัสได้ และบรรยากาศก็เข้มข้นไปด้วยความตึงเครียดและความมุ่งมั่นร่วมกันที่จะเดินหน้าต่อไปภายใต้สถานการณ์ที่ซับซ้อน

ศกุนตลาเริ่มเล่าถึงเหตุการณ์ที่นำไปสู่เหตุการณ์โศกนาฏกรรมดังกล่าวภายใต้การจับตามองของสมาชิกในครอบครัว ในขณะนี้ เวทีแห่งละครที่กำลังเปิดฉากขึ้นนั้นเต็มไปด้วยอารมณ์ต่างๆ มากมาย ทั้งความไม่เชื่อ ความกังวล และความเร่งด่วนที่สัมผัสได้ในการไขปริศนาแรงจูงใจเบื้องหลังการกระทำที่อาจก่อให้เกิดหายนะครั้งนี้ คำสั่งของท่านหญิง Shantai และคำบอกเล่าของ Shakuntala มีบทบาทสำคัญในการแสวงหาความจริงและความยุติธรรมของครอบครัว

เมื่อรายละเอียดถูกเปิดเผย สมาชิกในครอบครัวต่างร่วมกันไตร่ตรองถึงความร้ายแรงของสถานการณ์นี้ คุณหญิงชานไท ด้วยความห่วงใยในแบบฉบับมารดา พยายามหาสมดุลระหว่างวินัยและความเข้าใจ โดยมุ่งหวังที่จะขุดค้นความจริงไปพร้อมๆ กับการให้แน่ใจว่าครอบครัวของเธอสบายดี บทสนทนาซึ่งสร้างขึ้นจากพลวัตเฉพาะตัวของความสัมพันธ์ในครอบครัว มุ่งเน้นที่จะแก้ไขการละเมิดด้วยแนวทางที่รอบคอบและรอบคอบ

เซสชั่นดังกล่าวซึ่งเป็นเครื่องพิสูจน์ถึงความแข็งแกร่งของครอบครัวเซธได้ถูกเปิดเผยเป็นบทที่สำคัญมากในประวัติศาสตร์ของพวกเขา

ห้องที่เต็มไปด้วยน้ำหนักของการเปิดเผยข้อมูลที่เกิดขึ้นเป็นพยานถึงการผสมผสานที่ซับซ้อนระหว่างความรับผิดชอบและความเห็นอกเห็นใจ ขณะที่ครอบครัวเริ่มออกเดินทางเพื่อค้นหาความจริง เสียงสะท้อนแห่งการปรึกษาหารือของพวกเขาก็ดังก้องไปทั่วกำแพง เป็นสัญญาณว่ากำลังจะเริ่มต้นกระบวนการที่จะกำหนดชะตากรรมของครอบครัว Seth และทายาทที่พวกเขารักอย่างเจ้าชาย Aditya

ในขณะที่บรรยากาศอันหนักหน่วงแผ่ปกคลุมไปทั่วห้อง กฤษณะรับรู้ถึงความร้ายแรงของสถานการณ์ จึงขออนุญาตพูดต่อหน้าที่ประชุมก่อนที่ศกุนตลาจะเล่าถึงเหตุการณ์ที่เกิดขึ้น ชานไทมองเห็นความจริงจังของพระกฤษณะ จึงอนุญาตให้เขาพูดเพื่อแสดงความคิดเห็นของเขาต่อสถานการณ์ที่เกิดขึ้น กิริยาท่าทางของพระกฤษณะเปลี่ยนไปเป็นจริงจังขณะที่เขาเริ่มต้นสุนทรพจน์ซึ่งเขียนออกมาอย่างรอบคอบ โดยกล่าวต่อที่ชุมนุมอันทรงเกียรติด้วยความรู้สึกของความรับผิดชอบและความเชื่อมั่น

ในคำกล่าวเปิดงาน พระกฤษณะเน้นย้ำถึงความเคารพ ความภักดี และความทุ่มเทที่ทุกคนมีต่อครอบครัวเซธ คำนำนี้เป็นการวางเวทีสำหรับการแทรกแซงที่มีความละเอียดอ่อนเพื่อสร้างสมดุลระหว่างความภักดีในครอบครัวกับความจำเป็นในการแสวงหาความยุติธรรม ในขณะที่เขาพิจารณาข้อเสนอของเขา เขาก็เอ่ยเป็นนัยๆ ว่าผู้กระทำความผิดหลักที่ถูกจับกุมในคดีนี้คือบุคคลภายนอก 2 คน คือ พนักงาน

และผู้บุกรุก เรื่องราวละเอียดอ่อนเกี่ยวกับการมีส่วนร่วมของศกุนตลาได้รับการยอมรับ แต่พระกฤษณะกลับแสดงความกังวลอย่างจริงจังเกี่ยวกับผลกระทบที่อาจเกิดขึ้นภายในครอบครัว ด้วยความเข้าใจอย่างลึกซึ้งถึงผลลัพธ์ที่อาจเกิดขึ้นจากการโยนความผิดให้กับศกุนตลาเพียงผู้เดียว พระกฤษณะจึงเสนอแนวทางที่รอบคอบ พระองค์ทรงเสนอให้มอบความรับผิดชอบในการกำหนดชะตากรรมของศกุนตลาแก่มหาเทวมาม่า สามีของเธอ และสมาชิกผู้ทุ่มเทของครอบครัว พระกฤษณะสรรเสริญคุณธรรมของพระมหาเทวมาม่า โดยเน้นย้ำถึงความภักดี จริงใจ และความทุ่มเทเพื่อสวัสดิการของครอบครัว ข้อเสนอของพระกฤษณะได้เลื่อนการพิจารณาคดีที่เกี่ยวข้องกับศกุนตลาไปเป็นเรื่องภายหลัง ซึ่งเป็นการตัดสินใจที่มุ่งเน้นการรักษาสมดุลระหว่างความยุติธรรมและสายสัมพันธ์ทางครอบครัวที่ผูกพันพวกเขาไว้

นอกจากนี้ พระกฤษณะยังได้นำเสนอแนวทางปฏิบัติคู่ขนานสำหรับสุริยจี ผู้รับใช้ที่ซื่อสัตย์ของศกุนตลา ซึ่งอยู่กับเธอมาตั้งแต่เธอแต่งงาน แนวทางดำเนินการที่แนะนำนี้สะท้อนให้เห็นถึงความเข้าใจอย่างละเอียดอ่อนเกี่ยวกับพลวัตที่ซับซ้อนภายในครัวเรือน โดยมุ่งหวังที่จะแก้ไขสถานการณ์ด้วยการผสมผสานระหว่างความเห็นอกเห็นใจและความรับผิดชอบในเวลาเดียวกัน กฤษณะสนับสนุนให้มีการเข้ามาเกี่ยวข้องของเจ้าหน้าที่บังคับใช้กฎหมายในการจัดการกับผู้บุกรุกจากภายนอก โดยเน้นย้ำถึงความจำเป็นในการใช้มาตรการทางกฎหมายเนื่องจากการเข้ามาในบ้านโดยการฉ้อโกง

ความจริงจังและความเฉียบแหลมของข้อเสนอของพระกฤษณะสะท้อนไปทั่วห้อง และดึงดูดความสนใจของที่ประชุม ถ้อยคำของเขาได้รับการตอบรับเป็นเอกฉันท์ แสดงให้เห็นถึงการยอมรับร่วมกันถึงลักษณะอันละเอียดอ่อนของสถานการณ์ ในขณะนี้ สายสัมพันธ์ที่ค้ำจุนความสามัคคีของครอบครัวเซธได้ผูกพันกับความมุ่งมั่นเพื่อความยุติธรรมและแนวทางที่เป็นรูปธรรมในการแก้ไขการฝ่าฝืนที่คุกคามสถานที่ศักดิ์สิทธิ์ของพวกเขา

ขณะที่สภากำลังพิจารณาข้อเสนอของพระกฤษณะ ความเข้าใจร่วมกันก็เกิดขึ้น นั่นคือความสมดุลที่ละเอียดอ่อนระหว่างสายสัมพันธ์ในครอบครัว ความยุติธรรม และการมุ่งมั่นที่จะยึดมั่นในหลักการที่กำหนดครอบครัวเซธ ขณะนี้ ห้องนั้นเต็มไปด้วยอารมณ์และการตัดสินใจที่ซับซ้อน และเป็นพยานถึงช่วงเวลาสำคัญในประวัติศาสตร์ของครอบครัว ซึ่งพวกเขาต้องต่อสู้กับผลที่ตามมาจากการละเมิดที่ทดสอบโครงสร้างของความสามัคคีของพวกเขา

ข้อเสนอแนะอันชาญฉลาดที่พระกฤษณะเสนอออกมาได้รับความชื่นชมอย่างเป็นเอกฉันท์จากสมาชิกในครอบครัวที่มารวมตัวกัน
ก่อให้เกิดความรู้สึกโล่งใจและเป็นหนึ่งเดียวชั่วขณะหนึ่งในช่วงเวลาที่ท้าทายนี้
ส่วนศกุนตลาเองก็รู้สึกโล่งใจเมื่อคาดหวังว่าสามีจะเข้าใจและให้อภัยในโอกาสนี้
ในส่วนลึกของความคิดของเธอ
เธอได้พิจารณาถึงกลยุทธ์เพื่อเบี่ยงเบนความสนใจและโยนความผิดไปที่ Suryaji
เพื่อปกป้องเจตนาของเธอ ขณะที่ห้องพิจารณาถึงความคิดเห็นจากข้อเสนอของพระกฤษณะ
ความเงียบอันลึกซึ้งก็เข้ามาครอบงำ
ซึ่งเป็นสัญญาณของการหยุดคิดชั่วครู่ในระหว่างการประชุมครอบครัวที่กำลังดำเนินอยู่

ท่ามกลางความเงียบสงบ กฤษณะ ผู้เป็นผู้นำทางการเปิดเผยเรื่องราวในครอบครัว
ได้ประกาศความตั้งใจที่จะเปิดเผยการตัดสินใจลับหลายอย่างที่ได้ทำร่วมกัน
น้ำหนักของความคาดหวังลอยอยู่ในอากาศขณะที่สมาชิกในครอบครัวเฝ้ารอการเปิดเผยคำประกาศที่เป็นความลับเหล่านี้ พระกฤษณะทรงทราบถึงความร้ายแรงของการเปิดเผยของพระองค์
จึงทรงหยุดชั่วขณะเพื่อตรวจดูใบหน้าของผู้คนที่อยู่ในห้องโถง
ดวงตาของเขามองหาปฏิกิริยาเพื่อประเมินผลกระทบของการเปิดเผยที่กำลังจะเกิดขึ้นต่อกลุ่มคนใกล้ชิดที่มารวมตัวกันเพื่อการประชุมครอบครัวครั้งสำคัญครั้งนี้

โดยจังหวะที่จงใจและมีจังหวะที่ชัดเจน พระกฤษณะเริ่มเปิดเผยการตัดสินใจที่ซ่อนอยู่
ซึ่งได้รับการปกป้องอย่างระมัดระวังภายในห้องศักดิ์สิทธิ์ของครอบครัว
บรรยากาศเปลี่ยนไปเมื่อความลับที่ก่อนหน้านี้รู้เฉพาะบางคนเท่านั้น
ตอนนี้ถูกเปิดเผยภายในโดเมนของครอบครัว
ถ้อยคำของพระกฤษณะที่ปกปิดไว้ด้วยความรู้สึกเป็นความลับและความไว้วางใจนั้นสะท้อนถึงความเคร่งขรึมอันสมกับการเปิดเผยดังกล่าว
ความผูกพันในครอบครัวซึ่งได้รับการทดสอบแล้วจากเหตุการณ์ที่เกิดขึ้นเมื่อเร็วๆ นี้
ต้องเผชิญกับการเปิดเผยอีกชั้นหนึ่งซึ่งจะกำหนดชะตากรรมร่วมกันของครอบครัวเซธต่อไป

การแสดงออกบนใบหน้าของสมาชิกในครอบครัวแสดงให้เห็นถึงความประหลาดใจ ความอยากรู้
และในบางกรณีก็อาจมีความกังวลด้วย
พระกฤษณะทรงตระหนักถึงผลกระทบที่อาจเกิดขึ้นจากการเปิดเผยของพระองค์
และทรงดำเนินชีวิตต่อไปบนเส้นทางอันบอบบางของความมั่นใจในครอบครัวพร้อมกับสำนึกแห่งความรับผิดชอบ

การเปิดเผยของเขานั้นมีความหมายถึงการตัดสินใจร่วมกันและความไว้วางใจที่มอบให้กับสมาชิกแต่ละคนในครอบครัว ขณะที่พวกเขาเผชิญกับความท้าทายที่เกิดขึ้นในชะตากรรมที่เชื่อมโยงกันของพวกเขา

เมื่อการเปิดเผยของพระกฤษณะถูกเปิดเผย บรรยากาศในห้องโถงก็เต็มไปด้วยความรู้สึกถึงความเข้าใจและความมุ่งมั่นร่วมกันที่เพิ่มมากขึ้น การเปิดเผยที่เคยปกปิดไว้ ตอนนี้กลายมาเป็นรากฐานสำหรับการเดินทางร่วมกัน เสริมสร้างความผูกพันในครอบครัวที่ก้าวข้ามความท้าทายทันทีที่พวกเขาเผชิญ ในขณะนี้ ครอบครัวยืนอยู่ที่ทางแยกของการเปิดเผย ชะตากรรมของพวกเขาเชื่อมโยงกับความลับที่กำหนดเรื่องเล่าร่วมกันของพวกเขา

ท่านหญิง Shantai ยอมรับคำเทศนาของพระกฤษณะด้วยการพยักหน้าเห็นด้วย เตรียมเวทีสำหรับการเปิดเผยที่จะสั่นคลอนรากฐานของความคาดหวังในครอบครัว ด้วยท่าทีที่สมดุลระหว่างความสุภาพและความหนักแน่น พระกฤษณะได้แสดงถึงการตัดสินใจที่ทำให้เกิดเสียงกระแทกดังไปทั่วทั้งห้อง เขาประกาศด้วยน้ำเสียงที่ผ่อนคลายว่าเขาตั้งใจที่จะละทิ้งความรับผิดชอบในบริษัทโดยทันทีและจะออกเดินทางไปตั้งถิ่นฐานในประเทศอื่น ขนาดของการประกาศนี้ดังเหมือนระเบิดที่เกิดขึ้นอย่างไม่คาดฝัน ทำให้ผู้ที่อยู่ที่นั่น ยกเว้นชานไท ตกอยู่ในสภาพตกตะลึงไปพร้อมๆ กัน โดยจ้องมองไปที่พระกฤษณะด้วยความหวาดกลัวและงุนงงปนกัน

เมื่อคำเหล่านั้นลอยอยู่ในอากาศ บรรยากาศในห้องก็เปลี่ยนไปเป็นภาพแห่งความประหลาดใจ น้ำหนักของการตัดสินใจของพระกฤษณะสะท้อนให้เห็นความผูกพันในครอบครัวที่เคยผูกพันพวกเขาไว้ก่อนหน้านี้ สมาชิกในครอบครัวแต่ละคนต่างพยายามทำความเข้าใจกับเหตุการณ์ที่ไม่คาดคิดนี้ โดยสีหน้าของพวกเขาก็สะท้อนให้เห็นถึงความประหลาดใจที่เกิดขึ้นกับทุกคน ความเงียบที่เกิดขึ้นนั้นเต็มไปด้วยคำถามที่ไม่ได้ถูกพูดออกมา ขณะที่ครอบครัวกำลังประมวลผลถึงความเป็นจริงของการจากไปของพระกฤษณะในอนาคตอันใกล้นี้ และความว่างเปล่าที่หลีกเลี่ยงไม่ได้ที่จะเกิดขึ้นภายในกรอบครอบครัว

พระกฤษณะ ผู้เป็นสถาปนิกแห่งการเปลี่ยนแปลงครั้งใหญ่ในพลวัตของครอบครัว ยืนอย่างสง่างามท่ามกลางใบหน้าที่ตกตะลึงมากมาย ความมุ่งมั่นของพระองค์ปรากฏให้เห็นจากท่าทางที่ไม่สั่นคลอนบนใบหน้าของพระองค์ ชานไท ผู้เป็นแม่ทัพใหญ่ผู้มั่นคง ยังคงรักษากิริยาอาการที่สงบนิ่งของเธอไว้ ซึ่งบางทีเธออาจจะรู้ถึงความซับซ้อนที่ทำให้พระกฤษณะต้องตัดสินใจครั้งสำคัญครั้งนี้ ห้องที่เคยเป็นที่พักพิงแห่งความสามัคคีในครอบครัว

ตอนนี้กลายเป็นพยานของการเริ่มต้นบทใหม่ที่ทำให้ความเชื่อมโยงและชีวิตของพวกเขาถูกกำหนดใหม่

คลื่นความตกตะลึงจากการประกาศของพระกฤษณะกระตุ้นให้เกิดอารมณ์ต่างๆ มากมายภายในครอบครัว ทั้งความสับสน ความกังวล และบางทีอาจมีความเศร้าโศกเล็กน้อย ภูมิทัศน์ของครอบครัวที่ครั้งหนึ่งเคยยึดโยงกับความคุ้นเคยในบทบาทและความรับผิดชอบ ตอนนี้ต้องเผชิญกับการเปลี่ยนแปลงครั้งใหญ่ที่จะทดสอบความยืดหยุ่นของพันธะระหว่างพวกเขา ความรู้สึกที่ไม่ได้ถูกเอ่ยออกมายังคงลอยอยู่ในอากาศ สร้างบรรยากาศที่เต็มไปด้วยน้ำหนักของดินแดนที่ยังไม่เคยสำรวจ

เมื่อความจริงของการตัดสินใจของพระกฤษณะเริ่มชัดเจนขึ้น สายตาของครอบครัวก็ยังคงจ้องมองที่เขา แสวงหาความเข้าใจ และบางทีอาจหาคำอธิบายที่ช่วยชี้แจงแรงจูงใจเบื้องหลังการเดินทางที่ไม่คาดคิดครั้งนี้ได้ ห้องที่ครั้งหนึ่งเคยเต็มไปด้วยเสียงสะท้อนของการปรึกษาหารือในครอบครัวและความลับร่วมกัน ตอนนี้กลายมาเป็นเวทีสำหรับเรื่องเล่าใหม่ที่เต็มไปด้วยการอำลา ระยะทาง และการเดินหน้าของกาลเวลาที่ไม่อาจหลีกเลี่ยง ในช่วงเวลาที่น่าเศร้าใจนี้ ครอบครัวยืนอยู่ที่ทางแยกของการเปลี่ยนแปลง โดยต้องรับมือกับผลที่ตามมาจากการจากไปของพระกฤษณะและเส้นทางที่เปลี่ยนไปที่รออยู่ข้างหน้า

ชาห์ ซีร์ ตอบสนองด้วยแรงโน้มถ่วงที่สะท้อนคลื่นกระแทกที่กระเพื่อมไปทั่วห้อง และเปล่งคำถามที่ค้างอยู่ในอากาศออกมาว่า "แต่ทำไม?" ความเร่งด่วนอะไรที่ทำให้ต้องตัดสินใจครั้งสำคัญเช่นนี้? คุณไม่สามารถทำเช่นนี้ได้ กฤษณะตอบโดยรักษาความสงบและรับรองกับชาห์เซอร์ว่าเขาจะอธิบายให้ฟัง โดยบอกเป็นนัยว่าอาจมีเรื่องเซอร์ไพรส์อื่นๆ อีกในเรื่องเล่า ทุกคนในห้องต่างเฝ้ารอคำชี้แจงของพระกฤษณะอย่างใจจดใจจ่อ

พระกฤษณะทรงสงบและทรงพิจารณาเหตุผลเบื้องหลังการตัดสินใจของพระองค์ เขาตระหนักถึงบทบาทสำคัญของ Shah Sir ในฐานะเจ้าหน้าที่บริหารระดับสูงที่ภักดีต่อบริษัท แต่เปิดเผยว่าเนื่องด้วยอายุของเขา Shah Sir จึงเกือบจะเกษียณจากตำแหน่งประธานเจ้าหน้าที่บริหารแล้ว ช่องว่างทางความเป็นผู้นำที่ใกล้จะเกิดขึ้นนี้ทำให้จำเป็นต้องมีแผนการสืบทอดตำแหน่ง และกฤษณะพร้อมด้วยแม่ของเขาได้ตัดสินใจเลือกครั้งสำคัญ ราชีฟ บุคคลที่อายุน้อยและทุ่มเท มีทั้งความภักดีและคุณสมบัติ ได้รับเลือกให้เป็นผู้สืบทอดตำแหน่ง Krishna เปิดเผยการตัดสินใจแต่งตั้ง Rajeev อย่างภาคภูมิใจ

ซึ่งไม่เพียงแต่รวบรวมประสบการณ์อันล้ำค่าภายในองค์กรภายใต้การแนะนำของบิดาผู้ล่วงลับของ Krishna ซึ่งเป็นที่ปรึกษาและผู้ก่อตั้งบริษัทเท่านั้น แต่ยังเป็นสัญลักษณ์แห่งอนาคตของบริษัทอีกด้วย การเปิดเผยครั้งนี้ทำให้คนที่มารวมตัวซึ่งตกตะลึงอยู่แล้วรู้สึกตื่นตะลึงมากขึ้นไปอีก

ห้องนั้นซึ่งขณะนี้กำลังเผชิญกับผลกระทบสองด้านของการจากไปของพระกฤษณะที่ใกล้จะเกิดขึ้นและการเปิดเผยการเกษียณอายุของชาห์ เซอร์ กลายมาเป็นเวทีสำหรับการเปลี่ยนแปลงชุดหนึ่งภายในอาณาจักรของครอบครัวและอาชีพ น้ำหนักของการตัดสินใจที่ทำโดยพระกฤษณะและแม่ของเขาทำให้ผู้ที่มาชุมนุมรู้สึกกดดัน กระตุ้นให้เกิดอารมณ์และความรู้สึกที่ไม่สามารถพูดออกมาได้

พลวัตในครอบครัวซึ่งอยู่ในช่วงเปลี่ยนแปลงอยู่แล้วต้องเผชิญกับการเปลี่ยนแปลงครั้งใหญ่เมื่อตำแหน่งผู้นำถูกส่งต่อให้กับคนรุ่นใหม่

การประกาศนี้ไม่เพียงแต่เป็นการเปลี่ยนแปลงผู้นำเท่านั้น แต่ยังแสดงถึงความต่อเนื่องอีกด้วย โดยเป็นการส่งต่อประสบการณ์อันโชกโชนของชาห์ ซีร์ สู่ความแข็งแกร่งในวัยหนุ่มของราชีฟ เสียงสะท้อนของพระกฤษณะยังคงก้องอยู่ในอากาศ ทำให้ครอบครัวต้องรับมือกับผลที่ตามมาจากเหตุการณ์ที่ไม่คาดคิดเหล่านี้ในเรื่องเล่าที่พวกเขาแบ่งปัน ห้องที่เคยเป็นสวรรค์ของการสนทนาในครอบครัวและความลับร่วมกัน ตอนนี้ได้กลายมาเป็นพยานของการเริ่มต้นบทใหม่ ซึ่งเป็นบทที่ผู้นำคนใหม่จะก้าวขึ้นมามีอำนาจและการจากไปของผู้แข็งแกร่งที่มีประสบการณ์

เมื่อความเป็นจริงของการพัฒนาดังกล่าวเกิดขึ้น การแสดงออกของสมาชิกในครอบครัวก็มีตั้งแต่ความประหลาดใจไปจนถึงความครุ่นคิด สายตาของครอบครัวที่เคยจ้องมองไปที่พระกฤษณะ ตอนนี้ได้เปลี่ยนไปที่ราชีฟ รัชทายาทผู้ต้องแบกรับทั้งสิทธิพิเศษและความรับผิดชอบ บรรยากาศที่เต็มไปด้วยความประหลาดใจและความครุ่นคิดสะท้อนถึงแก่นแท้ของช่วงเวลาที่โชคชะตาของครอบครัวและการงานมาบรรจบกัน สร้างสรรค์ฉากให้กับการเดินทางของครอบครัวในดินแดนที่ยังไม่มีใครเคยสำรวจ

ในห้องที่เต็มไปด้วยการเปิดเผยที่ไม่คาดคิดอยู่แล้ว กฤษณะกระตุ้นสมาชิกครอบครัวที่มารวมตัวกันให้เตรียมตัวรับการเปิดเผยอีกครั้ง ซึ่งสัญญาว่าจะพลิกความเข้าใจของพวกเขาเกี่ยวกับพลวัตในครอบครัว ด้วยท่าทีมั่นคงและเยือกเย็น กฤษณะได้เปิดเผยคำสารภาพลับที่เขาคาดว่าจะทำให้ทุกคนประหลาดใจ เขาได้ยอมรับว่า "ข้าพเจ้าเป็นบิดาที่แท้จริงและถูกต้องตามกฎหมายของอาทิตย์" ฉันแต่งงานกับผู้หญิงคนหนึ่งแล้ว และอาทิตย์เป็นของขวัญอันล้ำค่าสำหรับเราในฐานะลูกชายที่เกิดก่อนกำหนดจากแม่ของเขา"

การยอมรับที่แขวนลอยอยู่ในอากาศ เป็นการเปิดเผยที่ข้ามขอบเขตของบรรทัดฐานของครอบครัวชานไทซึ่งรู้ความจริงบางส่วนแล้วพยักหน้าเห็นด้วย
โดยรับทราบถึงความซับซ้อนในคำสารภาพของพระกฤษณะ

ห้องที่บัดนี้กลายเป็นผืนผ้าใบที่ถูกวาดด้วยความประหลาดใจ ความสับสน และความประหลาดใจ ต่างหันไปมองเฮเลน มาดามอย่างพร้อมเพรียงกัน ความคิดที่ปรากฏในสายตาของพวกเขานั้นชัดเจนมาก—เฮเลนน่าจะเป็นภรรยาของพระกฤษณะ ซึ่งเป็นมารดาของเจ้าชายอาทิตยา อย่างไรก็ตาม ชานไทและโมหินีถือครองกุญแจสำคัญสู่ความจริงที่แตกต่างออกไป พวกเขาเท่านั้นที่รู้ว่าตำแหน่งภรรยาของพระกฤษณะนั้นเป็นของเอลิซาเบธ เจ้าหญิงแห่งบ้านลอร์ด อย่างไรก็ตาม ชานไทเองก็ไม่ทราบถึงการจากไปอย่างน่าเศร้าของเจ้าหญิงองค์นี้ ซึ่งความจริงข้อนี้ทำให้เรื่องราวที่ดำเนินไปมีความซับซ้อนมากขึ้น

ขณะที่สมาชิกในครอบครัวกำลังประมวลผลการเปิดเผย การแสดงออกของพวกเขาก็กลายเป็นภาพโมเสคของอารมณ์ต่างๆ ไม่ว่าจะเป็นความสับสน การคาดเดา และบางทีอาจรวมถึงความกังวลต่อความสัมพันธ์อันซับซ้อนที่กำลังคลี่คลายอยู่เบื้องหน้าพวกเขาด้วย ห้องที่ครั้งหนึ่งเคยเป็นสถานที่พักพิงแห่งความสามัคคีในครอบครัว ตอนนี้กลายมาเป็นเวทีแห่งการเปิดเผยซึ่งมีพลังที่จะนิยามแก่นแท้ของความเป็นเครือญาติของพวกเขาขึ้นใหม่ คำถามที่ไม่ได้ถูกพูดออกมาลอยอยู่ในอากาศ รอคำตอบที่ช่วยไขความกระจ่างเกี่ยวกับชีวิตส่วนตัวของกฤษณะและความเชื่อมโยงที่ไม่คาดคิดกับอาทิตยา

ชานไท ผู้เป็นพยานเงียบต่อเรื่องราวที่เกิดขึ้น ยังคงวางท่าทีสงบนิ่ง โดยตระหนักดีว่าเธอยังไม่เข้าใจสถานการณ์ทั้งหมด อย่างไรก็ตาม ครอบครัวพบว่าตัวเองอยู่บนหน้าผาของการเปิดเผยที่ไม่ต้องสงสัยเลยว่าจะสร้างการรับรู้ของพวกเขาเกี่ยวกับพระกฤษณะ, เอลิซาเบธ และเจ้าหญิงลึกลับ ซึ่งเป็นเส้นด้ายแห่งชีวิตของพวกเขาที่บัดนี้ถักทออย่างซับซ้อนเป็นผืนผ้าที่ไม่มีใครคาดคิดมาก่อน บรรยากาศที่เต็มไปด้วยความเปิดเผยและความไม่แน่นอนเน้นย้ำถึงความเปราะบางของความผูกพันในครอบครัวที่เคยกำหนดการเดินทางร่วมกันของพวกเขาจนถึงขณะนี้

ในขณะนี้ ครอบครัวเซธยืนอยู่ที่ทางแยกของความจริงอันน่าประหลาดใจและสะเทือนใจ ความจริงที่ต้องอาศัยการพิจารณาร่วมกันกับความซับซ้อนของความรัก การสูญเสีย และการเปลี่ยนแปลงที่ไม่คาดคิดที่ชีวิตอาจเผชิญ

ห้องที่ครั้งหนึ่งเคยเปี่ยมไปด้วยความสามัคคีในครอบครัว ตอนนี้กลับต้องเตรียมรับมือกับผลกระทบทางอารมณ์อันตามมาหลังจากการเปิดเผยของพระกฤษณะ ขณะที่ครอบครัวได้เริ่มต้นการเดินทางแห่งความเข้าใจและการยอมรับ

ท่ามกลางความประหลาดใจและความคาดหวังที่ยังคงมีอยู่ กฤษณะ ผู้มีสำนึกในความรับผิดชอบ ได้ขอร้องให้สมาชิกในครอบครัวที่มารวมตัวกันอย่าจ้องมองไปที่เฮเลน มาดาม เขาได้ใบ้เป็นนัยว่าความจริงทั้งหมดจะถูกเปิดเผยในที่สุด โดยทิ้งปริศนาไว้เพื่อปกปิดบางแง่มุมของคำสารภาพของเขา อย่างไรก็ตาม เขาเปลี่ยนทิศทางอย่างรวดเร็วไปสู่คำประกาศที่สัญญาว่าจะมีการเปลี่ยนแปลงครั้งใหญ่ในภูมิทัศน์ของครอบครัวและองค์กร ด้วยน้ำเสียงที่แบกรับการตัดสินใจครั้งสำคัญ เขาประกาศว่า "แม่ของผมจะยังคงดำรงตำแหน่งประธานและกรรมการผู้จัดการของ Krishna Group of Companies ต่อไป และนี่ก็เป็นความปรารถนาของเธอเช่นกัน" การประกาศครั้งนี้เป็นเครื่องพิสูจน์ถึงความไว้วางใจและการสนับสนุนอย่างไม่ลดละของพระกฤษณะที่พระกฤษณะมีต่อมารดาของเขา ซึ่งส่งผลกระทบอย่างลึกซึ้งต่ออาณาจักรธุรกิจของครอบครัว

กฤษณะได้ดำเนินการตามกลยุทธ์โดยกำหนดแผนการสืบทอดตำแหน่งภายในลำดับชั้นขององค์กร น้องสาวของเขา นางสาวโมหินี ซึ่งเขาบรรยายว่าเป็นเพื่อนแท้ในช่วงเวลาที่ท้าทายที่สุดของครอบครัว ได้รับการแต่งตั้งเป็นผู้ช่วยสำนักงานให้กับแม่ของเขา การเปิดเผยไม่ได้หยุดเพียงแค่นั้น พระกฤษณะยังทรงประกาศถึงเส้นทางในอนาคตที่ทำให้ทุกคนประหลาดใจ เขาเปิดเผยถึงการตัดสินใจโอนหุ้นทั้งหมดของเขาในบริษัทให้กับโมหินี ทำให้เธอเป็นผู้ถือหุ้นรายใหญ่โดยพฤตินัย เหตุการณ์ที่ไม่คาดฝันที่เกิดขึ้นทำให้สมาชิกในครอบครัวที่มารวมตัวกันอยู่ในภาวะไม่เชื่อ ผลกระทบจากการตัดสินใจของกฤษณะสะท้อนไปทั่วห้อง

มหาเทวมาม่า ที่ได้จดบันทึกเหตุการณ์ทั้งหมดอย่างตั้งใจลงในสมุดบันทึก กลับพบว่าตนเองต้องตกตะลึงกับคำประกาศที่ไม่คาดคิดนี้ ความตกใจปรากฏชัดบนใบหน้าของเขา และน้ำตาก็ไหลออกมาจากดวงตาไม่หยุด ความรู้สึกที่ลึกซึ้งทำให้ทุกคนประหลาดใจ เผยให้เห็นด้านหนึ่งของ Mahadeo Mama ที่จนถึงขณะนี้ยังคงถูกปกปิดไว้ภายใต้เปลือกนอกของความอดทน ความผูกพันในครอบครัวซึ่งได้รับการทดสอบด้วยการเปิดเผยหลายๆ ครั้ง ตอนนี้ต้องเผชิญหน้ากับบทใหม่ที่เต็มไปด้วยความพลิกผันที่ไม่คาดคิดซึ่งจะเปลี่ยนแปลงพลวัตของครอบครัวเซธไปตลอดกาล

ในขณะเดียวกัน ศกุนตลา มามิ ซึ่งเคยใฝ่ฝันถึงอนาคตที่รุ่งโรจน์สำหรับลูกสาวของเธอ กลับพบว่าความปรารถนาของเธอกลายเป็นจริงโดยไม่คาดคิด ความตกตะลึงจากการประกาศดังกล่าวทำให้เธอพูดไม่ออก ขณะที่เธอนั่งอยู่ในภวังค์ต่อสู้กับเหตุการณ์ที่เปลี่ยนไปอย่างกะทันหัน ห้องที่เป็นโรงละครแห่งการเปิดเผยความสัมพันธ์ในครอบครัว กลายเป็นพื้นที่ที่อารมณ์ต่างๆ ผันผวนระหว่างความประหลาดใจ ความกตัญญู และความไม่แน่นอนอย่างลึกซึ้ง

เมื่อการตัดสินใจของพระกฤษณะส่งผลต่อการรวมตัวกัน พันธะในครอบครัวก็เตรียมพร้อมสำหรับการเปลี่ยนแปลงต่อไป การเต้นรำอันซับซ้อนระหว่างครอบครัวและธุรกิจ ความภักดีและมรดก เกิดขึ้นท่ามกลางฉากหลังของประกาศที่ไม่คาดคิดนี้ ห้องที่เคยเป็นพยานของความลับในครอบครัวและการพูดคุยขององค์กร ตอนนี้กลายมาเป็นพยานถึงธรรมชาติของโชคชะตาที่ไม่สามารถคาดเดาได้และความอดทนที่จำเป็นในการก้าวผ่านเส้นด้ายอันซับซ้อนที่ทอเนื้อผ้าของการดำรงอยู่ร่วมกันของพวกเขา

ในขณะที่คลื่นความตกตะลึงจากการประกาศครั้งก่อนยังคงสะท้อนไปทั่วทั้งห้อง โมหินีซึ่งตกตะลึงกับเหตุการณ์ที่เกิดขึ้นแล้ว กลับพบว่าตัวเองรู้สึกสั่นสะท้านในเชิงลบจากระเบิดลูกต่อๆ ไปที่กฤษณะทิ้งลงมา สายตาของนางที่เต็มไปด้วยความประหลาดใจจ้องไปที่เขา ขณะที่เขาขออนุญาตท่านหญิงชานไทด้วยท่าทีขบขันและมีอารมณ์ขันเล็กน้อย เพื่อเปิดเผยสิ่งที่น่าประหลาดใจอีกครั้ง บรรยากาศเต็มไปด้วยความคาดหวังอย่างไม่สบายใจในขณะที่พระกฤษณะยังคงสงบและมีสติอีกครั้ง และเปิดเผยบทต่อไปของการเปิดเผยเรื่องครอบครัว

ความพลิกผันที่น่าประหลาดใจคือ กฤษณะได้เปิดเผยถึงการตัดสินใจของแม่ของเขาที่จะจัดพิธีหมั้นให้กับโมหินีก่อนที่เขาจะออกเดินทางออกจากประเทศในเร็วๆ นี้ การประกาศดังกล่าวพลิกผันอย่างไม่คาดฝันยิ่งขึ้น เมื่อเขาเปิดเผยชื่อเจ้าบ่าวที่เลือก ซึ่งก็คือนายราชีฟ ซีอีโอคนปัจจุบันของบริษัท น้ำเสียงอันน่าพอใจของกฤษณะนั้นตัดกันอย่างชัดเจนกับความตกตะลึงที่แผ่ซ่านไปทั่วทั้งห้อง สมาชิกในครอบครัวที่มาร่วมประชุมต่างมีอารมณ์ตั้งแต่ความสับสนไปจนถึงความสงสัย พวกเขาจึงหันไปมองกฤษณะ โมหินี และชานไท มาดาม ราวกับว่าอยู่ในโลกของตัวเอง แลกเปลี่ยนรอยยิ้มและมองกันอย่างรู้ใจ

โมหินี ซึ่งตกอยู่ท่ามกลางความขัดแย้งจากการเปิดเผยข้อมูลอย่างต่อเนื่อง ดูไม่เชื่อและสับสน อาการสั่นสะท้านเชิงลบในช่วงแรกของเธอตอนนี้ได้เปลี่ยนเป็นภาวะสับสนขณะที่เธอกำลังต่อสู้กับเหตุการณ์ที่ไม่คาดคิด ห้องนี้เคยเป็นปราการแห่งการสนทนาในครอบครัวและความลับร่วมกัน แต่ปัจจุบันกลายเป็นโรงละครแห่งการเปิดเผยเรื่องราวในครอบครัวที่ดูเหมือนจะเหนือจินตนาการที่สร้างสรรค์ที่สุด

ความรู้สึกร่วมกันภายในที่ประชุมเต็มไปด้วยความตกตะลึงอย่างยิ่ง การประกาศการหมั้นหมายอย่างไม่คาดคิด ประกอบกับการที่ราชีฟเลือกเจ้าบ่าวคนดังกล่าว ทำให้สมาชิกในครอบครัวยังคงไม่เชื่อ พลวัตทางครอบครัวที่เคยมีโครงสร้างในครั้งหนึ่ง ตอนนี้ดูเหมือนจะติดอยู่ในวังวนแห่งความประหลาดใจ ความร้ายแรงของการเปิดเผยแต่ละครั้งค่อยๆทวีความรุนแรงขึ้น

ขณะที่ห้องดูดซับผลกระทบจากคำพูดของพระกฤษณะ ความผูกพันในครอบครัวก็ต้องเผชิญกับการทดสอบอีกชั้นหนึ่ง การแลกเปลี่ยนสายตาของกฤษณะ, โมหินี และชานไท มาดาม แสดงให้เห็นถึงความเข้าใจร่วมกันในขณะที่คนอื่นๆในครอบครัวพยายามปรับความเข้าใจกับเรื่องราวที่ดำเนินไปอย่างรวดเร็ว อากาศที่หนาแน่นด้วยอารมณ์ที่หลากหลายทำให้เห็นสมาชิกในครอบครัวที่ต้องเดินทางในดินแดนที่ไม่เคยสำรวจ ท่าทางของพวกเขาเผยให้เห็นถึงความรู้สึกสับสนระหว่างความตกใจ ความอยากรู้ และบางทีอาจมีเค้าลางของการยอมรับ

ในภาพที่ไม่คาดคิดนี้ ครอบครัวเซธพบว่าตัวเองอยู่ตรงจุดตัดระหว่างประเพณีของครอบครัวและโชคชะตาที่พลิกผันอย่างไม่คาดฝัน การหมั้นหมายที่ใกล้จะเกิดขึ้นและเจ้าบ่าวที่เลือกไว้ทำให้เรื่องราวในครอบครัวมีความน่าสนใจมากขึ้น โดยทำให้สมาชิกที่มารวมตัวกันรู้สึกตื่นเต้นและครุ่นคิด เมื่อตอนนี้ห้องเต็มไปด้วยภาระแห่งการเปิดเผยต่างๆ พวกเขาก็เฝ้ารอบทต่อไปของเรื่องราวความประหลาดใจในครอบครัวของพระกฤษณะที่กำลังจะเกิดขึ้น

ในขณะที่การประชุมใกล้จะสิ้นสุดลง กฤษณะซึ่งใช้โทนเสียงที่สมดุลแต่เศร้าโศก ได้ประกาศถึงบทที่น่าเศร้าโศกในอนาคตอันใกล้นี้ในชีวิตของเขา สายตาของเขาจ้องมองไปที่ชานไท เป็นการร้องขอการให้อภัยอย่างเงียบๆ ที่ไม่ได้เปิดเผยข่าวนี้ก่อนหน้านี้ โดยพิจารณาจากสภาพร่างกายที่ไม่มั่นคงของเธอ โมหินีอาจสัมผัสได้ถึงความหนักหน่วงของการเปิดเผย จึงแลกเปลี่ยนสายตาอันมั่นใจกับกฤษณะ

พร้อมทั้งให้การสนับสนุนอย่างเงียบๆ ในบรรยากาศอันเงียบสงบ กฤษณะเริ่มต้นว่า "ฉันจะประกาศเรื่องเศร้าๆ ในชีวิตของฉัน"

ห้องซึ่งเต็มไปด้วยการเปิดเผยที่น่าประหลาดใจ
เตรียมพร้อมที่จะรับการเปิดเผยความโศกเศร้าของพระกฤษณะ
แม้พระกฤษณะจะแบกรับความจริงที่ไม่อาจบอกเล่าได้มากมาย
แต่ถ้อยคำของพระกฤษณะก็แสดงให้เห็นถึงเรื่องเล่าที่ถูกปกปิดไว้จนกระทั่งถึงขณะนี้
พระกฤษณะทรงแสวงหาความเข้าใจจากชานไทและทรงตรัสต่อไปว่า "เฮเลนมาดามไม่ใช่แม่ที่แท้จริงของลูกชายเรา" การเปิดเผยนี้แพร่กระจายไปในอากาศทำให้เกิดความรู้สึกไม่สบายใจอย่างเห็นได้ชัด ในขณะนี้ พระกฤษณะทรงมีเรื่องราวส่วนตัวที่ลึกซึ้งในชีวิตของพระองค์ และทรงยอมรับการแต่งงานแบบลับๆ ของพระองค์กับนางเอลิซาเบธ เพื่อนและเพื่อนร่วมชั้นเรียนของพระองค์

ในนิทานที่เต็มไปด้วยจุดพลิกผันที่ไม่คาดคิด
พระกฤษณะได้อธิบายว่าเอลิซาเบธได้รับอนุญาตจากผู้ดูแลทรัพย์สินล่วงหน้าก่อนการแต่งงาน โดยปฏิบัติตามพินัยกรรมของพ่อแม่เธอ เงื่อนไขระบุว่าเมื่อถึงวัยลงคะแนนเสียง เอลิซาเบธจะสามารถแต่งงานตามที่ตนเลือกได้ โดยต้องได้รับการอนุมัติจากคณะกรรมการ ก่อนหน้านี้ พระกฤษณะไม่เคยทราบถึงความซับซ้อนเหล่านี้
พระกฤษณะได้เล่าเรื่องการแต่งงานในโบสถ์ของพวกเขาซึ่งได้รับการรับรองว่าถูกต้องตามกฎหมายโดยมาตรฐานทางกฎหมายทั้งหมด การเปิดเผยนี้ดำเนินไปในทิศทางที่น่าเศร้าโศกยิ่งขึ้น เมื่อพระกฤษณะทรงเปิดเผยถึงการสูญเสียเอลิซาเบธอันน่าเศร้าระหว่างคลอดบุตรอันเป็นผลจากเหตุการณ์ที่โชคร้าย ห้องที่ตอนนี้เต็มไปด้วยเรื่องราวอันเคร่งขรึมของพระกฤษณะกลายมาเป็นโรงละครสำหรับอารมณ์ต่างๆ ตั้งแต่ความเห็นอกเห็นใจไปจนถึงความเห็นใจ

พระเนตรของพระองค์มีน้ำตาคลอด้วยความเศร้าโศก
และพระกฤษณะทรงขออภัยจากพระมารดาของพระองค์ที่ไม่ได้ร่วมแบ่งปันความเศร้าโศกนี้มาก่อน ครอบครัวซึ่งติดอยู่กับโศกนาฏกรรมส่วนตัว พยายามฝ่าคลื่นความรู้สึกที่พุ่งเข้ามาในห้อง แน่นอนว่าชานไทกำลังต่อสู้กับอารมณ์ของเธอ และรับรู้ถึงน้ำหนักของคำสารภาพของลูกชายของเธอ อากาศเต็มไปด้วยความโศกเศร้าที่เกิดขึ้นร่วมกัน
ความผูกพันในครอบครัวถูกทดสอบอีกครั้งด้วยการเปิดเผยความจริงที่ยังคงปกคลุมอยู่ในเงามืด

ในช่วงเวลาอันเคร่งขรึมนี้
ครอบครัวเซธต้องเผชิญกับความเปราะบางของชีวิตและชะตากรรมที่ไม่สามารถคาดเดาได้ ละครที่กำลังเปิดเรื่องซึ่งตอนนี้มีทั้งความสุข ความประหลาดใจ และความเศร้า

สะท้อนให้เห็นถึงภาพที่ซับซ้อนของความสัมพันธ์ในครอบครัว ในขณะที่พระกฤษณะสรุปบทแห่งการพบปะที่เต็มไปด้วยอารมณ์นี้ ทุกคนในห้องก็ได้เห็นถึงความเข้าใจ ความโศกเศร้า และความแข็งแกร่งที่ไม่อาจเอ่ยได้ซึ่งผูกพันครอบครัวนี้เข้าด้วยกัน

เมื่อตระหนักถึงความจำเป็นที่จะต้องชี้แจงเพิ่มเติม พระกฤษณะรู้สึกว่ามารดาของพระองค์ ชานไท ต้องการรายละเอียดเพิ่มเติมเกี่ยวกับการเสียชีวิตอย่างน่าเศร้าของเอลิซาเบธ ลูกสะใภ้ที่รักที่สุดของเธอ เมื่อรับทราบถึงช่วงเวลาสำคัญนี้ เขาก็เล่าถึงเหตุการณ์ที่น่าเศร้าโศกนี้ให้ฟัง และเล่าถึงเรื่องราวที่เล่าถึงความสูญเสียอันยิ่งใหญ่ ด้วยใจที่นิ่งแต่หนักอึ้ง พระกฤษณะเริ่มแบ่งปันรายละเอียดที่น่าสลดใจเหล่านี้

เขาเล่าถึงวันโศกนาฏกรรมนั้น เป็นงานฉลองหลังประชุมที่เต็มไปด้วยความยินดีและความสำเร็จ ขณะที่นักเรียนกลับมาจากการแสดงความยินดีในฐานะนักเรียนที่ดีที่สุดแห่งปีอย่างมีความสุข เรื่องราวเริ่มพลิกผันไปในทางเลวร้าย เมื่อมีผู้บุกรุกที่ตั้งใจจะขโมยรถยนต์ของพระกฤษณะ จับตัวเอลิซาเบธไว้ขณะที่เขาจอดรถ การกระทำอันโหดร้ายและสิ้นหวังได้เปิดเผยออกมา เมื่อผู้บุกรุกถือมีดที่เปิดและคมเข้าที่คออันบอบบางของภรรยาของพระกฤษณะ เพื่อร้องขอความปลอดภัยของเธอ พระกฤษณะจึงยอมจำนนและเสนอทุกสิ่งทุกอย่างเพื่อแลกกับการปล่อยตัวเอลิซาเบธ น่าเศร้าที่ระหว่างที่โจรกำลังยึดรถ เขากลับผลักเอลิซาเบธอย่างไม่ลดละโดยไม่ปล่อยแรงจากมีด ทำให้เส้นเลือดกลางถูกตัดขาด ผลลัพธ์คือการแท้งลูกก่อนวัยอันควร และแม้แพทย์จะพยายามอย่างเต็มที่แล้ว แต่เอลิซาเบธก็ไม่อาจช่วยชีวิตเธอไว้ได้ ต่อมา หัวหน้าทรัสตีได้แจ้งให้กฤษณะทราบว่าตำรวจได้จับอาชญากรคนดังกล่าวได้แล้ว และกำลังดำเนินคดีทางกฎหมายเพื่อลงโทษเขาอยู่

ขณะที่พระกฤษณะแสดงความรู้สึกที่น่าสลดใจนี้ ห้องก็ตกอยู่ในความเงียบอย่างลึกซึ้ง ความร้ายแรงของสถานการณ์ยังคงแผ่ลอยอยู่ในอากาศ และสมาชิกครอบครัวที่รวมตัวกันก็รู้สึกโศกเศร้าร่วมกัน น้ำเสียงเศร้าโศกในการบรรยายของพระกฤษณะสะท้อนถึงการสูญเสียและโศกนาฏกรรมอันยิ่งใหญ่ที่เกิดขึ้นกับครอบครัวเซช เหตุการณ์ที่เกิดขึ้นร่วมกับสถานการณ์ที่น่าตกใจ ทำให้ครอบครัวนี้ตกอยู่ในความโศกเศร้าร่วมกัน และเผชิญกับความเป็นจริงอันเลวร้ายว่าชีวิตของเขาต้องจบลงเพียงเท่านี้เพราะการกระทำที่ไร้เหตุผล

ในช่วงเวลาอันเคร่งขรึมนี้ ความผูกพันในครอบครัวต้องเผชิญกับความท้าทายอันยิ่งใหญ่ในการรับมือกับผลกระทบจากโศกนาฏก

รรมที่ไม่คาดคิด ห้องที่เคยเป็นพื้นที่สำหรับการเปิดเผยและการเฉลิมฉลองของครอบครัว ตอนนี้ได้เปลี่ยนเป็นภาพที่น่าเศร้าที่เต็มไปด้วยเงาของความโศกเศร้า พระกฤษณะทรงแบกรับเรื่องราวที่น่าเศร้าโศกนี้และพยายามแสวงหาการปลอบโยนและความเข้าใจจากครอบครัวของพระองค์ขณะที่ทุกคนต้องเผชิญกับการสูญเสียและการรำลึกถึงอย่างพร้อมเพรียงกัน

เพื่อยุติการประชุมที่น่าสะเทือนใจนี้ หลังจากการเปิดเผยเรื่องราวอันน่าซาบซึ้งใจหลายครั้ง พระกฤษณะก็พบช่วงเวลาแห่งความสมดุลในการพูดถึงอนาคตที่จะกำหนดชะตากรรมของครอบครัวเซธ ด้วยท่าทีที่สงบ เขาเริ่มกล่าวว่า "ตามความปรารถนาของปู่และย่าฝ่ายแม่ของลูกชายผม อาทิตย์ เราได้ตกลงกันว่าลูกชายของผมควรได้รับการศึกษาในบ้านเกิดของพวกเขา ไม่ว่าจะเป็นในอังกฤษหรืออเมริกา ซึ่งเป็นที่ที่พวกเขาสร้างบ้านและที่อยู่อาศัยไว้" หลังจากได้คลี่คลายปัญหาที่ซับซ้อนกับหัวหน้าทรัสตีแล้ว Krishna ก็ได้แบ่งปันถึงการตัดสินใจอันจริงใจของเขาในการย้ายไปอเมริกา

เนื่องด้วยการย้ายงานซึ่งเต็มไปด้วยความรับผิดชอบในครอบครัว กฤษณะแสดงความตั้งใจที่จะรับบทบาทเป็นประธานบริหารและกรรมการผู้จัดการของบริษัทเภสัชกรรมแห่งหนึ่งในอเมริกา ในเวลาเดียวกัน เขายังให้คำมั่นที่จะรับผิดชอบที่สำคัญในการเลี้ยงดู Aditya หลานชายร่วมของเขาด้วย ภูมิทัศน์ของครอบครัวเกิดการเปลี่ยนแปลงเมื่อกฤษณะเปิดเผยการโอนหุ้นบริษัทเภสัชกรรม 80% โดยอัตโนมัติไปเป็นชื่อของเขา นอกจากนี้พวกเขายังได้รับบ้านพักพิเศษไว้ในอาคารอพาร์ทเมนท์แห่งหนึ่ง เพื่อความปลอดภัยภายใต้การดูแลของเจ้าหน้าที่รักษาความปลอดภัยที่เฝ้าระวัง

พระกฤษณะทรงเชื่อมโยงแง่มุมทางอารมณ์และทางปฏิบัติของการตัดสินใจครั้งนี้และทรงตรัสถึงความอบอุ่นใจของการกลับมารวมตัวของครอบครัว เขาได้เล่าถึงแผนการที่เขามีต่อแม่ของเขา โดยบอกว่าแม่ของเขาจะไปเยี่ยมและพักอยู่กับพวกเขาบ่อยๆ พร้อมทั้งมอบความรักอันยิ่งใหญ่จากแม่ให้กับหลานชายและตัวเขาเอง แม้แต่ในทุกทวีป การพูดถึงความสามัคคีในครอบครัวก็ยังทำให้เกิดความรู้สึกอบอุ่นในใจ

ด้วยความตระหนักถึงความสำคัญของรากเหง้าและความผูกพัน กฤษณะจึงให้คำยืนยันกับครอบครัวว่าพวกเขาจะกลับไปยังบ้านปัจจุบันของพวกเขาในช่วงวันหยุด โดยสร้างความสมดุลอย่างกลมกลืนระหว่างชีวิตใหม่ในอเมริกาและสายสัมพันธ์อันหวงแหนกับต้นกำเนิดของครอบครัวของพวกเขา ความรู้สึกถึงความสามัคคีสะท้อนผ่านถ้อยคำของพระกฤษณะ ก่อให้เกิดภาพของครอบครัวที่แม้จะมีระยะห่างทางกายภาพ แต่ยังคงมีการเชื่อมโยงทางอารมณ์

อย่างไรก็ตาม ท่ามกลางการพัฒนาในเชิงบวก พระกฤษณะได้กล่าวถึงปัญหาที่ยังคงค้างอยู่ของ Shakuntala Mami และมอบความรับผิดชอบในการตัดสินใจให้กับ Mahadeo Mama การตัดสินใจที่สำคัญครั้งนี้ทำให้เกิดเงาขึ้นมาทั่วทั้งห้อง ทำให้เกิดบรรยากาศของความคาดหวังและความไม่แน่นอนในขณะที่ครอบครัวต้องรับมือกับคำตัดสินที่กำลังจะเกิดขึ้นเกี่ยวกับชะตากรรมของ Shakuntala Mami ในขณะที่พระกฤษณะกำลังสรุปบทการประชุมที่สำคัญนี้ ห้องก็ยืนอยู่ที่จุดตัดของการเปลี่ยนแปลงอนาคตที่เต็มไปด้วยคำมั่นสัญญาและความซับซ้อนสำหรับครอบครัวเชธ

หลังจากการประชุมอันสำคัญยิ่ง Mahadeo Mama ผู้แบกรับภาระการตัดสินใจได้กำหนดชะตากรรมของ Shakuntala และ Suryaji คำตัดสินคือการกลับบ้านเกิดพร้อมรับหน้าที่ดูแลดินแดนของบรรพบุรุษ การตัดสินใจดังกล่าวซึ่งถือเป็นรูปแบบหนึ่งของการตอบโต้ มีความสำคัญเพราะหมายถึงการต้องละทิ้งความหรูหราในเมืองที่พวกเขาเคยคุ้นเคย อนาคตของการใช้ชีวิตในชนบทที่ห่างไกลจากความสะดวกสบายของเมืองกลายเป็นผลกระทบที่สำคัญอย่างยิ่งสำหรับบุคคลทั้งสอง

นอกจากนี้ เรื่องราวยังเข้มข้นขึ้นเมื่อพบว่า ความช่วยเหลือที่ Suryaji นำมาให้กลับกลายเป็นอาชญากรที่อยู่ในบัญชีดำ ทำให้ตำรวจต้องจับกุมเขา การดำเนินคดีทางกฎหมายต่อเขาภายใต้ข้อกล่าวหาอาญาหลายข้อทำให้สถานการณ์มีความซับซ้อนเพิ่มขึ้นอีกขั้นหนึ่ง เหตุการณ์พลิกผันที่เต็มไปด้วยผลกระทบส่วนตัวและทางกฎหมายเกิดขึ้นในช่วงการหมั้นหมายของโมหินีและราชีฟ ซึ่งเป็นช่วงเวลาแห่งความสุขที่หายากท่ามกลางความตึงเครียดที่เกิดขึ้น

เฮเลน มาดาม พบความปลอบโยนใจจากการยอมรับเธอเป็นแม่บุญธรรมของเจ้าชายอาทิตยา และยังคงมีความหวังในใจว่าจะได้มีความสัมพันธ์ที่ลึกซึ้งและสนิทสนมกับพระกฤษณะมากขึ้นในอนาคต พลวัตของโชคชะตาที่ไม่อาจคาดเดาได้และชาญฉลาดยังคงเขียนบทบรรยายของมันต่อไป โดยถักทอเส้นด้ายแห่งความสุข ความเศร้า และการเปลี่ยนแปลงที่ไม่คาดคิดเข้าด้วยกัน บทต่างๆ ของโชคชะตาที่เกิดขึ้นเป็นการเตือนใจอันเจ็บปวดว่าเส้นทางชีวิตมักถูกชี้นำโดยพลังที่เหนือการควบคุมของมนุษย์

ในขณะที่ครอบครัวต้องเผชิญกับผลที่ตามมาจากการตัดสินใจของพวกเขา การหมั้นหมายของโมหินีและราชีฟก็เปรียบเสมือนประภาคารแห่งความหวังและเป็นการเฉลิมฉลองท่ามกลางความยากลำบาก เครือข่ายความสัมพันธ์ที่ซับซ้อน ความยุ่งยากทางกฎหมาย และความผูกพันในครอบครัว

เน้นย้ำถึงความยืดหยุ่นที่จำเป็นในการก้าวเดินบนเส้นทางชีวิตที่ไม่สามารถคาดเดาได้ เมื่อพิจารณาดีๆ แล้ว เรื่องราวนี้ได้พูดถึงความจริงที่ล้ำลึกยิ่งขึ้น นั่นคือ ความพยายามอย่างทุ่มเทศรัทธาในอำนาจที่สูงกว่า และการยอมรับผลแห่งความพยายามของตนเป็นผลลัพธ์ที่กำหนดไว้ ล้วนประกอบกันเป็นภาพทอของชีวิตที่ได้รับการหล่อหลอมจากภูมิปัญญาจากเหตุการณ์พลิกผันที่ไม่คาดคิด

เกี่ยวกับผู้เขียน

ดร. สุภาช วาย. พาวาร์

ดร. สุภาช ปาวาร์ เป็นนักเขียนที่ได้รับความนับถืออย่างสูงและเป็นศาสตราจารย์ที่มีชื่อเสียงในหมู่ลูกศิษย์ เขายังเป็นศิลปินดิจิทัลที่มีชื่อเสียงอีกด้วย นอกจากการเขียนบทความต่างๆ ให้กับหนังสือพิมพ์ชื่อดังแล้ว เขายังเริ่มเขียนหนังสือเกี่ยวกับหัวข้อต่างๆ ด้วย

หนังสือทางเทคนิคเล่มแรกของเขาเกี่ยวกับขั้นตอนศิลปะกราฟิกซึ่งตีพิมพ์โดยบริษัทที่มีชื่อเสียงแห่งหนึ่งในลอนดอน สหราชอาณาจักร ในปีพ.ศ. 2514 ถือเป็นจุดเริ่มต้นของการเดินทางครั้งสำคัญ หนังสือของดร.พาวาร์จำนวนกว่า 95 เล่ม มีบทบาทสำคัญในการส่งเสริมความรู้ด้านคอมพิวเตอร์และความเข้าใจในเทคโนโลยีที่เกี่ยวข้อง ซึ่งสร้างผลกระทบอย่างมีนัยสำคัญต่อสาขานี้

ในปีพ.ศ. 2524 ดร. Subhash Pawar ได้รับทุนสนับสนุนการตีพิมพ์จำนวนมากจากมหาวิทยาลัยปูเน่เพื่อช่วยให้เขาตีพิมพ์หนังสือเกี่ยวกับการจัดพิมพ์ของเขา นอกจากนี้ เขายังได้รับรางวัลจากรัฐบาลในปี 2551 สำหรับหนังสือซอฟต์แวร์ Photoshop เป็นภาษา Marathi ที่ยอดเยี่ยมของเขา

เขาเป็นผู้สมัครคนแรกและคนเดียวที่ได้รับปริญญาเอกสาขาศิลปะประยุกต์และดิจิทัลจากมหาวิทยาลัยปูเน่อันเลื่องชื่อซึ่งเป็นสวรรค์แห่งการศึกษาในอินเดีย นอกจากความหลงใหลในการเขียนแล้ว เขายังสร้างสรรค์ผลงานศิลปะสื่อดิจิทัลอีกมากมาย

เขาเป็นศิลปินดิจิทัลอาวุโสที่สุดในประเทศและยังเป็นที่ปรึกษาให้กับหอศิลป์ชื่อดังแห่งหนึ่งในเมืองปูเน่อีกด้วย เขามีประสบการณ์อันมีค่าในฐานะศาสตราจารย์กิตติคุณ ศาสตราจารย์พิเศษ และศาสตราจารย์หัวหน้าภาควิชาในมหาวิทยาลัยหลายแห่งในเมืองปูเน่

      เขาหวังเป็นอย่างยิ่งว่าผู้อ่านจะชื่นชมสไตล์การเขียนและนิยายของเขา เช่นเดียวกับที่ได้รับการชื่นชมใน Technical Written Books ของเขา เขาขอบคุณผู้อ่านและนักวิจารณ์ทุกคนเลือกอ่านนวนิยายของเขา

www.ingramcontent.com/pod-product-compliance
Lightning Source LLC
LaVergne TN
LVHW041707070526
838199LV00045B/1241
* 9 7 8 9 3 6 4 9 4 8 9 3 7 *